ਰੌਣਕ ਸਿੰਘ ਦੀ ਕਿਸਾਨ ਲਹਿਰ

ਡਾ: ਰਾਜਨ ਸਿੰਘ (ਮੇਗਰਾਜ਼)

BlueRose ONE .com
Stories Matter
NewDelhi • London

BLUEROSE PUBLISHERS
India | U.K.

Copyright © Dr Rajan Singh 2024

All rights reserved by author. No part of this publication may be reproduced, stored in a retrieval system or transmitted in any form or by any means, electronic, mechanical, photocopying, recording or otherwise, without the prior permission of the author. Although every precaution has been taken to verify the accuracy of the information contained herein, the publisher assume no responsibility for any errors or omissions. No liability is assumed for damages that may result from the use of information contained within.

BlueRose Publishers takes no responsibility for any damages, losses, or liabilities that may arise from the use or misuse of the information, products, or services provided in this publication.

For permissions requests or inquiries regarding this publication, please contact:

BLUEROSE PUBLISHERS
www.BlueRoseONE.com
info@bluerosepublishers.com
+91 8882 898 898
+4407342408967

ISBN: 978-93-6452-497-1

Cover design: Tahira
Typesetting: Tanya Raj Upadhyay

First Edition: October 2024

ਭਾਗ-1

ਵੇ ਮਰਜਾਣੀ ਦਿਆ ਕਿਉਂ ਨੀ ਅਕਲ ਨੂੰ ਹੱਥ ਪਾਉਣਾ ਸਵੇਰ ਦਾ ਪੰਗੇ ਲੈ ਲੈ ਕੇ ਮੇਰੀਆਂ ਨਾਸਾਂ ਚੋਂ ਧੂੰਆਂ ਕੱਢਿਆ ਪਿਆ।ਅਜੇ ਕੱਲ ਤੇਰੇ ਪਿਉ ਨੇ 200 ਰੁ. ਖਰਚ ਕੇ ਤੈਨੂੰ ਇਹ ਨਵਾ ਹਵਾਈ ਜਹਾਜ ਦਾ ਖਿਡੋਣਾ ਲੈ ਕੇ ਦਿੱਤਾ ਹੈ।ਬਲਦੀ ਅੰਗੇਠੀ ਵਿੱਚ ਸੁੱਟ ਦਿੱਤਾ ਈ ਆ ਲੈਣ ਦੇ ਤੇਰੇ ਪਿਉ ਨੂੰ ਤੇਰੀ ਅੱਜ ਖਲਾਸੀ ਨੀ ਹੋਣੀ।ਰੋ-ਰੋ ਕੇ ਲਾਲ ਹੋ ਗਏ ਲਾਲੀ ਨੂੰ ਉਸਦੀ ਮਾਂ ਸ਼ਰਨ ਕੌਰ ਵੱਲੋਂ ਗਾਲਾਂ ਪੈ ਰਹੀਆਂ ਸਨ।ਕਿ ਇੰਨੇ ਦੇਰ ਨੂੰ ਰਸੋਈ ਵਿਚੋਂ ਭਾਂਡੇ ਖੜਕ ਕੇ ਨਿਚੇ ਗਿਰਣ ਦੀਆਂ ਆਵਾਜਾਂ ਨਾਲ ਸ਼ਰਨ ਕੌਰ ਦੇ ਗੁੱਸੇ ਦਾ ਪਾਰਾ ਤਾਂ Rocket ਵਾਂਗ ਉੱਪਰ ਚਲਾ ਗਿਆ ਭੱਜਦੀ-ਭੱਜਦੀ ਨੇ ਜਦ ਜਾ ਕੇ ਰਸੋਈ ਵਿੱਚ ਨਿਗਾ ਮਾਰੀ ਤਾਂ ਪੈਰ ਦੀ ਜੁੱਤੀ ਉਤਾਰ ਕੇ ਲਾਲੀ ਦੇ ਵੱਡੇ ਭਰਾ

ਗੱਜੂ ਦੇ ਵਰਾਣੀ ਸ਼ੁਰੂ ਕਰ ਦਿੱਤੀ, ਬੈ ਜੇ ਤੇਰਾ ਬੇੜਾ ਸਾਰੇ ਪੁਆੜੇ ਤੇਰੇ ਹੀ ਪਾਏ ਹੋਏ।ਮਰ ਜਾਵੇ ਕੀਤੇ, ਮੜੀ 'ਚ ਪੈਣਿਆ।

ਖਿਲਰੇ ਹੋਏ ਭਾਂਡਿਆਂ ਦਾ ਨਜ਼ਾਰਾ ਵੇਖ ਰਹੇ ਗੱਜੂ ਦੀਆਂ ਅੱਖਾਂ ਵਿੱਚੋਂ ਇੱਕ ਵੀ ਹੰਝੂ ਨਹੀ ਸੀ ਪਰ ਸਹਿਮੇ ਹੋਏ ਦੀ ਅਵਾਜ ਨਿਕਲਦੇ-ਨਿਕਲਦੇ ਹੀ ਰਹੀ ਜਾਂਦੀ ਸੀ ਪੀਲੇ ਰੰਗ ਦੀ ਕਲੀ ਉੱਤੇ ਹਰੇ ਰੰਗ ਨਾਲ ਕਬੂਤਰਾਂ ਵਾਂਗ ਲਗਦੇ ਪੰਛੀਆਂ ਦੀਆਂ ਕੁਝ ਕਲਾਕਾਰੀਆਂ ਰਸੋਈ ਘਰ ਦੀ ਦੀਵਾਰ ਉੱਤੇ ਲਿਸ਼ਕ ਰਹੀਆਂ ਸਨ।ਲੱਕੜ ਦੀਆਂ ਬਣੀਆਂ ਹੋਈਆਂ ਪੜਛੱਤੀਆਂ ਦੀਵਾਰਾਂ ਉੱਤੇ ਕਿੱਲਾ ਨਾਲ ਟੰਗੀਆ ਹੋਈਆਂ ਸਨ ਅਤੇ ਕੁਝ ਪੁਰਾਣੇ ਪਿੱਤਲ ਦੇ ਬਰਤਨ ਜਿਵੇਂ ਕਿ ਪਤੀਲੇ, ਕੜਾਹੀ, ਚਮਚੇ ਅਤੇ 2 ਹਲਕੇ ਪੀਲੇ ਰੰਗ ਦੀਆਂ ਕਰਛੀਆਂ ਪਰਛੱਤੀ ਨੇ ਨਾਲ ਕਿੱਲ ਲਗਾ ਕੇ ਟੰਗੀਆਂ ਹੋਈਆਂ ਸਨ।ਸਟੀਲ ਦੇ ਗਲਾਸ ਤੇ ਥਾਲੀਆਂ ਰਸੋਈ ਘਰ ਦੇ ਫਰਸ਼ ਉੱਤੇ ਇੰਝ ਖਿਲਰੀਆਂ ਪਈਆਂ ਸਨ ਜਿਵੇਂ ਕੁਕੜਾਂ ਨੇ ਚਾਰੇ ਨਾਲ ਘਮਾਸਾਨ ਕੀਤੀ ਹੋਵੇ।ਇੱਕ ਪਾਸੇ ਦੀਵਾਰ ਦੇ ਨਿਚਲੇ ਹਿੱਸੇ ਉੱਤੇ ਦਾਗ ਦੇ ਨਿਸ਼ਾਨ ਨਜਰੀਂ ਪੈ ਰਹੇ ਸਨ।ਰਸੋਈ ਦਾ ਫਰਸ਼ ਵੀ ਬਹੁਤ ਪੁਰਾਣਾ ਹੋ ਗਿਆ ਸੀ ਅਤੇ ਕਈ-ਕਈ ਜਗਾ ਤੇ ਟੁੱਟਾ ਹੋਇਆ ਅਤੇ ਟੋਏ ਬਣੇ ਪਏ ਸਨ।ਰੋਸ਼ਨਦਾਨ ਵਿੱਚ ਵੀ ਧੂੰਏ ਦੀ ਕਾਲਕ ਦੇ ਗੂੜੇ ਕਾਲੇ ਰੰਗ ਦੇ ਧੱਬੇ ਜਾਲਿਆਂ ਦੇ ਵਿੱਚੋਂ ਦੀ ਵਿਖਾਈ ਦੇਂਦੇ ਸਨ।ਇੱਕ ਪਾਸੇ

ਨੁੱਕਰ ਵਿੱਚ ਇੱਕ ਲੱਕੜ ਦੀ ਕਾਲੇ ਭੂਰੇ ਰੰਗ ਦੀ ਜਾਲੀ ਰੱਖੀ ਹੋਈ ਨਜਰ ਆਉਂਦੀ ਜਿਸ ਵਿੱਚ ਕੁਝ ਰਾਸ਼ਨ ਦੇ ਸਮਾਨ, ਦਾਲਾਂ ਦੇ ਡੱਬੇ, ਕੁਝ ਲਫਾਫੇ ਰੱਖੇ ਹੋਏ ਦਿਸਦੇ।ਉੱਪਰ ਵਾਲੇ ਖਾਨੇ ਵਿੱਚ ਇੱਕ ਦੁਧ ਦਾ ਭਰਿਆ ਹੋਇਆ ਪਤੀਲਾ ਢੱਕ ਕੇ ਰੱਖਿਆ ਹੋਇਆ ਅਤੇ ਨਾਲ ਹੀ ਦਹੀਂ ਦਾ ਡੋਗਾਂ ਪਿਆ ਵੀ ਨਜਰੀ ਆਉਂਦਾ।ਰਸੋਈ ਘਰ ਤੋਂ ਬਾਹਰ ਵਾਲੇ ਕਮਰੇ ਤੱਕ ਆਉਣ ਵਾਲੀ ਘੁਮਾਦਾਰ ਗਲੀ ਜਾਂ ਰਸਤਾ ਕਹਿ ਸਕਦੇ ਹਾਂ ਜਿਸ ਵਿੱਚੋਂ ਰਸੋਈ ਦਾ ਤੇ ਕਮਰੇ ਵਿਚਕਾਰ ਕਨੇਕਸ਼ਨ ਨਾ ਮਾਤਰ ਜਿਹਾ ਮਹਿਸੂਸ ਹੁੰਦਾ ਹੈ।ਕੋਲ ਖੜੇ ਗੱਜੂ ਦੇ ਛਿੱਤਰ-ਪਤਰੋਲ ਤੋਂ ਬਾਅਦ ਵੀ ਉਹ ਰੋਇਆ ਲਈ ਅਤੇ ਮਾਂ ਵੱਲ ਤਰਸਦੀ ਅੱਖਾਂ ਨਾਲ ਵੇਖਣ ਲੱਗ ਪਿਆ ਸੀ।ਦੁਪਹਿਰ ਦੇ 2:30 ਵਜੇ ਦਾ ਟਾਇਮ ਸੀ ਗੱਜੂ ਸਕੂਲ ਤੋਂ ਘਰੇ ਪਰਤਿਆ ਹੀ ਸੀ ਕੀ ਮਾਂ ਨੂੰ ਛੋਟੇ ਭਰਾ ਦੇ ਦੁਆਲੇ ਹੁੰਦਿਆਂ ਵੇਖ ਆਪਣੇ-ਆਪ ਰਸੋਈ ਵਿੱਚ ਜਾ ਕੇ ਕੁਝ ਖਾਣ ਨੂੰ ਲੱਭਦੇ ਨੇ ਸਾਰੀ ਸਬਜੀ ਦੇ ਕਟੋਰੇ ਸਮੇਤ ਬਰਤਨ ਵੀ ਹੇਠਾਂ ਸੁੱਟ ਦਿੱਤੇ ਸਨ।ਭੁੱਖ ਵੀ ਕਮਾਲ ਦੀ ਚੀਜ਼ ਹੈ।ਜਦ ਲੱਗੀ ਹੋਵੇ ਤਾਂ ਚੰਗੇ ਭਲੇ ਬੰਦੇ ਨੂੰ ਔਲਾ-ਭੋਲਾ ਕਰ ਕੇ ਰੱਖ ਦਿੰਦੀ ਹੈ।ਸ਼ਰਨ ਕੌਰ ਨੇ ਵੀ ਨਾ ਆਵਾ ਦੇਖਿਆ ਨਾ ਤਾਵਾ ਹੱਥ ਵਿੱਚ ਆਈ ਤੂਤ ਦੀ ਛਮਕ ਨਾਲ ਗੱਜੂ ਨੂੰ ਝੰਬ ਕੇ ਰੱਖ ਦਿੱਤਾ।

ਭਾਗ-2

ਗੱਜੂ ਬੜੇ ਹੀ ਸ਼ਾਂਤ ਸੁਭਾ ਦਾ ਨਵੇਲੀ ਉਮਰ ਵਿੱਚ ਪਰਵੇਸ਼ ਹੋਣ ਦੀ ਦਹਲੀਜ ਤੇ ਖੜਾ 12 ਕੁ ਸਾਲਾਂ ਦਾ ਗੰਭੀਰ ਪ੍ਰਵੀਤੀ ਦਾ ਮੁੰਡਾ ਹੈ ਜੋ ਕਿ ਸੱਤਵੀਂ ਕਲਾਸ ਵਿੱਚ ਸਰਕਾਰੀ ਮਿਡਲ ਸਕੂਲ ਪੰਧੇਰ ਕਲਾਂ ਜਿਲ੍ਹਾ ਗੁਰਦਾਸਪੁਰ ਵਿੱਚ ਪੜ੍ਹਦਾ ਹੈ।ਕੱਦ-ਕਾਠ ਅਜੇ ਕੱਢ ਰਿਹਾ ਹੈ ਸਾਂਵਲੇ ਰੰਗ ਦੇ ਨਾਲ ਵਾਲ ਥੋੜ੍ਹੇ ਸੁਨਹਿਰੀ ਰੰਗ ਦੇ ਅਤੇ ਖੱਬੇ ਪਾਸੇ ਨੂੰ ਵਾਲਾਂ ਦਾ ਪੱਫ ਬਣਾਇਆ ਹੋਇਆ ਹੈ।ਅਕਸਰ ਨੀਲੇ ਰੰਗ ਦੀ ਨਿੱਕਰ ਅਤੇ ਕਸਮੈਲ ਜਿਹੇ ਰੰਗ ਦੀ T-Shirt ਪਾਈ ਰੱਖਦਾ ਹੈ।ਪੜ੍ਹਣ ਵਿੱਚ ਹਮੇਸ਼ਾ ਅੱਗੇ ਰਹਿੰਦਾ ਅਤੇ ਬੋਲ-ਚਾਲ ਘੱਟ ਹੀ ਕਰਦਾ।ਆਂਢ-ਗੁਆਂਢ ਵਿੱਚ ਵੀ ਦੋਸਤ ਘੱਟ ਹੀ ਨੇ।ਸ਼ਰਦ ਦੇ ਨਾਲ ਹੀ ਥੋੜ੍ਹਾ ਬਹੁਤਾ

ਬੋਲ-ਚਾਲ ਜਾਂ ਖੇਡਣ ਵਿੱਚ ਰੁਝਿਆ ਹੁੰਦਾ।ਸ਼ਰਦ ਉਸਦੀ ਕਲਾਸ ਵਿੱਚ ਹੀ ਉਸਦੇ ਨਾਲ ਪੜ੍ਹਦਾ ਹੈ ਅਤੇ ਨਾਲ ਹੀ ਗੁਆਂਢ ਵਿੱਚ ਵੀ ਰਹਿੰਦਾ ਹੈ। ਗੱਜੂ ਸਕੂਲ ਵਿੱਚ ਵੀ ਹਮੇਸ਼ਾ ਅਵੱਲ ਆਉਂਦਾ ਹੈ ਅਤੇ ਉਸਨੂੰ ਸ਼ਾਮ ਵੇਲੇ ਕ੍ਰਿਕੇਟ ਖੇਡਣ ਦਾ ਵੀ ਸ਼ੌਂਕ ਹੈ।ਸਾਥੀਆਂ ਨਾਲ ਅਕਸਰ ਐਤਵਾਰ ਨੂੰ ਮੈਚ ਖੇਡਣ ਲਾਗਲੇ ਪਿੰਡਾਂ ਵਿੱਚ ਚਲਾ ਜਾਂਦਾ ਹੈ।ਕਈ-ਕਈ ਵਾਰ ਤਾਂ ਇਸੇ ਕਾਰਣ ਤੋਂ ਹੀ ਸ਼ਰਨ ਕੌਰ ਤੋਂ ਉਸਦੀ ਕੁਟਾਈ ਵੀ ਹੋ ਚੁੱਕੀ ਹੈ।ਪਰ ਫਿਰ ਵੀ ਲੁਕ ਛੁਪ ਕੇ ਬਹਾਨੇ ਨਾਲ ਉਹ ਚਲਾ ਹੀ ਜਾਂਦਾ ਹੈ ਆਪਣੇ ਛੋਟੇ ਭਰਾ ਲਾਲੀ ਨਾਲ ਵੀ ਉਹ ਬੜਾ ਮੋਹ ਰੱਖਦਾ ਹੈ ਅਤੇ ਆਪਣੀ ਪਸੰਦ ਦੀ ਚੀਜ਼ ਵੀ ਕਈ ਵਾਰ ਉਸਨੂੰ ਦੇ ਦੇਂਦਾ ਹੈ।ਲਾਲੀ ਉਸ ਤੋਂ 5 ਸਾਲ ਛੋਟਾ ਹੈ। ਗੱਜੂ ਦਰਅਸਲ ਵਿੱਚ ਸ਼ਰਨ ਕੌਰ ਦਾ ਮਤਰਿਆ ਪੁੱਤਰ ਹੈ।ਜਦੋਂ ਗੱਜੂ 4 ਸਾਲ ਦਾ ਸੀ ਤਾਂ ਉਸਦੀ ਮਾਂ ਨੂੰ ਡੇਂਗੂ ਬੁਖਾਰ ਹੋ ਗਿਆ ਸੀ ਡਾਕਟਰਾਂ ਦੇ ਕਹਿਣ ਮੁਤਾਬਿਕ ਉਸਦੇ ਸੈੱਲ ਘੱਟਣ ਕਰਕੇ ਅਤੇ ਸਰੀਰ ਵਿੱਚ ਪਾਣੀ ਦੀ ਘਾਟ ਹੋਣ ਕਰਕੇ ਉਸਦੀ ਦੋਰਾਨੇ-ਇਲਾਜ ਸਰਕਾਰੀ ਹਸਪਤਾਲ ਵਿਖੇ ਮੌਤ ਹੋ ਗਈ ਸੀ ਗੱਜੂ ਨੂੰ ਤਾਂ ਆਪਣੀ ਮਾਤਾ ਦੀ ਧੁੰਦਲੀ ਜਿਹੀ ਯਾਦ ਹੀ ਤਾਜਾ ਹੈ।ਮਗਰੋਂ ਰੌਣਕ ਸਿੰਘ ਨੇ ਜੋ ਕਿ ਗੱਜੂ ਦੇ ਪਿਤਾ ਨੇ ਸ਼ਰਨ ਕੌਰ ਨਾਲ ਦੁਬਾਰਾ ਵਿਆਹ ਕਰਵਾ ਲਿਆ ਸੀ।ਜਿਸ ਤੋਂ ਕਿ ਰੌਣਕ ਸਿੰਘ ਦਾ ਦੂਸਰਾ ਪੁੱਤਰ ਲਾਲੀ ਦਾ ਜਨਮ ਹੋਇਆ।ਵੈਸੇ ਤਾਂ ਰੌਣਕ ਸਿੰਘ ਉੱਘੇ ਵਿਚਾਰਾਂ

ਵਾਲਾ ਤੇ ਚੰਗੀ ਸੋਚ ਰੱਖਣ ਵਾਲਾ ਪੰਧੇਰ ਕਲਾਂ ਪਿੰਡ ਦਾ ਪੰਚਾਇਤੀ ਮੈਂਬਰ ਹੈ। ਪਹਿਲੀ ਪਤਨੀ ਦੀ ਮੌਤ ਤੋਂ ਬਾਅਦ ਗੱਜੂ ਛੋਟਾ ਹੋਣ ਕਰਕੇ ਅਤੇ ਦੋਸਤਾਂ ਰਿਸ਼ਤੇਦਾਰਾਂ ਦੇ ਕਹਿਣ ਤੇ ਹੀ ਰੌਣਕ ਸਿੰਘ ਨੇ ਸ਼ਰਨ ਕੌਰ ਨਾਲ ਵਿਆਹ ਕਰਵਾਇਆ। ਰੌਣਕ ਸਿੰਘ ਦੇ ਚਾਚੇ ਦੀ ਬੇਟੀ ਜਿਸਨੂੰ ਕੇ ਰਾਣੋ ਭੂਆ ਕਹਿ ਕੇ ਬੁਲਾਉਂਦੇ ਨੇ ਆਪਣੀ ਨਨਾਣ ਦੇ ਸਹੁਰੇ ਪਿੰਡ ਤੋਂ ਸ਼ਰਨ ਕੌਰ ਨਾਲ ਰੌਣਕ ਸਿੰਘ ਦੇ ਲਾਵਾਂ ਫੇਰੇ ਵਿਚੋਲਣ ਬਣ ਕੇ ਕਰਵਾਏ ਸਨ। ਪਹਿਰਾਵੇ ਤੋਂ ਤਾਂ ਰੌਣਕ ਸਿੰਘ ਜੱਟਵੈੜ ਜਿਹਾ ਲਗਦਾ। ਟੇਢੀ ਪੱਗ ਮੋਢੇ ਤੇ ਪਰਨਾ ਕੁੜਤਾ ਪਜਾਮਾ ਅਤੇ ਕਦੇ-ਕਦੇ ਪੈਂਟ ਕਮੀਜ਼ ਵੀ ਪਾਉਣ ਦਾ ਸ਼ੌਂਕ ਰੱਖਦਾ ਹੈ। ਜਿਹੋ ਜਿਹਾ ਰੌਣਕ ਸਿੰਘ ਦਾ ਨਾਮ ਸੁਭਾਅ ਬਿਲਕੁਲ ਉਲਟ ਜਾਂ ਪੰਜਾਬੀ ਵਿੱਚ ਕੱਬਾ ਜੱਟ ਕਹਿ ਕੇ ਸੰਬੋਧਿਤ ਕਰ ਸਕਦੇ ਹਾਂ। ਮੂੰਹ ਉੱਤੇ ਹਮੇਸ਼ਾ ਰੋਅਬ ਗੁੱਸਾ ਨੱਕ ਤੇ ਅੱਖਾਂ ਵਿੱਚ ਲਾਲਗੀ ਰਹਿੰਦੀ। ਕੱਦ ਕਾਠ ਵੀ ਪੁਲਿਸ ਚ ਭਰਤੀ ਕਿਸੇ ਉੱਚੇ ਲੰਮੇ ਅਫਸਰ ਵਾਂਗ ਅਤੇ ਗੱਲਾਂ ਵਿੱਚ ਹਮੇਸ਼ਾ ਹਲੀਮੀ ਰੱਖਣ ਵਾਲਾ। ਰੌਣਕ ਸਿੰਘ ਵਿਚਾਰਾਂ ਵਿੱਚ ਤਾਂ ਚੰਗੇ ਭਲੇ ਸਮਝਦਾਰ ਸੂਝਵਾਨ ਸ਼ਕਸੀਅਤਾਂ ਦੇ ਵੀ ਦੰਦ ਖੱਟੇ ਕਰ ਕੇ ਰੱਖ ਦਿੰਦਾ ਹੈ। ਅੱਧਖੜ ਉਮਰ ਵਿੱਚ ਵੀ ਅਜੇ ਜਵਾਨ ਲੱਗਣ ਵਾਲਾ ਅਤੇ ਦਾੜੀ ਦੇ ਕੁਝ ਕੁ ਵਾਲ ਚਿੱਟੇ ਭੂਰੇ ਆਏ ਹੋਏ। ਰੌਣਕ ਸਿੰਘ ਜਿੰਨਾ ਉੱਚਾ ਲੰਮਾ ਜਵਾਨ ਸੀ ਦਿਲ ਉਸਦਾ ਬਿਲਕੁਲ ਮੋਮ ਵਾਂਗਰ ਸੀ। ਜਲਦੀ ਕਿਸੇ ਦਾ

ਦੁੱਖ ਜਾਂ ਮਜਬੂਰੀ ਵੇਖ ਕੇ ਪਿਘਲ ਜਾਂਦਾ ਸੀ। ਪਿੰਡ ਦੇ ਗੁਣੀ ਲੋਕ ਵੀ ਉਸਦੀ ਇੱਜਤ ਕਰਦੇ ਅਤੇ ਹਰ ਪਿੰਡ ਦੇ ਮਸਲੇ ਵਿੱਚ ਉਸਦਾ ਸਲਾਹ ਮਸ਼ਵਰਾ ਜਰੂਰ ਲੈਂਦੇ ਸਨ। ਕਿਤੇ ਵਿੱਚ ਵਾਹੀ ਖੇਤੀ ਦੇ ਨਾਲ-ਨਾਲ ਉਹ ਦਾਨਾ ਮੰਡੀ ਵਿੱਚ ਵੀ ਆੜ੍ਹਤੀ ਦਾ ਕੰਮ ਕਰਦਾ ਹੈ। ਆਸ-ਪਾਸ ਪਿੰਡਾਂ ਵਿੱਚ ਵੀ ਉਸਦੀ ਖਾਸੀ ਜਾਣ-ਪਛਾਣ ਹੈ। ਜਿੰਮੀਦਾਰਾਂ ਵਿੱਚ ਵੀ ਉਸਦਾ ਚੰਗਾ ਰੁਤਬਾ ਬਣਿਆ ਹੋਇਆ ਅਤੇ ਰਾਹੇ-ਸਲਾਹੇ ਵੀ ਦੁਆ ਸਲਾਮ ਬਣੀ ਹੋਈ ਹੈ। ਰੌਣਕ ਸਿੰਘ ਲੋਕਾਂ ਨੂੰ ਹਮੇਸ਼ਾ ਜਾਗਰੂਕ ਤੇ ਉਤਸ਼ਾਹਿਤ ਕਰਦਾ ਰਹਿੰਦਾ ਹੈ।

ਭਾਗ-3

ਪੰਚਾਇਤ ਲੱਗੀ ਹੋਈ ਹੈ। ਪਿੰਡ ਦੇ ਪੰਚਾਇਤੀ ਮੈਂਬਰ ਅਤੇ ਸਰਪੰਚ ਸਾਹਿਬ ਅਤੇ ਹੋਰ ਸੂਝਵਾਨ ਲੋਕ ਵੀ ਪੰਚਾਇਤ ਘਰ ਵਿੱਚ ਬੈਠੇ ਹਨ। ਇੱਕ ਲੜਕਾ ਅਤੇ ਇੱਕ ਲੜਕੀ ਦਾ ਮਸਲਾ ਪੰਚਾਇਤ ਸਾਹਮਣੇ ਦੋਵੇਂ ਪਰਿਵਾਰਾਂ ਵੱਲੋਂ ਪੇਸ਼ ਕੀਤਾ ਜਾ ਰਿਹਾ ਹੈ। ਮੁੰਡਾ ਜ਼ੋਰ-ਜ਼ੋਰ ਨਾਲ ਰੌਲਾ ਪਾ ਰਿਹਾ ਹੈ। ਤੂੰ ਮੇਰੀ ਜਿੰਦਗੀ ਖਰਾਬ ਕਰ ਦਿੱਤੀ ਤੇਰੇ ਨਾਲ ਪਿਆਰ ਪਾ ਕੇ ਮੈਨੂੰ ਕੀ ਮਿਲਿਆ ਜੇ ਧੋਖਾ ਹੀ ਦੇਣਾ ਸੀ ਤਾਂ ਕਿਉਂ ਮੇਰੀ ਜਿੰਦਗੀ ਵਿੱਚ ਪੈਰ ਰੱਖਿਆ ਉੱਤੋਂ-ਉੱਤੋਂ ਤਾਂ ਬੜਾ ਪਿਆਰ ਜਤਾਉਂਦੀ ਰਹੀ ਪਰ ਅੰਦਰੋਂ ਤੇਰੇ ਦਿਲ ਵਿੱਚ ਚੋਰ ਬੈਠਾ ਹੋਇਆ ਸੀ। ਮੇਰੇ ਦੋਸਤਾਂ ਮਿੱਤਰਾਂ ਤੇ ਰਿਸ਼ਤੇਦਾਰਾਂ ਵਿੱਚ ਮੇਰੀ ਮਿੱਟੀ ਪਲੀਤ ਕਰ ਕੇ

ਰੱਖ ਦਿੱਤੀ।ਗੁੱਡੀ ਮੇਰੀ ਪਿਆਰ ਵਾਲੀ ਅੰਬਰਾਂ ਤੇ ਚੜ੍ਹਾ ਕੇ ਹੱਥੋਂ ਡੋਰ ਛੱਡਤੀ ਉ।ਚੰਗਾ ਨੀ ਕੀਤਾ ਤੂੰ......।ਇਹਨੇ ਨੂੰ ਕੁੜੀ ਦੀ ਮਾਂ ਨੇ ਟੋਕਿਆ ਤੂੰ ਕਦੋਂ ਪਿੱਛਾ ਛੱਡੇਗਾਂ ਸਾਡੀ ਕੁੜੀ ਦਾ ਕਿੰਨਾ ਚਿਰ ਹੋ ਗਿਆ ਕੁੜੀ ਤੈਨੂੰ ਕਹਿੰਦੀ ਆ ਰਹੀ ਬਈ ਮੇਰਾ ਪਿੱਛਾ ਛੱਡ ਦੇ ਮੈਂ ਤੇਰੇ ਨਾਲ ਕੋਈ ਵਾਸਤਾ ਨਹੀ ਰੱਖਣਾ ਤੂੰ ਨਾ ਮੁੜਿਆ ਉੱਤੋਂ ਝੂਠਾ-ਮੂਠਾ ਗਲਤ ਦਵਾਈ ਖਾਣ ਦਾ ਬਹਾਨਾ ਬਣਾ ਕੇ ਹਸਪਤਾਲ ਵਿੱਚ ਦਾਖਿਲ ਹੋ ਗਿਆ ਤੇ ਸਾਡੇ ਉੱਤੇ ਪੁਲਿਸ ਕਾਰਵਾਈ ਕਰਵਾਉਣ ਨੂੰ ਫਿਰਦਾ ਸੀ।ਅਸੀ ਕਿਹੜਾ ਤੈਨੂੰ ਕਿਹਾ ਜਾ ਸਾਡੀ ਕੁੜੀ ਨੇ ਤੈਨੂੰ ਜਹਿਰ ਖਾਣ ਦੀ ਸਲਾਹ ਦਿੱਤੀ।ਦਿਮਾਗ ਤਾਂ ਤੇਰਾ ਆਪਣਾ ਖਰਾਬ ਹੋਇਆ ਉੱਤੋਂ ਆਪਣੇ ਆ ਪੱਟਿਆ ਵਾਲੇ ਖਸਮ ਯਾਰ ਨਾਲ ਮਿਲ ਕੇ ਨਾ ਜੋ ਬੰਦਿਆਂ ਵਿੱਚ ਤੇ ਨਾ ਜਨਾਨੀਆਂ ਵਿੱਚ ਹੋ ਗਿਆ ਜਾ ਕੇ ਹਸਪਤਾਲ ਦਾਖਿਲ......... "ਰੌਲਾ ਨਾ ਪਾ ਜਾਦਾ......... 50 ਵਾਰ ਕਿਹਾ ਤੈਨੂੰ ਬਈ ਕੁੜੀ ਤੇਰੇ ਨਾਲ ਕੋਈ ਰਿਸ਼ਤਾ ਨਹੀ ਰੱਖਣਾ ਚਾਹੁੰਦੀ ਮੰਨਦਾ ਹੀ ਨਈ ਤੂੰ" ਇੰਨ੍ਹੇ ਨੂੰ ਮੁੰਡੇ ਦਾ ਦੋਸਤ (ਛੋਨਾ) ਬੋਲਿਆ ਜੋ ਕਿ ਇਕ ਕਿੰਨਰ ਹੈ ਅਤੇ ਉਸੇ ਲਹਿਜੇ ਵਿੱਚ ਕਹਿਣ ਲੱਗਾ "ਆਏ ਹਾਏ ਨਾਲੇ ਚੋਰ ਤੇ ਨਾਲੇ ਚਤਰ ਨਾ ਬੀਬੀ ਜਦੋਂ ਤੇਰੀ ਕੁੜੀ ਮੁੰਡੇ ਨਾਲ ਸਾਰੇ ਸ਼ਹਿਰ ਵਿੱਚ ਲੂ-ਲੂ ਫਿਰਦੀ ਸੀ ਉਦੋਂ ਨੀ ਤੈਨੂੰ ਪਤਾ ਲੱਗਿਆ ਜਦੋਂ ਹਿੰਦੀ ਪੰਜਾਬੀ ਤੋਂ ਲੈ ਕੇ ਅੰਗਰੇਜ਼ੀ ਫਿਲਮਾਂ ਵੀ ਨਾਲ ਵੇਖਣ ਜਾਂਦੀ ਸੀ।ਜਦੋਂ

ਮੁੰਡਾ ਚੰਗੀ ਤਰ੍ਹਾਂ ਤੇਰੀ ਕੁੜੀ ਤੇ ਲਟੂ ਹੋ ਗਿਆ ਪੈਸੇ-ਪੂਸੇ ਮੁੰਡੇ ਦੇ ਖਾ ਕੇ ਤੇ ਹੁਣ ਤੈਨੂੰ ਬਾਹਰ ਦਾ ਮੁੰਡਾ (ਕਨੇਡਾ ਪੱਕਾ) ਲੱਭ ਗਿਆ ਤੇਰੇ ਤੇ ਤੇਰੀ ਕੁੜੀ ਦੇ ਤੇਵਰ ਹੀ ਬਦਲ ਗਏ ਨੇ।ਉਹ ਵਿਚਾਰਾ ਸਾਰੀ-ਸਾਰੀ ਰਾਤ ਨੀ ਸੌਂਦਾ।ਸ਼ਦਾਈਆਂ ਵਾਂਗ ਕਦੇ ਉਹ ਨੁੱਕਰ ਵਿੱਚ ਤੇ ਕਦੇ ਉਹ ਗਲੀ ਵਿੱਚ ਫਿਰਦਾ ਰਹਿੰਦਾ।ਬੀਬੀ ਰੱਬ ਤੋਂ ਡਰੀ ਦਾ ਹੁੰਦਾ ਜੇ ਸਾਡੇ ਮੁੰਡੇ ਨੂੰ ਕੁੱਝ ਹੋ ਗਿਆ ਨਾ ਤਾਂ ਤੈਨੂੰ ਤੇ ਤੇਰੀ ਧੀ ਨੂੰ ਨੀ ਛੱਡਣਾ ਮੈਂ (ਦੋਵੇਂ ਹੱਥਾਂ ਨਾਲ ਤਾੜੀ ਮਾਰ ਕੇ ਛੋਨਾ ਨੇ ਕਿਹਾ)। ਇੰਨੇ ਨੂੰ ਇੱਕ ਸਰਪੰਚ ਨੇ ਜ਼ੋਰ ਨਾਲ ਹਾਕ ਮਾਰੀ ਤੇ ਕਿਹਾ ਸ਼ਾਂਤੀ-ਸ਼ਾਂਤੀ ਉਏ ਬੀਬੀਓ ਸਬਰ ਸ਼ਾਂਤੀ ਰੱਖੋ......... ਜੇ ਤੁਸੀ ਲੋਕਾਂ ਨੇ ਆਪਸ ਵਿੱਚ ਇਦਾ ਹੀ ਲੜਨਾ ਮਰਨਾ ਤੇ ਫਿਰ ਪੰਚਾਇਤ ਬਲਾਉਣ ਦੀ ਕੀ ਲੋੜ ਪਈ...... ਆਪਣੇ-ਆਪਣੇ ਘਰਾਂ ਨੂੰ ਜਾਉ ਤੇ ਆਪੇ ਮਸਲਾ ਹੱਲ ਕਰੋ ਸਿਆਣੇ ਬਣੋ ਤੇ ਸ਼ਾਂਤੀ ਬਣਾ ਕੇ ਰੱਖੋ ਸਰਪੰਚ ਦੀ ਗੱਲ ਸੁਣ ਕੇ ਸਭ ਹੋਲੀ-ਹੋਲੀ ਸ਼ਾਂਤੀ ਨਾਲ ਬੈਠ ਗਏ ਅਤੇ ਪੰਚਾਇਤ ਦੇ ਵਿੱਚ ਸਨਾਟਾ ਜਿਹਾ ਛਾ ਗਿਆ।ਸਾਰੇ ਪੰਚਾਇਤ ਦੇ ਮੈਂਬਰ ਇੱਕ ਦੂਸਰੇ ਨਾਲ ਗੱਲਬਾਤ ਕਰਨ ਲੱਗੇ।ਕਿ ਇੰਨੇ ਨੂੰ ਪੁਲਿਸ ਦੀ ਗੱਡੀ ਪੰਚਾਇਤ ਘਰ ਦੇ ਸਾਹਮਣੇ ਆ ਖਲੋਤੀ।ਹਰ ਪਾਸੇ ਜਿਵੇਂ ਸਹਿਮ ਦਾ ਮਾਹੌਲ ਜਿਹਾ ਫੈਲ ਗਿਆ ਆਏ ਹੋਏ ਲੋਕ ਆਪੋ ਵਿੱਚ ਖੁਸਰ ਫੁਸਰ ਕਰਨ ਲੱਗ ਪਏ ਪੰਚਾਇਤ ਦੇ ਮੈਂਬਰ ਵੀ ਆਪਣੇ ਵਿੱਚ ਹੋਰ ਗੰਭੀਰਤਾ ਨਾਲ ਸੋਚ

ਵਿਚਾਰਨ ਲੱਗੇ ਇੰਨੀ ਨੂੰ ਪੁਲਿਸ ਗੱਡੀ ਵਿੱਚੋਂ ਇੱਕ ਲੰਮਾ ਚੌੜਾ ਖਾਕੀ ਰੰਗ ਦੀ ਵਰਦੀ ਵਿੱਚ ਜਿੰਦੇ ਕਿ 1 ਸਟਾਰ ਲੱਗੇ ਹੋਏ ASI ਬਾਹਰ ਨਿਕਲਿਆ।ਚਮੜੇ ਦੇ ਬੂਟਾ ਦੀ ਪੰਚਾਇਤ ਘਰ ਦੇ ਇੱਟਾਂ ਵਾਲੇ ਫਰਸ਼ ਉੱਤੇ ਟੱਕ-ਟੱਕ ਦੀ ਆਵਾਜ਼ਾਂ ਨਾਲ ਸਮੇਤ 2 ਹੋਰ ਸ਼ਿਪਾਟੇ ਪੰਚਾਇਤ ਘਰ ਵੱਲ ਵੱਧਿਆ ਅਤੇ ਹੱਥਾਂ ਵਿੱਚ ਕਾਗਜ਼ਾਂ ਦਾ ਇੱਕ ਸਮੂਹ ਫਾਇਲ ਦੇ ਤੌਰ ਤੇ ਨਾਲ ਲੈ ਕੇ ਵੀ ਆਇਆ ਹੋਇਆ ਸੀ।ਆਉਂਦੇ ਨੇ ਕੁੜੀ ਦੇ ਪਿਉ ਜਿਸਦਾ ਕਿ ਨਾਮ ਚਰਨ ਦਾਸ ਹੈ ਜੋਰ ਨਾਲ ਉਚਾਰਨ ਕੀਤਾ ਚਰਨ ਦਾਸ ਕੌਣ ਹੈ ਜੀ? ਸਹਿਮੇ ਡਰਦੇ ਨੇ ਹੱਥ ਖੜਾ ਕਰ ਕੇ ਤੇ ਥੋੜਾ ਅੱਗੇ ਹੋ ਕੇ ਆਖਿਆ ਜੀ ਜਨਾਬ...... ਮੈਂ ਹੀ ਹਾਂ ਚਰਨ ਦਾਸ ਚਰਨ ਦਾਸ ਪੁੱਤਰ ਕਿਸ਼ਨ ਦਾਸ..............? ਹਾਂਜੀ ਜਨਾਬ ਪਰ ਗੱਲ ਕੀ ਹੋਈ ਦੁਬਾਰਾ ਚਰਨ ਦਾਸ ਨੇ ਪੁੱਛਿਆ ਤੇਰੇ ਅਤੇ ਤੇਰੀ ਕੁੜੀ Shabby ਦੇ ਖਿਲਾਫ ਗੈਰ ਜਮਾਨਤੀ ਵਰੰਟ ਨਿਕਲਿਆ ਹੈ........ ਵ...... ਵ...... ਵਰੰਟ......... ਜਨਾਬ ਕੀ ਕਹਿ ਰਹੇ ਹੋ...... ਅਸੀ ਕੀ ਗੁਨਾਹ ਕੀਤਾ ...... ਮੈਂ ਤਾਂ ਗਰੀਬ ਪਰਿਵਾਰ ਦਾ ਮਿਹਨਤ ਮਜਦੂਰੀ ਕਰ ਕੇ ਆਪਣਾ ਤੇ ਪਰਿਵਾਰ ਦਾ ਪੇਟ ਪਾਲਣ ਵਾਲਾ ਸਾਧਾਰਣ ਜਿਹਾ ਪਿੰਡ ਦਾ ਨਿਵਾਸੀ ਹਾਂ...... ਮੈਂ ਕਿਸੇ ਦਾ ਕੀ ਵਿਗਾੜਿਆ ਜਾਂ ਕੀ ਗਲਤੀ ਕੀਤੀ ਹੈ ਮੇਰੇ ਖਿਲਾਫ ਵਰੰਟ......... ਜਨਾਬ ਕਿਰਪਾ ਕਰੋ ਕੀ ਕਹਿ ਰਹੇ ਹੋ ਜੀ

ASI- ਚਰਨ ਦਾਸ ਤੇਰੇ ਤੇ ਤੇਰੇ ਪਰਿਵਾਰ ਖਿਲਾਫ ਮੁੰਡੇ ਸ਼ੈਂਕੀ ਵਲੋਂ ਪਰਚਾ ਦਰਜ ਕਰਵਾਇਆ ਗਿਆ ਸੀ ਕਿ ਤੁਹਾਡੇ ਜੁਲਮਾਂ ਤੋਂ ਮਾਨਸਿਕ ਤੌਰ ਤੇ ਪਰੇਸ਼ਾਨ ਕਰਨ ਕਾਰਣ ਇਸੇ ਮੁੰਡੇ ਵਲੋਂ ਜਹਿਰ ਖਾ ਕੇ ਆਪਣੀ ਜੀਵਨ ਲੀਲਾ ਸਮਾਪਤ ਕਰਨ ਦੀ ਕੋਸ਼ਿਸ਼ ਕੀਤੀ ਹੈ ਅਤੇ ਇਸਦਾ ਜਿੰਮੇਵਾਰ ਤੁਹਾਨੂੰ ਦੱਸਿਆ ਜਾ ਰਿਹਾ ਹੈ। ਇਹਨੇ ਨੂੰ ਕੁੜੀ ਦੀ ਮਾਤਾ ਉੱਚੀ-ਉੱਚੀ ਰੋ ਕੇ ਹਾਕਾਂ ਮਾਰਣ ਲੱਗ ਪਈ ...... ਕਾਹਦਾ ਵਰੰਟ ਕੱਢ ਕੇ ਲੈ ਆਏ ਹੋ ਬੇੜਾ ਬਹਿ ਜੇ ਤੁਹਾਡਾ ਸ਼ਰਾਫਤ ਦਾ ਤਾਂ ਕੋਈ ਜਮਾਨਾ ਹੀ ਨਹੀ ਰਹਿ ਗਿਆ ਇਹ ਮਰਜਾਨੀ ਦਾ ਤੇ ਆਪ ਹੀ ਮੌਤ ਦੇ ਮੂੰਹ ਨੂੰ ਹੱਥ ਲਾਉਂਦਾ ਫਿਰਦਾ ਅਸੀ ਇਹਨੂੰ ਕੀ ਪਰੇਸ਼ਾਨ ਕਰਨਾ ਨੱਕ ਚ ਧੂੰਆਂ ਤੇ ਇਹਨੇ ਸਾਡੀ ਕੁੜੀ ਦੇ ਦਿੱਤਾ, ਜੇ ਖਾਦਾ ਹੀ ਸੀ ਕੁਝ ਤੇ ਮਰਿਆ ਕਿਉਂ ਨਹੀ ਡਰਾਮੇਬਾਜ਼ ਬੰਦਾ ਇਹ ਸਾਡੀ ਮਿੱਟੀ ਪਲੀਤ ਕਰਾਉਣੀ ਚਾਹੁੰਦਾ ਜੇ ਨਹੀ ਮਰਿਆ ਤਾਂ ਅੱਜ ਮੈਂ ਇਹਦੀ ਸੰਗੀ (ਗਲਾ) ਨੱਪ ਦੇਣੀ ਏ ਤੇ ਫੇਰ ਮੈਨੂੰ ਫਾਂਸੀ ਲਾ ਦਿਆ ਜੇ............... ਬੇ ਸ਼ੁਕਰਾ ਨਾ ਹੋਵੇ ਤਾਂ ਇਹਨੇ ਨੂੰ ਰੋਣਕ ਸਿੰਘ ਅੱਗੇ ਵੱਧ ਕੇ ਭਾਰੀ ਆਵਾਜ਼ ਵਿੱਚ ਬੋਲਿਆ......

ਓਏ ਥੰਮ ਜਾ ਬੀਬੀਏ ਹੋਸਲਾ ਰੱਖ .... ਰੋਲਾ ਨਾ ਪਾ ਖਲੋ ਜਾ ....

ਹਾਂਜੀ ASI Saab ਕੀ ਗੱਲ ਹੋ ਗਈ ਏ ਜਨਾਬ ………. ਇਹਨਾਂ ਖਿਲਾਫ complaint ਆਈ ਏ ਨਾ ਤੁਸੀ ਕਹੀ ਜਾ ਰਹੇ ਵਰੰਟ ਆਇਆ ਜੇ complaint ਹੋਈ ਹੈ ਤਾਂ ਵਰੰਟ ਵੀ ਆਜੂ ਗੁਸਤਾਖੀ ਮਾਫ ASI ਸਾਬ complaint ਤਾਂ ਫਿਰ ਜਿਸਨੇ ਜਹਿਰ ਖਾਣ ਦਾ ਡਰਾਮਾ ਕੀਤਾ ਜਾਂ ਕੋਸ਼ਿਸ਼ ਕੀਤੀ ਉਹਦੇ ਉੱਤੇ ਵੀ ਬਣਦੀ ਇਹ ਥੋੜੀ ਆ ਕਿ ਕਿਸੇ ਨੂੰ ਮਰਨ ਦੀਆਂ ਧਮਕੀਆਂ ਦੇ ਕੇ ਉਸ ਤੋਂ ਆਪਣੇ ਮਤਲਬ ਦਾ ਕੰਮ ਕਰਾ ਲਿਆ ਜਾਵੇ।ਬਾਕੀ ਅਜੇ ਇਹਨਾਂ ਦਾ ਮਸਲਾ ਪੰਚਾਇਤ ਵਿੱਚ ਚੱਲ ਰਿਹਾ ਅਸੀ ਇਹਨਾਂ ਦਾ ਹੱਲ ਕਰਾ ਕੇ ਤੁਹਾਡੇ ਕੋਲ ਆਪ ਹੀ ਪੇਸ਼ ਕਰ ਦੇਵਾਂਗੇ ਜਨਾਬ……….

ਪੰਚ ਸਾਹਿਬ ਤੁਸੀ ਸਿਆਣੇ ਬੰਦੇ ਹੋ।ਸਾਡੀ ਤਾਂ ਡਿਊਟੀ ਹੈ complaint ਦੀ ਕਾਰਵਾਈ ਪੂਰੀ ਕਰਨ ਦੀ ਪਰ ਇਹਨਾਂ ਨੂੰ ਥਾਣੇ ਪੇਸ਼ ਹੋਣਾ ਹੀ ਪੈਣਾ……….

ਕੋਈ ਗੱਲ ਨਹੀ ਜਨਾਬ ਪੰਚਾਇਤੀ ਕਾਰਵਾਈ ਹੋਣ ਤੋਂ ਬਾਅਦ ਇਹਨਾ ਨੂੰ ਮੈਂ ਆਪ ਥਾਣੇ ਲੈ ਕੇ ਆਵਾਂਗਾ ਤੁਸੀ ਫਿਕਰ ਨਾ ਕਰੋ ਰੌਣਕ ਸਿੰਘ ਨੇ ਜਵਾਬ ਦਿੱਤਾ।

ਰੌਣਕ ਸਿੰਘ ਜੀ ਮੈਂ ਤੁਹਾਡੀ ਇੱਜ਼ਤ ਕਰਦਾ………. ਇਸ ਲਈ ਤੁਹਾਡੇ ਕਹਿਣ ਤੇ ਅਜੇ ਮੈਂ ਜਾ ਰਿਹਾ ਪਰ

ਤੁਸੀ ਕਿਰਪਾ ਕਰਕੇ ਇੱਕ ਵਾਰ ਇਹਨਾਂ ਨੂੰ ਥਾਣੇ ਜਰੂਰ ਪੇਸ਼ ਕਰੋ ASI ਨੇ ਕਿਹਾ……

ਜਰੂਰ ਜਨਾਬ ਬਿਲਕੁਲ ਕਰਾਂਗੇ ਇਹਨਾਂ ਕਹਿ ਕੇ ASI ਚਲਾ ਜਾਂਦਾ ਹੈ ਅਤੇ ਉੱਡਦੀ ਧੂੜ ਨਾਲ ਹੋਲੀ-ਹੋਲੀ ਪੁਲਿਸ ਦੀ ਗੱਡੀ ਵਿਖਾਈ ਦੇਣੀ ਬੰਦ ਕਰ ਜਾਂਦੀ ਹੈ।

ਮਗਰੋਂ ਪੰਚਾਇਤ ਵਿੱਚ ਫਿਰ ਤੋਂ ਖੁਸਰ ਫੁਸਰ ਹੋਣੀ ਸ਼ੁਰੂ ਹੋ ਜਾਂਦੀ ਹੈ।

ਇਹਨੇ ਨੂੰ ਪਿੰਡ ਦਾ ਸਰਪੰਚ ਅਜੀਤ ਸਿੰਘ ਬੋਲਦਾ ਹੈ।ਵੇਖੋ ਜੀ ਪਹਿਲੀ ਗੱਲ ਤਾਂ ਇਹ ਹੈ ਇਸ ਕੁੜੀ ਦੀ ਵੀ ਰਾਏ ਲੈ ਲਉ।ਕੁੜੀ ਨੂੰ ਪੁੱਛਿਆ ਜਾਂਦਾ ਹੈ।ਹਾਂ ਕੁੜੀਏ ਤੇਰਾ ਕੀ ਕਹਿਣਾ ਇਸ ਮਸਲੇ ਵਿੱਚ ਸਹਿਮਦੀ ਹੋਈ ਕੁੜੀ ਅੱਗੇ ਆ ਕੇ ਹੋਲੀ ਜਿਹੀ ਬੋਲਦੀ ਹੈ "ਮੈਂ ਇਸ ਮੁੰਡੇ ਨੂੰ ਪਸੰਦ ਕਰਦੀ ਸੀ ਪਰ ਹੋਲੀ-ਹੋਲੀ ਮੈਨੂੰ ਪਤਾ ਲੱਗਾ ਕਿ ਇਹ ਨਸ਼ੇ ਦਾ ਆਦੀ ਹੈ ਅਤੇ ਅਕਸਰ ਆਪਣੇ ਦੋਸਤਾਂ ਨਾਲ ਸ਼ਾਮ ਨੂੰ ਸ਼ਰਾਬ ਵੀ ਪੀਂਦਾ ਹੈ ਤੇ ਭੰਗ ਵੀ ਪੀਂਦਾ ਹੈ।ਜਦੋਂ ਮੈਨੂੰ ਇਸ ਗੱਲ ਦਾ ਪਤਾ ਲੱਗਾ ਤਾਂ ਮੈਂ ਇਸਨੂੰ ਬੜਾ ਸਮਝਾਇਆ ਬਈ ਨਾ ਪੀਆ ਕਰ ਸ਼ਰਾਬ ਗਲਤ ਚੀਜ਼ ਹੈ ਪਰ ਇਹ ਨਹੀ ਮੁੜਿਆ ਇਸ ਕਰਕੇ ਮੈਂ ਇਸ ਨਾਲ ਆਪਣੇ ਨਾਤੇ ਤੋੜ ਦਿੱਤੇ ਹਨ ਅਤੇ ਮੈਂ ਇਸ ਨਾਲ ਕੋਈ ਗੱਲ ਨਹੀ ਕਰਨੀ ਚਾਹੁੰਦੀ ਇੱਕ ਵਾਰ ਤਾਂ ਇਸਨੇ

ਮੈਨੂੰ ਸ਼ਰਾਬ ਪੀ ਕੇ ਗਾਲੀ ਗਲੋਚ ਵੀ ਕੀਤਾ ਹੁਣ ਮੇਰੀ ਬਰਦਾਸ਼ਤ ਤੋਂ ਬਾਹਰ ਹੋ ਗਿਆ ਹੈ ਕਿ ਹੁਣ ਮੇਰੇ ਘਰਵਾਲਿਆਂ ਨੂੰ ਵੀ ਗਲਤ ਗੱਲਾਂ ਕਰਦਾ ਹੈ ਅਤੇ ਸਾਡੇ ਤੇ ਪੁਲਿਸ ਕਾਰਵਾਈ ਕਰਵਾਉਣੀ ਚਾਹੁੰਦਾ। ਇਸਨੂੰ ਕਹੋ ਮੇਰਾ ਪਿੱਛਾ ਛੱਡ ਦੇਵੇ।

ਹਾਂ ਬਈ ਮੁੰਡਿਆ ਕੀ ਇਹ ਕੁੜੀ ਸੱਚ ਕਹਿ ਰਹੀ ਹੈ ਰੋਣਕ ਸਿੰਘ ਨੇ ਪੁੱਛਿਆ.........

ਜਨਾਬ ਬਿਲਕੁਲ ਝੂਠ ਮਾਰ ਰਹੀ ਹੈ ਇਹ ਕੁੜੀ ਆਪਣੇ ਘਰਵਾਲਿਆਂ ਦੇ ਵਰਗਲਾਵੇ ਵਿੱਚ ਆ ਗਈ ਹੈ ਜਾਂ ਇਹਦੇ ਉੱਤੇ ਕੋਈ ਦਬਾਅ ਬਣਾਇਆ ਜਾ ਰਿਹਾ। ਅਜੇ 2 ਹਫਤੇ ਪਹਿਲਾਂ ਤਾਂ ਮੇਰੇ ਤੋਂ ਬਗੈਰ ਰਹਿ ਨਹੀ ਸੀ ਸਕਦੀ ਹੁਣ ਕੀ ਹੋ ਗਿਆ ਕੁੜੀ ਦਾ ਨਾਂ ਲੈ ਕੇ ਮੁੰਡੇ ਨੇ ਕਿਹਾ ਕਿ ਜਾਂ ਹੁਣ ਬਾਹਰ Canada ਵਾਲਾ ਜਿਆਦਾ ਪਸੰਦ ਆ ਗਿਆ ਇਹਨੀ ਛੇਤੀ ਭੁੱਲ ਗਈ ਮੇਰੇ ਪਿਆਰ ਨੂੰ ਉਹ ਸਾਰੇ ਵਾਅਦੇ ਤੋੜਣ ਲੱਗੀ ਏ ਹੁਣ ਨਾ ਕਰ ਇਦਾ ਮੇਰੇ ਦਿਲ ਨਾਲ ਨਾ ਖੇਡ ਨਹੀ ਤਾਂ ਵਾਕੇ ਹੀ ਮੈਂ ਜੀ ਨਹੀ ਸਕਦਾ ਅਤੇ ਰੋਣ ਲੱਗ ਪਿਆ। ਸਰਪੰਚ ਸਾਹਿਬ ਕੁੜੀ ਸਾਨੂੰ ਕਿਸੇ ਦੇ ਦਬਾਅ ਵਿੱਚ ਲੱਗਦੀ ਹੈ ਜਨਾਨਾ ਲਹਿਜੇ ਵਿੱਚ ਛੋਨਾ ਨੇ ਅੱਗੇ ਆ ਕੇ ਜਵਾਬ ਭਰਿਆ। ਨਹੀ ਤਾਂ ਇਹ ਕੁੜੀ ਤਾਂ ਸਾਡੇ ਮੁੰਡੇ ਦਾ ਵਸਾਹ ਨਹੀ ਸੀ ਖਾਂਦੀ ਇੱਕ ਵਾਰ ਫਿਰ ਤੋਂ ਕੁੜੀ ਦੀ ਮਾਂ ਉੱਚੀ-ਉੱਚੀ ਰੋਲਾ

ਪਾਉਣ ਲੱਗ ਪਈ। ਨਾ ਵਸਾਹ ਖਾਣ ਨੂੰ ਇਹਦੇ ਨਾਲ ਲਾਵਾਂ ਲਈਆਂ ਕੁੜੀ ਨੇ ਸਿਆਪਾ ਹੋ ਜਾਏ ਤੁਹਾਡਾ ਕੱਖ ਨਾ ਰਹੇ ਭਰੀ ਪੰਚਾਇਤ ਵਿੱਚ ਗਹਿਮਾ ਗਹਿਮੀ ਹੋ ਗਈ ਤੇ ਅਸ਼ਾਂਤੀ ਅਤੇ ਰੌਲਾ-ਰੱਪੇ ਦਾ ਮਾਹੌਲ ਜਿਹਾ ਪਸਰ ਗਿਆ। ਸਰਪੰਚ ਨੇ ਦਬਕਾ ਜਿਹਾ ਮਾਰ ਕੇ ਮਾਹੌਲ ਸ਼ਾਂਤ ਕੀਤਾ ਅਤੇ ਕੁੜੀ ਅਤੇ ਮੁੰਡੇ ਨੂੰ ਵੱਖਰਾ ਲਿਜਾ ਕੇ ਸਾਰੇ ਪੰਚਾਂ ਸਮੇਤ ਗੱਲਬਾਤ ਕੀਤੀ ਜਿਸ ਤੋਂ ਪਤਾ ਲੱਗਾ ਕਿ ਕੁੜੀ ਦੇ ਮਾਂ ਬਾਪ ਇਸ ਰਿਸ਼ਤੇ ਤੋਂ ਇਸ ਲਈ ਰਾਜੀ ਨਹੀ ਹੋ ਰਹੇ ਕਿ ਮੁੰਡਾ ਕੋਈ ਕਾਰੋਬਾਰ ਨਹੀ ਕਰਦਾ ਅਤੇ ਨੱਚਣ ਵਾਲੇ ਬਾਬਿਆਂ ਦੇ ਨਾਲ ਢੋਲਕੀ ਵਜਾਉਣ ਦਾ ਕੰਮ ਕਰਦਾ ਹੈ ਤੇ ਦੂਸਰੀ ਗੱਲ ਕੁੜੀ ਦੀ ਮਾਸੀ ਨੇ ਕੁੜੀ ਵਾਸਤੇ ਕਨੇਡਾ ਪੱਕੇ ਮੁੰਡੇ ਦੇ ਰਿਸ਼ਤਾ ਦੀ ਦੱਸ ਪਾਈ ਹੈ। ਪਰ ਅੰਦਰੋਂ ਟੋਲਣ ਤੇ ਕੁੜੀ ਵੀ ਘਰਵਾਲਿਆਂ ਦੇ ਪ੍ਰੈਸ਼ਰ ਵਿੱਚ ਆਈ ਹੋਈ ਪਤਾ ਲੱਗੀ। ਇਸ ਤੋਂ ਬਾਅਦ ਪੰਚਾਂ ਨੇ ਕੁੜੀ ਦੇ ਮਾਂ ਬਾਪ ਨੂੰ ਬੁਲਾਇਆ ਅਤੇ ਸਮਝਾਉਣ ਲੱਗੇ। ਰੌਣਕ ਸਿੰਘ ਨੇ ਬੜੀ ਸੂਝ ਬੂਝ ਨਾਲ ਕੁੜੀ ਦੀ ਮਾਂ ਨੂੰ ਗੱਲ ਸਮਝਾਈ, ਪਈ ਜੇ ਕੁੜੀ ਮੁੰਡੇ ਨਾਲ ਰਾਜੀ ਹੈ ਤਾਂ ਤੁਹਾਨੂੰ ਵਿੱਚ ਅੜਿਕਾ ਨਹੀ ਬਣਨਾ ਚਾਹੀਦਾ ਜੇ ਕੁੜੀ ਜਾਂ ਮੁੰਡੇ ਕਿਸੇ ਨੂੰ ਵੀ ਕੁਝ ਹੋ ਗਿਆ ਤਾਂ ਲੈਣੇ ਦੇ ਦੇਣੇ ਪੈ ਜਾਣਗੇ ਉੱਤੋਂ ਕੋਰਟ-ਕਚਿਹਰੀ ਤੇ ਵਕੀਲਾਂ ਦੇ ਚੱਕਰਾਂ ਵਿੱਚ ਫਸੇ ਰਹਿ ਜਾਓਗੇ ਦੂਸਰੀ ਸਮਾਜਿਕ ਬਦਨਾਮੀ ਅਤੇ ਧੀਆਂ ਪੁੱਤਰਾਂ ਦੇ ਦੁੱਖ ਵੀ ਵੇਖੇ ਨਹੀ ਜਾਂਦੇ, ਨਾਲੇ ਜੇ ਧੱਕੇ

ਨਾਲ ਕਨੇਡਾ ਵਾਲੇ ਪੱਕੇ ਮੁੰਡੇ ਨਾਲ ਤੋਰ ਵੀ ਦੇਵੋਗੇ ਤੇ ਕੁੜੀ ਤੁਹਾਡੀ ਖੁਸ਼ ਨਾ ਹੋਵੇ। ਇਹ ਉੱਥੇ ਕੁਝ ਉਲਟਾ ਸਿੱਧਾ ਕਦਮ ਚੁੱਕ ਲਵੇ ਤਾਂ ਕੀ ਖੱਟ ਲਓਗੇ ਜੇ ਕੁੜੀ ਦੀ ਨਬਜ਼ ਇੱਥੇ ਹੈ ਤਾਂ ਤੁਸੀ ਕਨੇਡਾ ਕੀ ਲੈਣ ਜਾਣਾ।

ਸਿਆਣੇ ਬਣੋ ਨਾਲੇ ਜੇ ਕਾਰੋਬਾਰ ਦੀ ਗੱਲ ਜਾਂ ਪੈਸੇ ਦੀ ਗੱਲ ਹੈ ਤਾਂ ਹੋਲੀ-ਹੋਲੀ ਆਪੇ ਦੋਵੇਂ ਹੱਲ ਕਰਨਗੇ ਤੇ ਦੂਜੀ ਗੱਲ ਕੁੜੀ ਵੀ ਤਾਂ ਤੁਹਾਡੀ ਨਜ਼ਰਾਂ ਸਾਹਮਣੇ ਰਹੂਗੀ ਨਾਲੇ ਜਿਹੜੀ ਗੱਲ ਪਿਆਰ ਨਾਲ ਹੱਲ ਹੋ ਜਾਏ ਉਹੀ ਠੀਕ। ਬੜੀ ਹੱਦ ਤੱਕ ਕੁੜੀ ਦੇ ਮਾਂ ਬਾਪ ਰੋਣਕ ਸਿੰਘ ਦੀ ਗੱਲ ਸੁਣ ਕੇ ਸਹਿਮਤ ਹੋ ਗਏ ਪਰ ਅਜੇ ਵੀ ਖੁਸਰ ਫੁਸਰ ਚੱਲ ਹੀ ਰਹੀ ਸੀ। ਕਾਫੀ ਦੇਰ ਦੀ ਗਹਿਮਾ ਗਹਿਮੀ ਤੋਂ ਬਾਅਦ ਪੰਚਾਇਤ ਨੇ ਦੋਵਾਂ ਧਿਰਾਂ ਦਾ ਰਾਜੀਨਾਵਾਂ ਕਰਵਾ ਕੇ ਦਸਤਖਤ ਕਰਵਾਏ ਅਤੇ ਪੰਚਾਂ ਨੇ ਵੀ ਗਵਾਹੀ ਭਰੀ ਰਾਜੀਨਾਵੇ ਦੇ ਤਿੰਨ ਕਾਗਜ਼ ਬਣਵਾ ਕੇ ਇੱਕ ਇੱਕ ਕਾਪੀ ਦੋਵਾਂ ਧਿਰਾਂ ਨੂੰ ਦਿੱਤੀ ਅਤੇ ਇੱਕ ਪੰਚਾਇਤ ਨੇ ਕੋਲ ਰੱਖੀ ਅਤੇ ਦੋਵਾਂ ਧਿਰਾਂ ਨੂੰ ਇੱਕ ਵਾਰ ਪੁਲਿਸ ਸਟੇਸ਼ਨ ਵਿੱਚ ਵੀ ਆਪਣੀ ਰਾਜੀਨਵੇ ਦੀ ਕਾਪੀ ਜਮਾਂ ਕਰਵਾਉਣ ਲਈ ਆਖਿਆ ਗਿਆ।

ਰਾਜੀਨਾਵਾਂ

ਮੈਂ ਸ਼ੈਂਕੀ ਪੁੱਤਰ ਬਲਦੇਵ ਰਾਜ ਪਿੰਡ ਘਣੀਆ ਅਤੇ ਮੈਂ ਰਸ਼ਮੀ ਪੁੱਤਰੀ ਚਰਨ ਦਾਸ ਪਿੰਡ ਪੰਧੇਰ ਕਲਾਂ ਦੇ ਨਿਵਾਸੀ ਪੂਰੀ ਪੰਚਾਇਤ ਦੇ ਸਾਹਮਣੇ ਇੱਕ ਦੂਸਰੇ ਨਾਲ ਹੋਏ ਮਨ-ਮੁਟਾਵ ਅਤੇ ਝਗੜੇ ਨੂੰ ਖ਼ਤਮ ਕਰਦੇ ਹਾਂ ਅਤੇ ਇੱਕ ਦੂਸਰੇ ਖਿਲਾਫ ਕੋਈ ਵੀ ਕਾਨੂੰਨੀ ਕਾਰਵਾਈ ਨਹੀ ਕਰਵਾਉਣਾ ਚਾਹੁੰਦੇ ਜੇਕਰ ਸਾਡੇ ਵਿੱਚੋਂ ਸਾਡੇ ਦੋਹਾਂ ਵਿੱਚੋਂ ਕੋਈ ਵੀ ਇੱਕ ਦੂਸਰੇ ਖਿਲਾਫ ਕੋਈ ਕਾਰਵਾਈ ਕਰਵਾਉਂਦਾ ਹੈ ਜਾਂ ਰਾਜੀਨਾਵੇ ਦੀ ਉਲੰਘਣਾ ਕਰਦਾ ਹੈ ਤਾਂ ਅਸੀ ਪੂਰੀ ਪੰਚਾਇਤ ਦੇ ਗੁਨਾਹਗਾਰ ਹੋਵਾਂਗੇ।ਅਸੀਂ ਇੱਕ ਦੂਸਰੇ ਖਿਲਾਫ ਕੀਤੇ ਹੋਏ ਪਰਚੇ ਵੀ ਖਾਰਿਜ ਕਰਵਾਉਣਾ ਚਾਹੁੰਦੇ ਹਾਂ ਅਤੇ ਭਵਿੱਖ ਵਿੱਚ ਵੀ ਅਜਿਹਾ ਕੁੱਝ ਨਹੀ ਕਰਵਾਉਣਾ ਚਾਹੁੰਦੇ।ਪੰਚਾਇਤ ਦੇ ਫੈਸਲੇ ਦੀ ਅਸੀਂ ਦੋਵੇਂ ਧਿਰਾਂ ਆਪਣੀ ਸਹਿਮਤੀ ਰੱਖਦੇ ਹਾਂ।

ਰਸ਼ਮੀ
ਸ਼ੈਂਕੀ
ਗਵਾਹ:- ਸਰਪੰਚ ਮੇਜਰ ਸਿੰਘ ਪੰਚ ਰੌਣਕ ਸਿੰਘ
ਪੰਚ ਬਚਿੱਤਰ ਸਿੰਘ, ਪੰਚ ਬਚਨ ਦਾਸ
ਪੰਚ ਸੁਮਿਤਰਾ ਦੇਵੀ

ਇਸ ਨਾਲ ਹੀ ਬੜੇ ਸ਼ਾਂਤ ਮਨ ਨਾਲ ਸਭ ਪੰਚਾਇਤ ਘਰ ਵਿੱਚੋਂ ਹੋਲੀ-ਹੋਲੀ ਘਰਾਂ ਵੱਲ ਨੂੰ ਪਰਤ ਜਾਂਦੇ ਹਨ।

ਭਾਗ-4

ਪਾਣੀ ਦਾ ਇੱਕ ਗਿਲਾਸ ਦੇਵੀ ਸ਼ਰਨ ਕੌਰੇ ਵਿਹੜੇ ਅੰਦਰ ਵੜਦਿਆਂ ਰੌਣਕ ਸਿੰਘ ਨੇ ਅਵਾਜ਼ ਮਾਰੀ ਨਾਲੇ ਹੀ ਵਿਹੜੇ ਵਿੱਚ ਬਣੇ ਛੋਟੇ ਜਿਹੇ ਗੁਸਲਖਾਨੇ ਵਿੱਚ ਹੱਥ ਮੂੰਹ ਧੋਣ ਚਲਿਆ ਜਾਂਦਾ ਹੈ।ਪੰਜ ਸੱਤ ਮਿੰਟਾਂ ਬਾਅਦ ਬਾਹਰ ਆ ਕੇ ਫਿਰ ਅਵਾਜ਼ ਲਗਾਂਦਾ ਹੈ ਸ਼ਰਨ ਕੌਰੇ......... ਪਰ ਕੋਈ ਜਵਾਬ ਨਹੀ ਆਉਂਦਾ ਹੈਰਾਨ ਹੋ ਕੇ ਰੌਣਕ ਸਿੰਘ ਜਦ ਅੰਦਰ ਜਾਂਦਾ ਹੈ ਤਾਂ ਪਿਛਲੇ ਪਾਸੋਂ ਸ਼ਰਨ ਕੌਰ ਦੀਆਂ ਅਵਾਜ਼ਾਂ ਸੁਣਾਈ ਦੇਂਦੀਆਂ ਹਨ ਜਾ ਕੇ ਵੇਖਦਾ ਹੈ ਤਾਂ ਉਸਦੇ ਵੱਡੇ ਬੇਟੇ ਗੱਜੂ ਨੂੰ ਸ਼ਰਨ ਕੌਰ ਵੱਲੋਂ ਕੁੱਟ ਪੈ ਰਹੀ ਅਤੇ ਝਿੜਕਾਂ ਦੇਣ ਦਾ ਰੌਲਾ ਪੈ ਰਿਹਾ ਹੁੰਦਾ ਹੈ।ਕੀ ਹੋ ਗਿਆ ਕਿਉਂ ਮਾਰੀ ਜਾ ਰਹੀ ਜਵਾਕ ਨੂੰ ਕਿਉਂ ਰੌਲਾ

ਪਾਈ ਜਾ ਰਹੀ ਏ ਗੱਜੂ ਨੂੰ ਫੜ ਕੇ ਇੱਕ ਪਾਸੇ ਕਰਕੇ ਥੋੜਾ ਤਿਵਰ ਅਵਾਜ਼ ਵਿੱਚ ਰੌਣਕ ਸਿੰਘ ਬੋਲਦਾ ਹੈ।ਪੁੱਛੋ ਇਹਨੂੰ ਖਸਮਾਂ ਨੂੰ ਖਾਣੇ ਨੂੰ ਜਾਨ ਕੱਢਣੀ ਇਦੀ ਮੈਂ ਅੱਜ ਜਾ ਤੇ ਇਹ ਘਰ ਵਿੱਚ ਰਹੂ ਜਾਂ ਫਿਰ ਮੈਂ, ਕੋਈ ਵੇਲਾ ਨੀ ਵੇਖਦਾ ਖਪਾ ਮਾਰਿਆ ਇਹਨੇ ਮੈਨੂੰ, ਮਾਂ ਤਾਂ ਮਰ ਗਈ ਇਹਦੀ ਸਿਆਪਾ ਮੇਰੇ ਗਲ ਪਾ ਗਈ ਏ।ਕਿਉਂ ਵਿਚਾਰੇ ਮਾਸੂਮ ਜਿਹੇ ਜਵਾਕ ਦੇ ਮਗਰ ਪਈ ਰਹਿਣੀ ਹੈ ਠੰਡੀ ਹੋ ਤੇ ਛੱਡ ਵਿਚਾਰੇ ਨੂੰ ਕੀ ਵਿਗਾੜਿਆ ਤੇਰਾ ਇਹਨੇ ਮੈਂ ਕਦੋਂ ਦਾ ਪਾਣੀ ਵੱਲੋਂ ਅਵਾਜ਼ਾਂ ਲਗਾ ਰਿਹਾ ਤੈਨੂੰ ਸੁਣਾਈ ਨੀ ਦੇਂਦਾ। ਪੁੱਛੋ ਇਹਨੂੰ ਪਰੋਹਤ ਨੂੰ ਤੇ ਆ ਰਸੋਈ ਦਾ ਹਾਲ ਵੇਖੋ ਸਵੇਰੇ ਦੀ ਲੱਗੀ ਮੈਂ ਕੰਮ ਕਰਨ ਖਾਣਾ ਬਣਾ ਕੇ ਅਜੇ ਵਿਹਲੀ ਹੋਈ ਹੀ ਸੀ ਸਾਰਾ ਖਾਣਾ ਹੇਠਾਂ ਸੁੱਟ ਦਿੱਤਾ ਬਣੇ ਬਣਾਏ ਤੇ ਪਾਣੀ ਫੇਰ ਦਿੱਤਾ ਗੰਦ ਪਾਇਆ ਇਹਨੇ ਕੰਜਰ ਨੇ ਸ਼ਰਨ ਕੌਰ ਨੇ ਕਿਹਾ

ਬਕਵਾਸ ਬੰਦ ਕਰ ਬੋਲੀ ਜਾਣੀ ਏ ਬੋਲੀ ਜਾਣੀ ਏ ਜਾ ਮੇਰੇ ਵਾਸਤੇ ਪਾਣੀ ਦਾ ਗਿਲਾਸ ਲੈ ਕੇ ਆ ਗੱਜੂ ਨੂੰ ਆਪਣੇ ਨਾਲ ਰੋਣਕ ਸਿੰਘ ਵਿਹੜੇ ਵਿੱਚ ਲੈ ਆਉਂਦਾ ਹੈ। ਗੱਜੂ ਵਿਚਾਰਾ ਸਹਿਮ ਦੇ ਨਾਲ ਡੁਸਕ-ਡੁਸਕ ਰੋਣ ਲੱਗ ਜਾਂਦਾ ਹੈ।

ਓਏ ਬੱਲੇ-ਬੱਲੇ ਬੱਲੇ ਕੀ ਹੋ ਗਿਆ ਮੇਰੇ ਪੁੱਤ ਨੂੰ ਤੂੰ ਤਾਂ ਸ਼ੇਰ ਪੁੱਤਰ ਆ ਮੇਰਾ ਰੋਈ ਦਾ ਨਹੀ ਹੁੰਦਾ ਪੁੱਤਰ ਮਾਂ

ਤੇਰੀ ਤਾਂ ਐਂਵੇ ਬੋਲਦੀ ਰਹਿੰਦੀ ਹੈ ਨਾਲੇ ਮਾਂ ਪਿਉ ਦੀ ਮਾਰ ਤਾਂ ਘਿਉ ਵਾਂਗ ਲੱਗਦੀ ਹੈ ਓਏ ਮੇਰਾ ਬੱਚਾ ਪੁਚਕਾਰਦੇ ਨੇ ਆਪਣੇ ਪੁੱਤਰ ਗੱਜੂ ਨੂੰ ਚੁੱਪ ਕਰਾਇਆ ਤੇ ਪੁੱਛਿਆ ਪੁੱਤ ਕੀ ਹੋਇਆ ਸੀ।

ਹੋਕਾ ਖਿਚਦੇ ਨੇ ਕਿਹਾ ਡੈਡੀ ਜੀ ਮੈਂ...... ਮੈਂ...... ਮੈਂ...... ਸਕੂਲ ਤੋਂ ਆਇਆ ਤੇ ਮੈਨੂੰ ਭੁੱਖ ਬੜੀ ਲੱਗੀ ਸੀ ਮੰਮੀ ਜੀ ਵਰਾਂਡੇ ਵਿੱਚ ਛੋਟੇ ਨੂੰ ਡਾਂਟ ਰਹੀ ਸੀ ਇਸ ਲਈ ਮੈਂ ਆਪ ਹੀ ਰਸੋਈ ਵਿੱਚ ਚਲਾ ਗਿਆ ਖਾਣਾ ਲੈਣ ਲੱਗੇ ਮੇਰੇ ਕੋਲੋਂ ਸਬਜੀ ਵਾਲਾ ਬਰਤਨ ਹੱਥ ਵੱਜਣ ਕਾਰਣ ਸਭ ਕੁੱਝ ਨਿਚੇ ਗਿਰ ਗਿਆ ਤੇ ਮੰਮੀ ਨੇ ਮੈਨੂੰ ਮਾਰਿਆ ਕਹਿੰਦੇ ਹੋਏ ਗੱਜੂ ਦੇ ਫਿਰ ਤੋਂ ਅਥਰੂ ਆਣੇ ਸ਼ੁਰੂ ਹੋ ਗਏ।ਓਏ ਕੋਈ ਨਹੀ ਪੁੱਤਰ ਕੁੱਝ ਨਹੀ ਹੋਇਆ ਫਿਰ ਕੀ ਹੋਇਆ ਜੇ ਸਬਜੀ ਗਿਰ ਗਈ ਹੋਰ ਬਣ ਜਾਵੇਗੀ। ਇਹਨੇ ਨੂੰ ਸ਼ਰਨ ਕੌਰ ਪਾਣੀ ਦਾ ਗਿਲਾਸ ਲੈ ਕੇ ਆਉਂਦੀ ਹੈ ਪਾਣੀ ਦਾ ਗਿਲਾਸ ਫੜ੍ਹ ਕੇ ਰੌਣਕ ਸਿੰਘ ਪਹਿਲਾਂ ਗੱਜੂ ਨੂੰ ਪਿਲਾਉਂਦਾ ਹੈ ਤੇ ਫਿਰ ਆਪ ਪੀਂਦਾ ਹੈ ਅਤੇ ਸ਼ਰਨ ਕੌਰ ਨੂੰ ਘੂਰ ਕੇ ਕਹਿੰਦਾ ਹੈ ਅਕਲ ਨੂੰ ਹੱਥ ਮਾਰਿਆ ਕਰ ਗਲਤੀ ਬੱਚੇ ਕਰਦੇ ਹੀ ਨੇ ਪਰ ਐਂਵੇ ਥੋੜੀ ਬੱਚਿਆਂ ਦੀ ਕੁਟਾਈ ਕਰੀ ਦੀ ਹੈ।ਵੇਖ ਤਾਂ ਕਿਵੇਂ ਮਾਰਿਆ ਮੁੰਡੇ ਨੂੰ ਲਾਸ਼ਾਂ ਪਈਆਂ ਕਿਸੇ ਦਿਨ ਤੇਰਾ ਜਲੂਸ ਕੱਢਣਾ ਮੈਂ ਵੀ ਇਹਦਾ ਸਿਰੋਂ ਨਾ ਲੰਘਿਆ ਕਰ। ਆਹੋ ਮੇਰਾ ਹੀ ਕਸੂਰ

ਦਿੱਸਦਾ ਤੁਹਾਨੂੰ ਇਹਦਾ ਨਾ ਕੱਢਿਓ ਸਾਰਾ-ਸਾਰਾ ਦਿਨ ਆਪ ਤਾਂ ਤੁਸੀ ਬਾਹਰ ਰਹਿੰਦੇ ਹੋ ਇਹ ਕੀ ਹਾਲ ਕਰਦੇ ਨੇ ਜਵਾਕ ਮੇਰਾ ਪੁੱਛਿਆ ਕਦੇ ਸਾਰਾ ਦਿਨ ਮੈਂ ਕੰਮ ਕਰਦੀ ਮਰ ਜਾਣੀ ਆ ਤੇ ਆ ਕੇ ਮੇਰੇ ਤੇ ਰੋਅਬ ਪਾਉ... ਸ਼ਰਨ ਕੌਰ ਨੇ ਕਿਹਾ। ਚੱਲ ਡਰਾਮੇ ਨਾ ਕਰ ਹੁਣ ਤੇ ਰੋਟੀ ਲਿਆ ਤੇ ਛੋਟਾ ਕਿੱਥੇ ਆ। ਲਿਆ ਉਹਨੂੰ ਵੀ ਅੱਜ ਇੱਕਠੇ ਖਾਣਾ ਖਾਂਦੇ ਹਾਂ। ਰੌਣਕ ਸਿੰਘ ਨੇ ਆਖਿਆ। ਉਹਦੀ ਵੀ ਵੇਖ ਲੋ ਕਰਤੂਤ ਕੱਲ ਜਿਹੜਾ ਖਿਡੋਣਾ ਲਿਆਂਦਾ ਸੀ ਨਾ ਤੁਸੀ ਉਹ ਅੰਗੇਠੀ ਵਿੱਚ ਸੁੱਟ ਤਾ ਜੇ। ਸੰਭਾਲੋ ਹੁਣ ਇਹਨੂੰ ਵੀ ਰੌਣਕ ਸਿੰਘ ਨੂੰ ਛੋਟਾ ਜਵਾਕ ਫੜਾ ਕੇ ਸ਼ਰਨ ਕੌਰ ਰਸੋਈ ਘਰ ਵਿੱਚ ਚਲੀ ਜਾਂਦੀ ਹੈ। ਰੌਣਕ ਸਿੰਘ ਆਪਣੇ ਦੋਵੇਂ ਜਵਾਕਾ ਨਾਲ ਵਿਹੜੇ ਵਿੱਚ ਲੱਗੀ ਧਰੇਕ ਦੀ ਛਾਂ ਹੇਠਾਂ ਬਾਣ ਦੇ ਮੰਜੇ ਤੇ ਬੈਠਾ ਪਿਆਰ ਪੁਚਕਾਰ ਕਰਨ ਲੱਗਾ ਹੈ। ਦੋਵੇਂ ਬੱਚੇ ਵੀ ਆਪਣੇ ਪਿਉ ਨਾਲ ਖੇਡੀ ਲੱਗ ਜਾਂਦੇ ਹਨ। ਉਧਰ ਸ਼ਰਨ ਕੌਰ ਵੀ ਬੁੜ-ਬੁੜ ਕਰਦੀ ਰਸੋਈ ਘਰ ਵਿੱਚ ਜਾਂਦੀ ਹੈ। ਪਰ ਖਾਣਾ ਪਕਾਉਂਦੇ ਪਕਾਉਂਦੇ ਉਸਦਾ ਗੁੱਸਾ ਵੀ ਸ਼ਾਂਤ ਹੋ ਜਾਂਦਾ ਹੈ।

ਭਾਗ-5

ਅੱਜ ਦਾ ਦਿਨ ਬੜਾ ਹਫੜਾ-ਦਫੜੀ ਵਾਲਾ ਹੈ।ਸਵੇਰੇ-ਸਵੇਰੇ ਰੌਣਕ ਸਿੰਘ ਮੰਡੀ ਵਿੱਚ ਪਹੁੰਚਿਆ ਹੋਇਆ ਹੈ।ਹਾੜੀ ਦਾ ਵੇਲਾ ਚੱਲ ਰਿਹਾ ਹੈ ਅਤੇ ਮੰਡੀ ਵਿੱਚ ਜਿੰਮੀਦਾਰਾਂ ਦੀ ਰੌਣਕ ਲੱਗੀ ਹੋਈ ਹੈ।ਮੰਡੀ ਦੇ ਅੰਦਰ ਅਤੇ ਬਾਹਰਲੇ ਪਾਸੇ ਵੀ ਟਰੈਕਟਰ ਅਤੇ ਟਰਾਲੀਆ ਦੀ ਲਾਈਨ ਬੜੀ ਦੂਰ ਤੱਕ ਨਜਰੀ ਪੈ ਰਹੀ ਹੈ।ਮੰਡੀ ਅੰਦਰ ਕਣਕ ਦੀ ਫਸਲ ਦੇ ਢੇਰ ਲੱਗੇ ਹੋਏ ਹਨ ਅਤੇ ਧਰਮ ਕੰਡਾ ਜੋ ਮੰਡੀ ਦੇ ਬਾਹਰ ਹੈ ਉੱਤੇ ਟਰਾਲੀਆਂ ਦੀ ਭੀੜ ਲੱਗੀ ਹੋਈ ਹੈ।ਕਈ ਜਗ੍ਹਾ ਉੱਤੇ ਟੋਲੀਆ ਬਣ ਕੇ ਹਾਸੇ ਠੱਠੇ ਵੀ ਹੋ ਰਹੇ ਹਨ ਅਤੇ ਕਈ ਜਗ੍ਹਾ ਬੜੀਆਂ ਗੰਭੀਰ ਗੱਲਾਂਬਾਤਾਂ ਵੀ ਚੱਲ ਰਹੀਆਂ ਹਨ।ਰੌਣਕ ਸਿੰਘ

ਵਾਰੀ-ਵਾਰੀ ਵਹੀ ਖਾਤਾ ਖੋਲਦਾ ਹੈ ਅਤੇ ਨੰਬਰ ਦੇ ਮੁਤਾਬਿਕ ਜਿੰਮੀਦਾਰਾਂ ਦਾ ਭੁਗਤਾਨ ਕਰ ਰਿਹਾ ਹੈ ਅਤੇ ਖਾਤੇ ਵਿੱਚ ਦਰਜ ਵੀ ਕਰ ਰਿਹਾ ਹੈ।

ਇਹਨੇ ਨੂੰ ਪਿੰਡੋਂ ਦਰਜੀ ਦੀ ਦੁਕਾਨ ਕਰਦਾ ਰਮਨੀਕ ਦਰਜੀ ਦੋੜਦਾ-ਦੋੜਦਾ ਰੌਣਕ ਸਿੰਘ ਕੋਲ ਆਉਂਦਾ ਹੈ।ਤੇ ਸਾਹੋ-ਸਾਹੀ ਹੋਇਆ ਉਸਨੂੰ ਦੱਸਦਾ ਹੈ ਰੌਣਕ ਸਿੰਘ ਜੀ ਰੌਣਕ ਸਿੰਘ ਜੀ ਜਲਦੀ ਚਲੋ ਤੁਹਾਡੇ ਛੋਟੇ ਮੁੰਡੇ ਲਾਲੀ ਦੀ ਤਬੀਅਤ ਬਹੁਤ ਖਰਾਬ ਹੈ।ਤੁਹਾਡੇ ਘਰੋਂ ਸੁਨੇਹਾ ਆਇਆ ਹੈ।

ਕੀ ਕਹਿ ਰਿਹਾ ਦਰਜੀਆ ਇਹ ਕਿੰਦਾਂ ਹੋ ਗਿਆ।

ਇਹਨੇ ਨੂੰ ਲਾਊਡ ਸਪੀਕਰ ਉੱਤੇ ਅਨਾਊਸਮੈਂਟ ਕਰਦਾ ਇੱਕ ਥ੍ਰੀ ਵੀਹਲਰ ਗੁਜਰਦਾ ਹੈ ....

ਸੁਣੋ ਸੁਣੋ ਸੁਣੋ ਇਲਾਕਾ ਨਿਵਾਸੀਆਂ ਨੂੰ ਇਹ ਸੂਚਿਤ ਕੀਤਾ ਜਾਂਦਾ ਹੈ।ਕਿ ਸਰਕਾਰ ਦੇ ਦਿਸ਼ਾਂ ਨਿਰਦੇਸ਼ਾਂ ਅਨੁਸਾਰ ਇਸ ਸਾਲ ਤੋਂ ਪੰਜਾਬ ਸੂਬੇ ਸਮੇਤ ਸਾਰੇ ਦੇਸ਼ ਵਿੱਚ ਮੰਡੀਆਂ ਦਾ ਲੇਖਾ ਜੋਖਾ ਮੰਡੀਕਰਨ ਸੋਧ ਕੀਤਾ ਜਾਂਦਾ ਹੈ।ਹੁਣ ਜਿੰਮੀਦਾਰ ਭਰਾ ਆਪਣੀ ਫਸਲ ਕਿਸੇ ਹੋਰ ਸੂਬੇ ਵਿਚ ਵੀ ਵੇਚ ਸਕਦੇ ਹਨ।ਹੁਣ ਨਾ ਹੀ ਕਿਸਾਨ ਨੂੰ ਮੰਡੀਆਂ ਦੇ ਧੱਕੇ ਖਾਣੇ ਪੈਣਗੇ ਅਤੇ ਨਾ ਹੀ ਬੀਜਾਂ ਅਤੇ ਸਪਰੇਹਾ ਵਾਸਤੇ ਬਜਾਰਾਂ ਵਿੱਚ ਦੂਕਾਨਾਂ ਦੇ ਚੱਕਰ......

ਬੱਸ ਘਰ ਬੈਠੇ Online ਫਾਰਮ ਭਰੋ ਬੀਜ ਵੀ ਘਰ ਪਹੁੰਚਣਗੇ ਅਤੇ ਸਪਰੇਹਾ ਵੀ। ਸਰਕਾਰ ਕਿਸਾਨਾਂ ਜਿੰਮੀਦਾਰਾਂ ਦਾ ਸਾਰਾ ਬੋਝ ਖਤਮ ਕਰਨ ਲਈ ਵਚਨਬੱਧ ਹੈ। ਤਿੰਨ ਖੇਤੀ ਕਾਨੂੰਨ ਸਰਕਾਰ ਵੱਲੋਂ ਪਾਸ ਕੀਤੇ ਗਏ ਹਨ ਸੁਣੋ ਸੁਣੋ ਸੁਣੋ ਹੁਣ ਪੰਜਾਬ ਦਾ ਕਿਸਾਨ ਬਣੇਗਾ ਖੁਸ਼ਹਾਲ ਫਸਲ ਹੋਵੇਗੀ ਬਹਾਲ ਨਾ ਮੰਡੀਆਂ ਦੇ ਚੱਕਰ ਤੇ ਨਾ ਹੀ ਗਰਮੀ ਵਿੱਚ ਚਿਹਰਾ ਹੋਵੇਗਾ ਲਾਲ ਨਵੀ ਸਰਕਾਰ ਨੇ ਕਰਤਾ ਕਮਾਲ ਰਾਜੀ ਰਾਜੀ ਜਿੰਮੀਦਾਰ ਭਰਾ ਹੋਵੇਗਾ ਖੁਸ਼ਹਾਲ ।

ਇਹ ਅਨਾਊਸਮੈਂਟ ਸੁਣ ਕੇ ਗਹਿਮਾ ਗਹਿਮੀ ਦਾ ਮਾਹੌਲ ਜਿਹਾ ਬਣ ਗਿਆ ਹਰ ਜਗ੍ਹਾ ਮੰਡੀ ਵਿੱਚ ਲੋਕ ਇੱਕ ਦੂਸਰੇ ਨਾਲ ਗੱਲਾਂ ਕਰ ਰਹੇ ਨਜਰ ਆ ਰਹੇ ਸਨ ਇੱਕ ਦੂਜੇ ਨੂੰ ਪੁੱਛ ਰਹੇ ਸਨ ਪਰ ਸਮਝ ਕਿਸੇ ਨੂੰ ਵੀ ਕੁਝ ਨਹੀ ਸੀ ਲੱਗ ਰਿਹਾ। ਕੁਝ ਲੋਕ ਮੰਡੀ ਤੋਂ ਰਾਹਤ ਵਾਲੀ ਗੱਲ ਸੁਣ ਕੇ ਖੁਸ਼ ਹੋ ਰਹੇ ਸਨ ਤੇ ਕੁਝ ਪਰੇਸ਼ਾਨ ਵੀ ਪਰ ਅਜੇ ਵੀ ਗੱਲਾਂ ਸਭ ਸਮਝ ਤੋਂ ਬਾਹਰ ਹੀ ਸਨ। ਕੁਝ ਲੋਕ ਦੋੜ ਕੇ ਥ੍ਰੀ ਵੀਹਲਰ ਦੇ ਪਿੱਛੇ ਭੱਜੇ ਅਤੇ ਉਸਨੂੰ ਘੇਰ ਕੇ ਵੀ ਬੈਠ ਗਏ। ਪਰ ਉਸ ਵਿਚਾਰੇ ਨੂੰ ਵੀ ਕੀ ਪਤਾ ਰੀਲ ਘੁੰਮ ਰਹੀ ਸੀ ਤੇ ਉਹ ਲਾਉਡ ਸਪੀਕਰ ਤੇ ਵਜਾਈ ਜਾ ਰਿਹਾ ਪਰ ਗੱਲਾਂ ਸਿਰ ਦੇ ਉੱਪਰ ਦੀ ਜਾਣ ਵਾਲੀਆ ਹੀ ਹੋ ਰਹੀਆਂ ਸਨ। ਥੋੜੀ ਦੇਰ ਬਾਅਦ ਉਹ ਲੋਕ ਵੀ

ਡਰਾਈਵਰ ਤੋਂ ਪਿੱਛੇ ਹੱਟ ਗਏ ਅਤੇ ਮੁੜ ਤੋਂ ਅਨਾਊਸਮੈਂਟ ਚਾਲੂ ਹੋ ਗਈ ਅਤੇ ਥ੍ਰੀ ਵੀਹਲਰ ਵੀ ਹੌਲੀ-ਹੌਲੀ ਅੱਗੇ ਵੱਲ ਨੂੰ ਵੱਧ ਗਿਆ

ਸੁਣੋ ਸੁਣੋ ਸੁਣੋ

ਹੈਰਾਨ ਪਰੇਸ਼ਾਨ ਹੋਏ ਲੋਕ ਇੱਕ ਦੂਸਰੇ ਨਾਲ ਖੁਸਰ ਫੁਸਰ ਕਰਦੇ ਇੱਧਰ ਉੱਧਰ ਭਟਕਣ ਜਿਹੇ ਲੱਗ ਪਏ। ਰੌਣਕ ਸਿੰਘ ਵੀ ਇਹ ਸਭ ਸੁਣ ਰਿਹਾ ਸੀ ਅਤੇ ਉਸਦੀ ਕਲਮ ਉੱਥੇ ਦੀ ਉੱਥੇ ਹੀ ਰੁਕੀ ਹੋਈ ਸੀ ਜੋ ਕਿ ਅੱਗੇ ਵੱਧਣ ਦੀ ਹੋੜ ਵਿੱਚ ਦਿਮਾਗੀ ਹਲਚਲ ਦੇ ਚੱਲਦਿਆਂ ਮੰਨੋ ਸੀਲ ਹੀ ਹੋ ਗਈ ਸੀ। ਸੋਚਾਂ ਵਿੱਚ ਪਏ ਰੌਣਕ ਸਿੰਘ ਨੂੰ ਬਿਲਕੁਲ ਪਤਾ ਨਹੀ ਸੀ ਲੱਗ ਰਿਹਾ ਕਿ ਉਸਨੂੰ ਕੋਲ ਖੜ੍ਹਾ ਪ੍ਰੀਤਮ ਸਿੰਘ ਪੱਲੇਦਾਰ ਮੋਢੇ ਤੇ ਹੱਥ ਰੱਖ ਕੇ ਹਿਲਾ ਕੇ ਬੁਲਾ ਰਿਹਾ ਹੈ। ਰੌਣਕ ਸਿੰਘ ਜੀ ...... ਰੌਣਕ ਸਿੰਘ ਜੀ ...... 2-4 ਆਵਾਜ਼ਾਂ ਮਗਰੋਂ ਰੌਣਕ ਸਿੰਘ ਨੂੰ ਹੋਸ਼ ਆਈ ਅਤੇ ਉਸਨੇ ਬੜੇ ਅਚੰਬੇ ਨਾਲ ਪ੍ਰੀਤਮ ਸਿੰਘ ਵੱਲ ਵੇਖਿਆ......... ਹ ... ਹ ... ਹਾਂਜੀ ਹਾਂਜੀ। ਉਏ ਰੌਣਕ ਸਿੰਘ ਜੀ ਸੁੰਨ ਹੀ ਹੋ ਗਏ ਉ ਕੀ ਹੋ ਗਿਆ ਜੀ ਭਾ ਜੀ ...... ਮੈਂ ਕਿੰਨੇ ਚਿਰ ਤੋਂ ਆਵਾਜ਼ਾ ਲਗਾ ਰਿਹਾ। ਠੀਕ ਹੋ ਤੁਸੀ ਜਾਂ ਲੱਗਦਾ ਕਿਸੇ ਡੂੰਘੀ ਸੋਚ ਵਿੱਚ ਡੁੱਬ ਗਏ ਲੱਗਦੇ ਆ ਜੋ ਬਾਹਰ ਹੁਣ ਭਾ ਜੀ ...... ਉ... ਉ...ਐ ਨਹੀ ਡੂੰਘੀ ਸੋਚ ਵਿੱਚ ਤਾਂ ਸਾਨੂੰ ਪੈਣਾ ਹੀ

ਪੈਣਾ ਹੁਣ ਆ ਜਿਹੜਾ ਪਲੰਦਾ ਸੁਣਾ ਕੇ ਗਿਆ ਜੇ ਭਾਊ ਲਾਊਡ ਸਪੀਕਰ ਤੇ ਸੁਣਿਆ ਜੇ............ ਮੇਰੇ ਤਾਂ ਕੰਨ ਖੁੱਲ ਗਏ ਨੇ ਉਲਝਣਾ ਵਿੱਚ ਫਸਿਆ ਦਿਮਾਗ ਅਜੇ ਵੀ ਕਿਸੇ ਨਤੀਜੇ ਤੇ ਨਹੀ ਪਹੁੰਚ ਰਿਹਾ ਸਰਕਾਰ ਕਿਹੜਾ ਨਵਾਂ ਸੱਪ ਕੱਢਣ ਲੱਗੀ ਹੋਈ ਹੈ ਘੋਖ ਕਰਨੀ ਪੈਣੀ ਹੈ ਇਹਦੀ।ਕੁੱਝ ਨਾ ਕੁੱਝ ਤਾਂ ਖਿਚੜੀ ਪਕਾਈ ਇਹਨਾਂ ਲੀਡਰਾਂ ਨੇ ਇਕੱਠੇ ਹੋ ਕੇ ਅਜੇ ਵੀ ਮੈਨੂੰ ਅਚੰਬਾ ਤੇ ਹੈਰਾਨੀ ਤੋਂ ਇਲਾਵਾ ਕੁੱਝ ਸਮਝ ਨਹੀ ਆ ਰਿਹਾ ਤਾਂ ਹੀ ਤਾਂ ਵਿਚਾਰ ਡੂੰਘੇ ਵਿੱਚ ਚਲੇ ਗਏ ਤੇ ਦਿਮਾਗ ਜਿਵੇਂ ਸੁੰਨ ਹੋਇਆ ਪਿਆ ਐ।ਹਾਂਜੀ ਪਾਜੀ ਸਮਝ ਤਾਂ ਮੇਰੇ ਵੀ ਕੁੱਝ ਨਹੀ ਲੱਗਿਆ ਗੱਲਾਂ ਉੱਤੋਂ ਦੀ ਲੰਘ ਗਈਆਂ ਨੇ ਪ੍ਰੀਤਮ ਸਿੰਘ ਨੇ ਜਵਾਬ ਦਿੱਤਾ।ਮੈਨੂੰ ਲੱਗਿਆ ਬਈ ਤੁਹਾਡੇ ਪੱਲੇ ਗੱਲ ਪੈ ਗਈ ਹੋਈ ਏ ਤਾਂ ਹੀ ਤਾਂ ਭੱਜਦਾ ਤੁਹਾਡੇ ਕੋਲ ਆਇਆ।

ਪ੍ਰੀਤਮ ਸਿੰਘ ਜੀ ਮੋਟੀ-ਮੋਟੀ ਗੱਲ ਤਾਂ ਮੇਰੀ ਸਮਝ ਆਈ ਹੈ ਪਰ ਨਤੀਜੇ ਤੇ ਅਜੇ ਮੈਂ ਵੀ ਪਹੁੰਚ ਨਹੀ ਪਾ ਰਿਹਾ ਬਾਕੀ ਇੰਝ ਕਰਦੇ ਹਾਂ ਮੰਡੀ ਬੋਰਡ ਦੇ ਦਫਤਰ ਚੱਲਦੇ ਹਾਂ ਸ਼ਾਇਦ ਉੱਥੇ ਕੁਝ ਪਤਾ ਲੱਗ ਸਕੇ।ਤੁਸੀ ਬਾਕੀ ਜਿੰਮੀਦਾਰ ਭਰਾਵਾਂ ਨੂੰ ਇਕੱਠੇ ਕਰੋ ਮੈਂ ਖਾਤੇ ਦੀਆਂ ਕਾਪੀਆਂ ਸਾਂਭ ਲਵਾਂ ਫਿਰ ਚੱਲਦੇ ਹਾਂ ਕਹਿ ਕੇ ਰੌਣਕ ਸਿੰਘ ਜਲਦੀ-ਜਲਦੀ ਆਪਣਾ ਵਹੀ ਖਾਤਾ ਕਰਚਾ ਚਿੱਠਾ

ਸਾਂਭਣ ਲੱਗ ਪਿਆ ਤੇ ਪ੍ਰੀਤਮ ਸਿੰਘ ਵੀ ਜਿੰਮੀਦਾਰ ਭਰਾਵਾਂ ਵੱਲ ਅੱਗੇ ਵਧਿਆ।

ਪ੍ਰੀਤਮ ਸਿੰਘ ਨੇ ਉੱਚੀ ਆਵਾਜ਼ ਵਿੱਚ ਹਾਕ ਦਿੱਤੀ ਅਤੇ ਬੋਲਿਆ ''ਭਰਾਵੋ ਆਉ ਮੰਡੀ ਬੋਰਡ ਦੇ ਦਫਤਰ ਵਿੱਚ ਚੱਲੀਏ ਉੱਥੇ ਜਾ ਕੇ ਹੀ ਕੁਝ ਪਤਾ ਲੱਗ ਸਕਦਾ ਹੈ ਇੰਨੇ ਨੂੰ ਸਾਰੇ ਲੋਕ ਇੱਕ ਦੂਸਰੇ ਨਾਲ ਆਪਸ ਵਿੱਚ ਗੱਲਾਂ ਕਰਦੇ ਹੋਏ ਪ੍ਰੀਤਮ ਸਿੰਘ ਦੇ ਕੋਲ ਇਕੱਠੇ ਹੋਣ ਲੱਗ ਪਏ ਅਤੇ ਆਵਾਜ਼ਾਂ ਵੀ ਦੇਣ ਲੱਗੇ ਹਾਂਜੀ ਹਾਂਜੀ ਚਲੋ ਚਲੋ ਚੱਲੀਏ ਜਾ ਕੇ ਮੰਡੀ ਬੋਰਡ ਦੇ ਚੇਅਰਮੈਨ ਸਾਹਿਬ ਨੂੰ ਮਿਲਦੇ ਹਾਂ ਉਹਨਾਂ ਤੋਂ ਹੀ ਚਾਨਣ ਪੈਣਾ ਇਸ ਮਸਲੇ ਤੇ ਖਬਰੇ ਕੀ ਸਿੱਟਾ ਕੱਢਿਆ ਸਰਕਾਰ ਨੇ ਕਿਸਾਨਾਂ ਦੀ ਮਿਹਨਤ ਦਾ ਨਾਲੇ ਅਜੇ ਤੇ ਮੰਡੀ ਦਾ ਸੀਜ਼ਨ ਸ਼ੁਰੂ ਹੀ ਹੋਇਆ ਲੋਕ ਗੱਲਾਂ ਕਰਨ ਲੱਗੇ ਅਤੇ ਗੱਲਾਂ ਕਰਦੇ-ਕਰਦੇ ਮੰਡੀ ਬੋਰਡ ਦੇ ਦਫਤਰ ਅੰਦਰ ਦਾਖਿਲ ਹੋਏ।ਇੰਨੇ ਨੂੰ ਰੌਣਕ ਸਿੰਘ ਵੀ ਆਪਣਾ ਕੰਮਕਾਰ ਸਾਂਭ ਕੇ ਦਫਤਰ ਵਿਖੇ ਪਹੁੰਚ ਗਿਆ।ਮੰਡੀ ਬੋਰਡ ਦਫਤਰ ਦੇ ਬਾਹਰ ਵਾਲੇ ਗੇਟ ਵਿੱਚ ਦਾਖਿਲ ਹੋ ਕੇ ਲੱਗੇ ਹੋਏ ਇੱਕ ਵੱਡੇ ਜਾਮੁਨ ਦੇ ਪੇੜ ਹੇਠਾਂ ਸਭ ਇਕੱਠਾ ਹੋ ਗਏ ਅਤੇ ਅਜੇ ਆਪਸ ਵਿੱਚ ਹੀ ਵਿਚਾਰ ਵਟਾਂਦਰਾ ਕਰ ਰਹੇ ਸਨ।ਜਾ ਕੇ ਇੱਕ ਵਿਅਕਤੀ ਨੇ ਦਫਤਰ ਅੰਦਰ ਸੇਵਾਦਾਰ ਨੂੰ ਪੁੱਛਿਆ ਕਿ ਚੇਅਰਮੈਨ ਸਾਹਿਬ ਨੂੰ ਮਿਲਣ ਆਏ ਹਾਂ ਜੀ ਤਾਂ ਸੇਵਾਦਾਰ ਨੇ

ਦੱਸਿਆ ਕਿ ਚੇਅਰਮੈਨ ਸਾਹਿਬ ਤਾਂ ਕਿਸੇ ਜਰੂਰੀ ਮੀਟਿੰਗ ਲਈ ਡਿਪਟੀ ਕਮਿਸ਼ਨਰ ਦੇ ਦਫਤਰ ਗਏ ਹਨ।ਬਸ ਆਉਂਦੇ ਹੀ ਹੁਣੇ।ਇਹਨੇ ਨੂੰ ਸਭ ਲੋਕ ਰੌਣਕ ਸਿੰਘ ਨੂੰ ਪੁੱਛਣ ਲੱਗ ਪਏ।ਪਾਜੀ ਇਹ ਕੀ ਸਿਸਟਮ ਬਣਿਆ ਕੁਝ ਸਮਝ ਨਹੀ ਆ ਰਹੀ, ਪਾਜੀ ਸਾਡੀ ਫਸਲ ਦਾ ਕੀ ਬਣੇਗਾ।ਕੀ ਇਹ ਸਾਡੇ ਹੱਕ ਵਿੱਚ ਹੈ।ਪਾਜੀ ਦੱਸੋ ਕੁਝ ਇਹਨੇ ਸਵਾਲਾਂ ਵਿੱਚ ਘਿਰੇ ਹੋਏ ਰੌਣਕ ਸਿੰਘ ਨੇ ਸਾਰਿਆਂ ਨੂੰ ਉੱਚੀ ਆਵਾਜ਼ ਮਾਰ ਕੇ ਬੇਨਤੀ ਕੀਤੀ ਸਾਥੀਓ ਸ਼ਾਂਤੀ ਰੱਖੋ ਸ਼ਾਂਤੀ ਅਸੀ ਸਾਰੇ ਸਵਾਲਾਂ ਦੇ ਜਵਾਬ ਲੈ ਕੇ ਜਾਵਾਂਗੇਂ ਫਿਕਰ ਨਾ ਕਰੋ ਸਭ ਸਮਝ ਵਿੱਚ ਆ ਜਾਵੇਗਾ ਇੱਕ ਵਾਰ ਚੇਅਰਮੈਨ ਸਾਹਿਬ ਨੂੰ ਆ ਲੈਣ ਦਿਓ ਉਹਨਾਂ ਤੋਂ ਸਾਰੀ ਗੱਲ ਦਾ ਸਪਸ਼ਟੀਕਰਨ ਹੋ ਜਾਣਾ ਹੈ।ਹੋਸਲਾਂ ਰੱਖੋ ਹੋਸਲਾਂ ਅਸੀ ਸਾਰੇ ਰਲ ਮਿਲ ਕੇ ਇਸ ਉੱਤੇ ਚਾਨਣ ਪਾਵਾਂਗੇ ਫਿਕਰ ਨਾ ਕਰੋ......

ਦੇਖਦੇ ਹੀ ਦੇਖਦੇ ਨੇੜਲੇ ਪਿੰਡ ਦੇ ਵੀ ਜਿੰਮੀਦਾਰ ਆੜਤੀ ਸਮੇਤ ਉੱਥੇ ਆ ਪਹੁੰਚੇ ਇਹ ਖ਼ਬਰ ਜਿਵੇਂ ਅੱਗ ਦੀ ਤਰ੍ਹਾਂ ਫੈਲੀ ਹੋਈ ਸੀ ਪਰ ਅਸਲ ਸੱਚ ਦਾ ਸਾਹਮਣੇ ਆਉਣਾ ਤਾਂ ਸ਼ਾਇਦ ਅਜੇ ਬਾਕੀ ਸੀ।ਪੰਜਾਬ ਮੰਡੀ ਬੋਰਡ ਦੇ ਦਫ਼ਤਰ ਵਿੱਚ ਜਿਵੇਂ ਮੇਲਾ ਲੱਗ ਗਿਆ ਹੁੰਦਾ।ਦੁਪਹਿਰ ਢੱਲਣ ਦੀ ਕਗਾਰ ਤੇ ਬੈਠੀ ਸੀ ਦਫ਼ਤਰ ਦੇ ਬਾਹਰ ਲੱਗੇ ਹੋਏ ਫੁੱਲ ਵੀ ਲੋਕਾਂ ਵਾਗਰ ਜਿਵੇਂ ਗਰਮੀ ਤੇ ਲੂਹ ਨਾਲ

ਕੁਮਲਾਏ ਜਿਹੇ ਲੱਗ ਰਹੇ ਸਨ। ਪੇੜ ਦੀ ਛਾਂ ਦਾ ਪਰਛਾਵਾਂ ਵੀ ਜਿਵੇਂ ਇੱਕ ਪਾਸੇ ਤੋਂ ਦੂਜੇ ਪਾਸੇ ਜਾ ਰਿਹਾ ਹੁੰਦਾ। ਪਾਣੀ ਪਿਆ ਪਿਆ ਕੇ ਲੱਗਾ ਹੋਇਆ ਹੈਂਡਪੰਪ ਵੀ ਜਿਵੇਂ ਥੱਕਿਆ ਜਿਹਾ ਲੱਗ ਰਿਹਾ ਅਤੇ ਚੂੰ-ਚੂੰ ਦੀ ਅਵਾਜ਼ ਦੇ ਰਿਹਾ ਹੈ।

ਇਹਨੇ ਨੂੰ ਇੱਕ ਚਿੱਟੇ ਰੰਗ ਦੀ ਇਨੋਵਾ ਗੱਡੀ ਹੂੰਟਰ ਵਜਾਉਂਦੀ ਹੋਈ ਦਫ਼ਤਰ ਦੇ ਗੇਟ ਮੂਹਰੇ ਦੀ ਅੰਦਰ ਦਾਖਿਲ ਹੋਣ ਲਈ ਧੀਮੀ ਰਫਤਾਰ ਨਾਲ ਆ ਰਹੀ ਦਿਖਾਈ ਦਿੱਤੀ। ਇਹ ਚੇਅਰਮੈਨ ਸਾਹਿਬ ਦੀ ਗੱਡੀ ਸੀ। ਹੋਲੀ-ਹੋਲੀ ਅੰਦਰ ਦਾਖਿਲ ਹੋ ਕੇ ਬਣੇ ਹੋਏ ਪਾਇਦਾਨ ਬਰਾਮਦੇ ਦੇ ਬਾਹਰ ਬਣੇ ਹੋਏ ਪੈੜਾਂ ਤੇ ਆਣ ਖਲੋਤੀ ਅਤੇ ਗੱਡੀ ਦੀ ਪਿਛਲੀ ਸੀਟ ਦਾ ਦਰਵਾਜਾ ਖੁੱਲਿਆ ਅਤੇ ਚੇਅਰਮੈਨ ਸਾਹਿਬ ਬਾਹਰ ਨਿਕਲੇ। ਅਤੇ ਲੋਕਾਂ ਦੇ ਲੱਗੇ ਹੋਏ ਮਹਜਮੇ ਵੱਲ ਵੇਖ ਕੇ ਆਪਣੇ ਕਮਰੇ ਵੱਲ ਵਧੇ ਨਾਲ ਹੀ ਪਿੱਛੇ ਪਿੱਛੇ ਸੇਵਾਦਾਰ ਵੀ ਤੇਜ਼ ਰਫਤਾਰ ਨਾਲ ਚੱਲਦਾ ਹੋਇਆ ਉਹਨਾਂ ਦਾ ਬੈਗ ਲੈ ਕੇ ਕਮਰੇ ਵੱਲ ਵਧਿਆ। ਬਾਹਰ ਲੋਕਾਂ ਦੀ ਭੀੜ ਵਿੱਚ ਫਿਰ ਤੋਂ ਕੁਰਬਲ-ਕੁਰਬਲ ਮਚ ਗਈ ਅਤੇ ਸਭ ਲੋਕ ਜਿਵੇਂ ਪਾਣੀ ਦੀ ਲਹਿਰਾਂ ਵਾਂਗ ਚੇਅਰਮੈਨ ਸਾਹਿਬ ਦੇ ਕਮਰੇ ਅੰਦਰ ਦਾਖਿਲ ਹੋਣ ਲਈ ਆ ਗਏ ਕਿ ਸੇਵਾਦਾਰ ਨੇ ਅੱਗੇ ਖੜ੍ਹਾ ਹੋ ਕੇ ਰੋਕਿਆ ਅਤੇ ਕਿਹਾ ਜਨਾਬ ਭਾਈ 2-4

ਜਣੇ ਅੰਦਰ ਆ ਜਾਓ ਬਾਕੀ ਬਾਹਰ ਹੀ ਬੈਠੋ ਕੁਝ ਸਿਆਣੇ ਬੰਦਿਆਂ ਨੂੰ ਅੰਦਰ ਭੇਜ ਦਿਓ ਜੋ ਗੱਲ ਕਰ ਸਕਣ ਬਾਕੀ ਵੀਰਾਂ ਨੂੰ ਬੇਨਤੀ ਹੈ ਕਿ ਬਾਹਰ ਇੰਤਜਾਰ ਕਰੋ ਇਹਨੇ ਲੋਕ ਅੰਦਰ ਇਕੱਠੇ ਨਹੀ ਜਾ ਸਕਦੇ ਇਹ ਸੁਣ ਕੇ ਜਿੰਮੀਦਾਰ ਭਰਾਵਾਂ ਸਮੇਤ ਰੌਣਕ ਸਿੰਘ ਅਤੇ ਲਾਗੇ ਹੋਰ ਪਿੰਡਾਂ ਦੇ ਆਏ ਆੜਤੀਆਂ ਨੇ ਅੱਗੇ ਆ ਕੇ ਚੇਅਰਮੈਨ ਸਾਹਿਬ ਦੇ ਕਮਰੇ ਅੰਦਰ ਜਾਣ ਦੀ ਸਹਿਮਤੀ ਪ੍ਰਗਟ ਕੀਤੀ।ਅਤੇ ਬਾਕੀਆਂ ਨੂੰ ਬਾਹਰ ਇੰਤਜਾਰ ਕਰਨ ਨੂੰ ਕਿਹਾ।

ਚੁਣੇ ਹੋਏ ਨੁਮਾਇੰਦਿਆਂ ਸਮੇਤ ਰੌਣਕ ਸਿੰਘ ਨੇ ਅੰਦਰ ਜਾ ਕੇ ਚੇਅਰਮੈਨ ਸਾਹਿਬ ਨੂੰ ਸਤਿ ਸ਼੍ਰੀ ਅਕਾਲ ਬੁਲਾਈ ਅਤੇ ਲੱਗੀਆ ਹੋਈਆਂ ਕੁਰਸੀਆਂ ਤੇ ਵਿਰਾਜਮਾਨ ਹੋ ਗਏ ਅਤੇ ਚੁੱਪਚਾਪ ਹੈਰਾਨੀ ਪਰੇਸ਼ਾਨੀ ਭਰੀਆਂ ਹੋਈਆਂ ਅੱਖਾਂ ਨਾਲ ਚੇਅਰਮੈਨ ਸਾਹਿਬ ਵੱਲ ਵੇਖਣ ਲੱਗ ਗਏ।ਚੇਅਰਮੈਨ ਸਾਹਿਬ ਆਪਣੀ ਕੁਰਸੀ ਤੇ ਬੈਠੇ ਆਪਣੇ ਸਾਹਮਣੇ ਪਏ ਟੇਬਲ ਦੇ ਦਰਾਜ ਵਿੱਚੋਂ ਕੁਝ ਕਾਗਜ ਪੱਤਰ ਕੱਢ ਕੇ ਫਾਈਲਾਂ ਵਿੱਚ ਲਗਾ ਰਹੇ ਸਨ ਅਤੇ ਬੜੇ ਨਿਮਰਤਾ ਨਾਲ ਉਹਨਾਂ ਨੇ ਆਏ ਲੋਕਾਂ ਦੇ ਸਮੂਹ ਨੂੰ ਬੈਠਣ ਵਾਸਤੇ ਕਿਹਾ ਸੀ ਅਤੇ ਆਪਣੇ ਕੰਮ ਪੂਰੇ ਕਰਨ ਲਈ ਦੋ ਮਿੰਟ ਇੰਤਜਾਰ ਕਰਨ ਲਈ ਕਿਹਾ।

ਆਪਣੀਆਂ ਫਾਈਲਾਂ ਵਾਚਣ ਤੋਂ ਬਾਅਦ ਉਹਨਾਂ ਨੇ ਆਪਣੇ ਹਸਤਾਖਰ ਕੁਝ ਕਾਗਜਾਂ ਤੇ ਕੀਤੇ ਅਤੇ ਘੰਟੀ ਵਜਾ ਕੇ ਸੇਵਾਦਾਰ ਨੂੰ ਬੁਲਾਇਆ ਅਤੇ ਕਿਹਾ ਮੋਹਨ ਲਾਲ ਇਹ ਫਾਈਲਾਂ ਕਲਰਕ ਨੂੰ ਦੇ ਦਿਓ ਅਤੇ ਕਹੋ ਜਲਦੀ ਤੋਂ ਜਲਦੀ ਨੰਬਰ ਲਗਵਾ ਕੇ ਡੀ.ਸੀ ਸਾਹਿਬ ਦੇ ਦਫ਼ਤਰ ਵਿੱਚ ਭੇਜ ਦਿਓ। ਇਹ ਅਤਿ ਜਰੂਰੀ ਹੈ ਅਤੇ ਇਸ ਵਿੱਚ ਦੇਰੀ ਨਾ ਕਰਿਓ ਕਹਿ ਕੇ ਉਹਨਾਂ ਨੇ ਫਾਈਲ ਸੇਵਾਦਾਰ ਨੂੰ ਫੜਾਈ ਅਤੇ ਬੜੇ ਆਦਰ ਅਤੇ ਨਿਮਰਤਾ ਨਾਲ ਆਏ ਹੋਏ ਲੋਕਾਂ ਦੇ ਸਮੂਹ ਵੱਲ ਵੇਖਿਆ ਅਤੇ ਕਿਹਾ ਹਾਂਜੀ ਆੜਤੀ ਸਾਹਿਬ ਦੱਸੋ ਜੀ ਅੱਜ ਸਾਰੇ ਇਕੱਠੇ ਹੋ ਕੇ ਕਿਧਰ ਆਏ ਹੋ ਜੀ। ਚੇਅਰਮੈਨ ਪਰਦਉਮਨ ਸਿੰਘ ਵੜੈਚ ਨਾਮ ਦੇ ਨਾਲ-ਨਾਲ ਆਵਾਜ ਵੀ ਵਜਨਦਾਰ ਸੀ ਅਤੇ ਬੜੇ ਹੀ ਸੁਲਝੇ ਹੋਏ ਅਫ਼ਸਰ ਵੀ ਸਨ। ਖੱਟੇ ਰੰਗ ਦੀ ਪੱਗ ਬੰਨੀ ਹੋਏ ਚਿੱਟੀ ਪੈਂਟ ਅਤੇ ਚਿੱਟੀ ਸ਼ਰਟ ਦੇ ਨਾਲ=ਨਾਲ ਜੁੱਤੇ ਵੀ ਚਿੱਟੇ ਰੰਗ ਦੇ ਹੀ ਪਾਏ ਹੋਏ ਹਨ। ਭਾਰੀ ਆਵਾਜ ਦੇ ਮਾਲਿਕ ਅਤੇ ਮੰਡੀ ਦਫ਼ਤਰ ਨੂੰ ਵੀ ਸੁਚਾਰੂ ਢੰਗ ਨਾਲ ਚਲਾ ਕੇ ਰੱਖਦੇ ਹਨ। ਦਾੜੀ ਹਮੇਸ਼ਾ ਬਣ ਕੇ ਰੱਖਦੇ ਹਨ ਅਤੇ ਕਾਗਜੀ ਪੱਤਰੀ ਕੰਮ ਕਰਨ ਵਾਸਤੇ ਨੇੜੇ ਦੀ ਨਿਗਾ ਦੀ ਐਨਕ ਲਗਾਦੇ ਹਨ। ਪਰਦਉਮਨ ਸਿੰਘ ਚੇਅਰਮੈਨ ਸਾਹਿਬ ਦੇ ਦਫ਼ਤਰ ਦੇ ਕਮਰੇ ਅੰਦਰ ਵੀ ਸਭ ਕੁਝ ਤਰਕੀਬ ਅਨੁਸਾਰ ਰੱਖਿਆ ਹੋਇਆ ਹੈ ਬਿਲਕੁਲ ਉਹਨਾਂ ਦੀ ਕੁਰਸੀ ਦੇ ਪਿੱਛੇ ਇੱਕ ਪਾਸੇ ਭਾਰਤ ਰਤਨ ਬਾਬਾ ਭੀਮ

ਰਾਓ ਅੰਬੇਦਕਰ ਦੀ ਤਸਵੀਰ ਲੱਗੀ ਹੋਈ ਹੈ ਅਤੇ ਦੂਸਰੇ ਪਾਸੇ ਮਹਾਤਮਾ ਗਾਂਧੀ ਦੀ ਖੱਬੇ ਪਾਸੇ ਦੀਵਾਰ ਉੱਤੇ ਲੱਕੜ ਦੀ ਬਣੀ ਹੋਈ ਸ਼ੈਲਫ ਰੱਖੀ ਹੋਈ ਹੈ ਜਿਸ ਵਿੱਚ ਕਿਤਾਬਾਂ ਲੱਗੀਆਂ ਹੋਈਆਂ ਹਨ ਅਤੇ ਨਾਲ ਹੀ ਇੱਕ ਵੱਡਾ ਜਿਹਾ ਬੋਰਡ ਲੱਗਿਆ ਹੋਇਆ ਜਿਸ ਵਿੱਚ ਹੁਣ ਤੱਕ ਬਣੇ ਹੋਏ ਚੇਅਰਮੈਨਾਂ ਦਾ ਵੇਰਵਾ ਕਿਹੜੇ ਸਾਲ ਤੋਂ ਕਿਹੜੇ ਸਾਲ ਤੱਕ ਦਰਸਾਇਆ ਗਿਆ ਹੈ ਅਤੇ ਜਿਸ ਵਿੱਚ ਆਖਿਰ ਤੋਂ ਹੁਣ ਤੱਕ ਮੌਜੂਦਾ ਚੇਅਰਮੈਨ ਸਾਹਿਬ ਦਾ ਨਾਮ ਲਿਖਿਆ ਹੋਇਆ ਹੈ ਸੱਜੇ ਪਾਸੇ ਦੀਵਾਰ ਉੱਤੇ ਇੱਕ ਬੜੀ ਹੀ ਖੂਬਸੂਰਤ ਚਿੱਤਰਕਾਰੀ ਲੱਗੀ ਹੋਈ ਹੈ ਜਿਸ ਵਿੱਚ ਇੱਕ ਕਿਸਾਨ ਹੱਲ ਮੋਢੇ ਤੇ ਰੱਖ ਕੇ ਖੇਤਾਂ ਵਿੱਚ ਜਾ ਰਿਹਾ ਹੁੰਦਾ ਹੈ ਅਤੇ ਦੂਸਰੇ ਪਾਸੇ ਇੱਕ ਔਰਤ ਸਿਰ ਉੱਤੇ ਪਾਣੀ ਦਾ ਘੜਾ ਚੁੱਕੀ ਅਤੇ ਹੱਥ ਵਿੱਚ ਛਾਬੜਾ ਫੜੀ ਤੁਰੀ ਜਾ ਰਹੀ ਨਜ਼ਰੀ ਪੈਂਦੀ ਹੈ। ਬਿਲਕੁਲ ਟੇਬਲ ਦੇ ਸਾਹਮਣੇ ਖਾਲੀ ਜਗ੍ਹਾ ਉੱਤੇ ਕੁਝ ਕੁਰਸੀਆਂ ਲੱਗੀਆਂ ਹੋਈਆਂ ਹਨ ਅਤੇ ਸਾਹਮਣੇ ਵਾਲੀ ਦੀਵਾਰ ਉੱਤੇ ਇੱਕ ਨੋਟਿਸ ਬੋਰਡ ਵੀ ਲੱਗਿਆ ਹੋਇਆ ਹੈ। ਜਿਸ ਉੱਤੇ ਕੁਝ ਜਰੂਰੀ ਨੋਟ ਪਿੰਨ ਦੀ ਮਦਦ ਨਾਲ ਲਗਾਏ ਹੋਏ ਹਨ ਜੋ ਕਿ ਚੱਲਦੇ ਪੱਖੇ ਦੀ ਹਵਾ ਨਾਲ ਥੋੜੇ ਹਵਾ 'ਚ ਉੱਡ ਰਹੇ ਦਿਖਾਈ ਦਿੰਦੇ ਤੇ ਅਵਾਜ ਵੀ ਕਰਦੇ ਹਨ। ਦਫ਼ਤਰ ਵਿੱਚ ਆਏ ਹੋਏ ਲੋਕਾਂ ਲਈ ਚੇਅਰਮੈਨ ਸਾਹਿਬ ਨੇ ਸੇਵਾਦਾਰ ਕੋਲੋਂ ਪਾਣੀ ਮੰਗਵਾਇਆ ਅਤੇ ਨਾਲ ਹੀ ਪੁੱਛਿਆ ਹਾਂਜੀ ਦੱਸੋ ਜੀ ਕੀ ਸੇਵਾ ਕਰ

ਸਕਦਾ ਹਾਂ ਮੈਂ ਤੁਹਾਡੀ। ਸੁਣ ਕੇ ਇੱਕ ਆੜਤੀ ਤੇ ਕੁਰਸੀ ਤੋਂ ਉੱਠ ਕੇ ਕਿਹਾ ਜਨਾਬ ਤੁਹਾਨੂੰ ਤਾਂ ਪਤਾ ਹੀ ਹੈ ਮੰਡੀ ਸੀਜਨ ਅਜੇ ਹਾੜੀ ਲਈ ਸ਼ੁਰੂ ਹੀ ਹੋਇਆ ਇੱਕ ਥ੍ਰੀਵੀਹਲਰ ਸਪੀਕਰ ਲਈ ਘੁੰਮ ਰਿਹਾ ਤੇ ਕੋਈ ਕਾਨੂੰਨਾਂ ਬਾਰੇ ਗਲੀ ਗਲੀ ਸ਼ਹਿਰ ਸ਼ਹਿਰ ਵਿੱਚ ਅਨਾਊਸਮੈਂਟ ਕਰ ਰਿਹਾ ਹੈ। ਇਸ ਬਾਰੇ ਪਤਾ ਕਰਨਾ ਹੈ ਜੀ। ਅਜੇ ਉਸਦੀ ਗੱਲ ਚੱਲ ਹੀ ਰਹੀ ਸੀ ਕਿ ਮੰਡੀ ਦਾ ਇੱਕ ਹੋਰ ਨੁਮਾਇੰਦਾ ਉੱਠਿਆ ਅਤੇ ਕਹਿਣ ਲੱਗਾ ਜਨਾਬ ਸਾਡੀ ਤਾਂ ਕੁਝ ਗੱਲ ਪੱਲੇ ਨਹੀ ਪਈ ਬੜੇ ਪਰੇਸ਼ਾਨ ਹੋ ਕੇ ਤੁਹਾਡੇ ਵੱਲ ਆਏ ਹਾਂ ਜੀ ਇੰਨੇ ਨੂੰ ਪੱਲੇਦਾਰ ਪ੍ਰੀਤਮ ਸਿੰਘ ਵੀ ਉੱਠ ਖਲੋਤਾ ਅਤੇ ਸਭ ਵਾਰੋ-ਵਾਰੀ ਖੜੇ ਹੋ ਕੇ ਆਪਣੇ-ਆਪਣੇ ਸਵਾਲ ਬਾਰਿਸ਼ ਦੀ ਤਰ੍ਹਾਂ ਵਰਾਉਣ ਲੱਗ ਗਏ ਤਾਂ ਚੇਅਰਮੈਨ ਸਾਹਿਬ ਨੇ ਕਿਹਾ ਹੋਸਲਾ ਰੱਖੋ ਹੋਸਲਾ ਰੱਖੋ ਵਾਰੀ-ਵਾਰੀ ਸਿਰ ਪੁੱਛੋ ਅਤੇ ਪਹਿਲਾ ਤਾਂ ਬੈਠ ਜਾਉ ਕਾਹਲੇ ਨਾ ਪਵੋ। ਇਹ ਸੁਣ ਕੇ ਰੌਣਕ ਸਿੰਘ ਉੱਠ ਖਲੋਤਾ ਅਤੇ ਉਸਨੇ ਸਭ ਨੂੰ ਬੈਠ ਜਾਣ ਲਈ ਕਿਹਾ। ਰੌਣਕ ਸਿੰਘ ਦੀ ਗੱਲ ਸੁਣ ਸਭ ਬੈਠ ਗਏ ਅਤੇ ਫਿਰ ਤੋਂ ਇੱਕਾ-ਇੱਕ ਚੇਅਰਮੈਨ ਸਾਹਿਬ ਵੱਲ ਵੇਖਣ ਲੱਗ ਪਏ ਤਾਂ ਇਹਨੇ ਨੂੰ ਰੌਣਕ ਸਿੰਘ ਨੇ ਬੜੇ ਹੀ ਅਦਬ ਨਾਲ ਚੇਅਰਮੈਨ ਸਾਹਿਬ ਨੂੰ ਪੁੱਛਿਆ ਜਨਾਬ ਜੀ ਅਨਾਊਸਮੈਂਟ ਵਿੱਚ ਤਿੰਨ ਕਾਨੂੰਨ ਸਰਕਾਰ ਵੱਲੋਂ ਲਾਗੂ ਕੀਤੇ ਗਏ ਹਨ ਸਾਨੂੰ ਉਹਨਾਂ ਬਾਰੇ ਪੂਰੀ ਜਾਣਕਾਰੀ ਦਿਓ ਜੀ। ਇਹ ਕੀ ਕਾਨੂੰਨ ਨੇ, ਇਹਨਾਂ

ਦਾ ਸਾਡੇ ਜ਼ਿੰਮੀਦਾਰ ਭਰਾਵਾਂ ਨਾਲ ਤੇ ਮੰਡੀਆਂ ਨਾਲ ਕੀ ਸਬੰਧ ਹੈ ਸਾਨੂੰ ਪੂਰੀ ਜਾਣਕਾਰੀ ਵਿਸਥਾਰ ਵਿੱਚ ਦੱਸੋ ਕਿਉਂਕਿ ਅਸੀ ਅਜੇ ਸਮਝ ਨਹੀ ਪਾ ਰਹੇ ਹਾਂ ਕਿ ਇਹ ਕਾਨੂੰਨ ਸਾਡੇ ਫਾਇਦੇ ਲਈ ਹਨ ਜਾਂ ਸਾਡਾ ਕੀ ਫਾਈਦਾ ਹੈ ਤੇ ਇਹ ਕੀ ਹਨ ਕ੍ਰਿਪਾ ਕਰਕੇ ਚਾਨਣ ਪਾਓ ਜੀ ਤਾਂ ਜੋ ਆਸਾਨ ਭਾਸ਼ਾ ਵਿੱਚ ਸਮਝ ਲੱਗ ਸਕੇ ਚੇਅਰਮੈਨ ਸਾਹਿਬ ਨੇ ਅੱਗੋ ਜਵਾਬ ਦਿੱਤਾ।ਦੇਖੋ ਜੀ ਸਭ ਦੇ ਸਵਾਲਾਂ ਦੇ ਜਵਾਬ ਮਿਲਣਗੇ।ਮੈਂ ਅਜੇ ਅੱਜ ਹੀ ਡੀ.ਸੀ ਸਾਹਿਬ ਕੋਲ ਮੀਟਿੰਗ ਵਿੱਚ ਸ਼ਾਮਿਲ ਹੋਇਆ ਸੀ ਜਿਸ ਵਿੱਚ ਇਹਨਾਂ ਕਾਨੂੰਨਾਂ ਜਾਂ ਕਹਿ ਸਕਦੇ ਹਾਂ ਕਿ ਖੇਤੀ ਕਾਨੂੰਨਾਂ ਬਾਰੇ ਹੀ ਵਿਚਾਰ ਵਟਾਂਦਰਾ ਹੋ ਰਿਹਾ ਸੀ।ਜੋ ਵੀ ਕਾਗਜ਼ ਪੱਤਰ ਮੈਨੂੰ ਮਿਲੇ ਹਨ ਅਤੇ ਵਿਚਾਰ ਅਧੀਨ ਹਨ ਉਹਨਾਂ ਦੇ ਹਿਸਾਬ ਨਾਲ ਹੀ ਮੈਂ ਤੁਹਾਨੂੰ ਹਰ ਇੱਕ ਚੀਜ਼ ਦੀ ਜਾਣਕਾਰੀ ਦੇਣ ਦੀ ਕੋਸ਼ਿਸ਼ ਕਰਾਂਗਾ।ਵੈਸੇ ਤਾਂ ਸਰਕਾਰ ਵੱਲੋਂ ਟੀ.ਵੀ ਉੱਤੇ ਅਖ਼ਬਾਰਾਂ ਵਿੱਚ, ਰਸਾਲਿਆਂ ਵਿੱਚ ਪਹਿਲਾਂ ਹੀ ਇਸਦਾ ਜਿਕਰ ਕੀਤਾ ਹੈ ਪਰ ਹੋ ਸਕਦਾ ਹੈ ਜ਼ਿੰਮੀਦਾਰ ਭਰਾਵਾਂ ਤੱਕ ਨਾ ਗੱਲ ਪਹੁੰਚੀ ਹੋਵੇ।ਅੱਜ ਦੀ ਮੀਟਿੰਗ ਵਿੱਚ ਵੀ ਇਹੀ ਵਿਸ਼ੇ ਉੱਤੇ ਡੀ.ਸੀ ਸਾਹਿਬ ਵੱਲੋਂ ਬੜੀ ਹੀ ਗੰਭੀਰ ਮੀਟਿੰਗ ਲਈ ਗਈ ਹੈ ਅਤੇ ਜਿਲ੍ਹੇ ਦੇ ਹਰ ਮਹਿਕਮੇ ਦੇ ਅਫ਼ਸਰ ਵੀ ਇਸ ਵਿੱਚ ਸ਼ਾਮਿਲ ਹੋਏ ਸਨ।ਅਤੇ ਇਹ ਮੀਟਿੰਗ ਕੱਲ ਵੀ ਜਾਰੀ ਰਹਿਣ ਵਾਲੀ ਹੈ।ਬਾਕੀ ਜਿੰਨਾ ਕੁਝ ਇਹਨਾਂ ਕਾਨੂੰਨਾਂ ਬਾਰੇ ਪਤਾ ਲੱਗਿਆ ਹੈ ਮੈਂ ਤੁਹਾਨੂੰ

ਸਭ ਨੂੰ ਪੂਰੀ ਤਰ੍ਹਾਂ ਸਮਝਾਉਣ ਦੀ ਕੋਸ਼ਿਸ਼ ਕਰਾਂਗਾ ਪਰ ਤੁਸੀ ਪਹਿਲਾ ਆਰਾਮ ਨਾਲ ਆਪਣੀਆਂ ਕੁਰਸੀਆਂ ਤੇ ਵਿਰਾਜਮਾਨ ਹੋ ਜਾਵੋ ਅਤੇ ਧਿਆਨ ਨਾਲ ਸੁਣੋ। ਇਹਨਾਂ ਕਹਿ ਕੇ ਚੇਅਰਮੈਨ ਸਾਹਿਬ ਨੇ ਟੱਲੀ ਵਜਾ ਕੇ ਸੇਵਾਦਾਰ ਨੂੰ ਬੁਲਾਇਆ ਅਤੇ ਚਿੱਟਾ ਬੋਰਡ ਅਤੇ ਕਾਲੇ ਰੰਗ ਦਾ ਮਾਰਕਰ ਮੰਗਵਾਇਆ ਅਤੇ ਕਿਹਾ ਕਿ ਬਾਊ ਜੀ ਕੋਲੋਂ 553 ਨੰ. ਫਾਈਲ ਵੀ ਲੈ ਕੇ ਆਉ। ਸੇਵਾਦਾਰ ਹੁਕਮਾਂ ਦੀ ਪਾਲਣ ਕਰਨ ਲਈ ਚਲਾ ਗਿਆ ਅਤੇ ਚੇਅਰਮੈਨ ਸਾਹਿਬ ਵੀ ਆਪਣੀ ਕੁਰਸੀ ਤੋਂ ਉੱਠੇ ਅਤੇ ਸਾਹਮਣੇ ਲੱਗੇ ਨੋਟਿਸ ਬੋਰਡ ਤੋਂ ਇੱਕ ਨੋਟਿਸ ਉਤਾਰ ਕੇ ਲੈ ਆਏ ਅਤੇ ਆਪਣੀ ਕੁਰਸੀ ਤੱਕ ਵਾਪਿਸ ਆਉਦੇ ਆਉਂਦੇ ਕਹਿਣ ਲੱਗੇ ਕਿ ਇਹ ਨੋਟਿਸ ਵੀ ਸਰਕਾਰ ਵੱਲੋਂ ਕੱਲ ਹੀ ਮੈਨੂੰ ਪ੍ਰਾਪਤ ਹੋਇਆ ਹੈ ਜਿਸ ਵਿੱਚ ਹਾੜੀ ਦੀ ਫਸਲ ਦਾ ਮੰਡੀਕਰਣ ਰੋਕਣ ਅਤੇ ਜਿੰਮੀਦਾਰਾਂ ਨੂੰ ਸਮਝਾਉਣ ਲਈ ਕਿਹਾ ਗਿਆ ਹੈ। ਇਹਨੇ ਨੂੰ ਸੇਵਾਦਾਰ ਵੀ ਬੋਰਡ ਲੈ ਕੇ ਆਇਆ ਅਤੇ ਇੱਕ ਪਾਸੇ ਨੁਕਰ ਤੇ ਰੱਖ ਦਿੱਤਾ ਚੇਅਰਮੈਨ ਸਾਹਿਬ ਨੇ ਬੋਰਡ ਉੱਤੇ ਲਿਖ ਕੇ ਸਮਝਾਉਣਾ ਸ਼ੁਰੂ ਕੀਤਾ। ਵੇਖੋ ਜਿੰਮੀਦਾਰ ਭਰਾਵੋ ਮੇਰੀ ਜਾਣਕਾਰੀ ਅਨੁਸਾਰ ਸਰਕਾਰ ਵੱਲੋਂ ਤਿੰਨ ਨਵੇਂ ਖੇਤੀ ਕਾਨੂੰਨ ਬਣਾਏ ਗਏ ਹਨ। ਜਿਹੜੇ ਕਿ ਇੰਝ ਹਨ:-

ਨੰਬਰ 1:- ਜਰੂਰੀ ਵਸਤੂ ਭੰਡਾਰਨ ਅਧੀਨਿਯਮ (1955-2020)

ਨੰਬਰ 2:- ਠੇਕਾ ਆਧਾਰਿਤ ਖੇਤੀਬਾੜੀ ਅਧੀਨਿਯਮ (ਮੂਲ ਅਨੁਸ਼ਾਸ਼ਨ)

ਨੰਬਰ 3:- ਕ੍ਰਿਸ਼ੀ ਉਤਪਾਦ ਵਪਾਰ ਅਤੇ ਵਾਈਜਰਮ ਅਧੀਨਿਯਮ

ਸੋ ਪਹਿਲੇ ਕਾਨੂੰਨ ਦੇ ਅਧੀਨ ਹੁਣ ਸਰਕਾਰ ਨੇ ਜਰੂਰੀ ਚੀਜਾਂ (ਖਾਣ-ਪੀਣ) ਦਾ ਭੰਡਾਰ ਦੇ ਰੂਪ ਵਿੱਚ ਸਟੋਰ ਕਰਨ ਦਾ ਕਾਨੂੰਨ ਹੈ।ਸਿਰਫ ਮੂੰਗ ਦਾਲ ਨੂੰ ਛੱਡ ਕੇ ਹਰੇਕ ਫਸਲ ਦਾ ਭੰਡਾਰੀਕਰਨ ਕੀਤਾ ਜਾ ਸਕਦਾ ਹੈ ਅਤੇ ਇਸ ਲਈ ਕਿਸਾਨ ਭਰਾ ਵੀ ਜਰੂਰੀ ਚੀਜ਼ਾਂ ਨੂੰ ਸਟੋਰ ਕਰਕੇ ਰੱਖ ਸਕਦਾ ਹੈ।ਦੂਸਰੇ ਨਿਯਮ ਦੇ ਅਧਾਰ ਤੇ ਕਿਸਾਨ ਆਪਣੀ ਜਮੀਨ ਵੱਡੀਆਂ ਕੰਪਨੀਆਂ ਦੇ ਨਾਲ ਠੇਕਾ ਕਰ ਕੇ ਫਸਲ ਲਈ ਬੀਜ, ਸਪਰੇਹਾ ਖਾਦ ਅਤੇ ਹੋਰ ਜਰੂਰੀ ਸਮਾਨ ਲੈ ਸਕਦਾ ਹੈ ਜਿਸ ਨਾਲ ਫਸਲ ਦੀ ਪੈਦਾਵਾਰ ਤੋਂ ਲੈ ਕੇ ਕਟਾਈ ਤੱਕ ਕਿਸਾਨਾਂ ਨੂੰ ਕਿਸੇ ਵੀ ਤਰ੍ਹਾਂ ਦੀ ਟੈਨਸ਼ਨ ਲੈਣ ਦੀ ਲੋੜ ਨਹੀ ਅਤੇ ਨਾ ਹੀ ਬੈਂਕਾਂ ਤੋਂ ਕਰਜਾ ਲੈਣ ਦੀ ਲੋੜ ਪਵੇਗੀ ਕੰਪਨੀ ਵੱਲੋਂ ਕਿਸਾਨ ਨੂੰ ਹਰ ਤਰ੍ਹਾਂ ਦੀ ਸਹੂਲਤ ਜਿਵੇਂ ਕਿ ਵਾਹੀ, ਬਿਜਾਈ, ਖਾਦਾਂ, ਸਪਰੇਹਾ ਆਦਿ ਮੁਹੱਈਆ ਕਰਵਾਈਆਂ ਜਾਣਗੀਆਂ ਅਤੇ ਕਟਾਈ ਸਮੇਂ ਵੀ ਮੰਡੀ ਵਿੱਚ ਜਾਣ ਦੀ ਲੋੜ ਨਹੀ ਪਵੇਗੀ ਅਤੇ ਕੰਪਨੀ ਜਮੀਨ ਤੋਂ ਹੀ ਫਸਲ ਦੀ ਕਟਾਈ ਕਰਕੇ ਅਤੇ ਜਿੰਮੀਦਾਰ ਭਰਾ ਨਾਲ ਭਾ ਕਰਕੇ ਆਪ ਹੀ ਲੈ ਜਾਇਆ

ਕਰੇਗੀ।ਠੇਕਾ ਆਧਾਰਿਤ ਖੇਤੀ ਰਾਹੀ ਜਿੰਮੀਦਾਰ ਕਿਸਾਨ ਭਰਾ ਕੰਪਨੀਆਂ ਨਾਲ ਠੇਕਾ ਕਰ ਸਕਦਾ ਹੈ ਹਰ ਇੱਕ ਫਸਲ ਉਗਾਉਣ ਤੋਂ ਕਟਾਉਣ ਤੱਕ ਕਿਸਾਨ ਆਪਣੇ ਠੇਕੇ ਅਨੁਸਾਰ ਮੁੱਲ ਤੇ ਵੇਚ ਸਕਦਾ ਹੈ ਜੋ ਕਿ ਫਸਲ ਬੀਜਣ ਤੇ ਠੇਕਾ ਦਿੱਤੇ ਫਾਰਮ ਵਿੱਚ ਭਰਿਆ ਗਿਆ ਹੋਵੇਗਾ।ਫਸਲ ਦੇ ਖਰਾਬ ਹੋਣ, ਮੌਸਮੀ ਨੁਕਸਾਨ ਜਾਂ ਕੁਦਰਤੀ ਆਫਤਾਂ ਦੀ ਮਾਰ ਤੋਂ ਵੀ ਕਿਸਾਨਾਂ ਨੂੰ ਮੁਆਵਜਾ ਦੇਣ ਦਾ ਵੀ ਲਾਜਮੀ ਕੰਮ ਹੋਵੇਗਾ ਮੰਡੀ ਵਿੱਚ ਜਾ ਕੇ ਵੀ ਫਸਲ ਦੇ ਢੇਰ ਲਗਾਉਣ ਅਤੇ ਆਪਣਾ ਨੰਬਰ ਉਡੀਕਣ ਦੀ ਲੋੜ ਨਹੀ ਆਪਣੀ ਮਰਜੀ ਨਾਲ ਕਿਸਾਨ ਜਿੰਨਾ ਚਾਹੇ ਉਨ੍ਹਾ ਅਨਾਜ ਅਤੇ ਹੋਰ ਫਸਲਾਂ ਸਟੋਰ ਕਰ ਕੇ ਵੀ ਰੱਖ ਸਕਦਾ ਹੈ।ਭੰਡਾਰੀਕਰਨ ਕਾਨੂੰਨ ਤਹਿਤ ਹੁਣ ਮੂੰਗ ਦਾ ਦਾਲ ਤੋਂ ਇਲਾਵਾ ਹਰ ਇੱਕ ਖਾਣ ਪੀਣ ਦੀਆਂ ਚੀਜ ਵਸਤੂਆਂ ਨੂੰ ਸਟੋਰ ਕਰ ਕੇ ਰੱਖ ਸਕਦਾ ਹੈ।ਆਪਣੀ ਫਸਲ ਨੂੰ ਦੂਸਰੀਆਂ ਪ੍ਰਾਂਤਾ ਵਿੱਚ ਵੀ ਜਾ ਕੇ ਵੇਚ ਸਕਦਾ ਹੈ ਅਤੇ ਆਪਣੀ ਮਰਜੀ ਨਾਲ ਜਦੋਂ ਮਰਜੀ ਵੇਚ ਸਕਦਾ ਹੈ।ਇਹਨਾਂ ਕਾਨੂੰਨਾਂ ਦੇ ਆਉਣ ਤੋਂ ਪਹਿਲਾਂ ਜਰੂਰੀ ਵਸਤੂਆਂ ਦੇ ਭੰਡਾਰੀਕਰਨ ਕਰਨ ਦੀ ਕਾਨੂੰਨੀ ਮਨਾਹੀ ਹੁੰਦੀ ਸੀ ਜੋ ਕਿ ਹੁਣ ਸਰਕਾਰ ਵੱਲੋਂ ਹਟਾ ਦਿੱਤੀ ਗਈ ਹੈ।ਪਰ ਕਿਸਾਨ ਭਰਾਵੋ ਜੋ ਮੇਰੀ ਸਮਝ ਵਿੱਚ ਹੈ ਕਿਉਂਕਿ ਮੈਂ ਵੀ ਕਿਸਾਨ ਦਾ ਪੁੱਤ ਹਾਂ ਸਰਕਾਰ ਨੇ MSP ਜਾਨੀ ਕਿ ਘੱਟੋ-ਘੱਟ ਲਾਗਤ ਮੁੱਲ ਦਾ ਪ੍ਰਾਵਦਾਨ ਨਹੀ ਰੱਖਿਆ ਹੈ

ਅਤੇ ਦੂਸਰੀ ਗੱਲ ਇਹ ਹੈ ਕਿ ਕਿਸਾਨ ਭੰਡਾਰੀਕਰਨ ਕਰੇਗਾ ਕਿੱਥੇ ਜਦੋਂ ਹਾੜੀ ਦੀ ਫਸਲ ਦੀ ਕਟਾਈ ਹੁੰਦੀ ਹੈ ਨਾਲ ਹੀ ਤੇ ਸਾਉਣੀ ਬੀਜਣ ਦੀ ਤਿਆਰੀ ਕਰਨੀ ਹੁੰਦੀ ਹੈ ਕਿਸਾਨ ਨੇ ਤੇ ਕਿਹੜੇ ਵੇਲੇ ਕਿਸਾਨ ਕੱਟੇਗਾ ਅਤੇ ਸਟੋਰ ਕਰੇਗਾ ਨਾਲੇ ਕਿਸਾਨ ਵਿਚਾਰੇ ਕੋਲ ਤਾ ਘਰਾਂ ਵਿੱਚ ਕਿੰਨਾਂ ਕੁ ਥਾਂ ਹੁੰਦਾ ਹੈ ਤਾਂ ਜੋ ਉੱਥੇ ਭੰਡਾਰੀਕਰਨ ਕਰਿਆ ਜਾ ਸਕਦਾ ਹੈ।ਹਾਂ ਵੱਡੀਆ ਕੰਪਨੀਆਂ ਚੰਗੇ ਤੇ ਵੱਡੇ ਸਟੋਰ ਘਰ ਬਣਾ ਕੇ ਕਿਸਾਨਾਂ ਤੋਂ ਖਰੀਦਿਆ ਹੋਇਆ ਅਨਾਜ ਉੱਥੇ ਸਟੋਰ ਕਰੇਗੀ ਇਸ ਦਾ ਇਹ ਨੁਕਸਾਨ ਵੀ ਹੈ ਕਿ ਸਟੋਰ ਕੀਤਾ ਸਮਾਨ ਦੁਕਾਨਾਂ ਤੇ ਵੱਡੀਆਂ ਮਾਰਕਿਟਾਂ ਵਿੱਚ ਮਹਿੰਗੇ ਭਾ ਤੇ ਵੇਚ ਕੇ ਵੱਡੀਆਂ ਫਰਮਾਂ ਵਾਲੇ ਖੂਬ ਪੈਸਾ ਕਮਾਉਣਗੇ।ਬਾਕੀ ਜਿਨਾ ਕੁ ਮੇਰੀ ਸਮਝ ਵਿੱਚ ਸੀ ਮੈਂ ਤੁਹਾਨੂੰ ਦੱਸਿਆ ਕਿਸਾਨ ਭਰਾਵੋ ਕਹਿ ਕੇ ਚੇਅਰਮੈਨ ਸਾਹਿਬ ਨੇ ਬੋਰਡ ਉੱਤੋਂ ਹੋਲੀ-ਹੋਲੀ ਮਿਟਾਉਣਾ ਸ਼ੁਰੂ ਕਰ ਦਿੱਤਾ ਕਿ ਮੂਹਰੇ ਬੈਠੇ ਰੌਣਕ ਸਿੰਘ ਨੇ ਉੱਠ ਕੇ ਚੇਅਰਮੈਨ ਸਾਹਿਬ ਨੂੰ ਟੋਕਿਆ ਅਤੇ ਕਿਹਾ ਚੇਅਰਮੈਨ ਸਾਹਿਬ ਇਹ ਤਾਂ ਕਿਸਾਨ ਭਰਾਵਾਂ ਨਾਲ ਧੱਕਾ ਹੈ ਪਹਿਲੀ ਤਾਂ ਗੱਲ ਹੈ ਬਈ ਇਹ ਬਿੱਲਾਂ ਦੀ ਅਜੇ ਲੋੜ ਹੀ ਕੀ ਹੈ ਅਜੇ ਤਾਂ ਲੋਕ ਕਰੋਨਾ ਵਾਇਰਸ ਦੀ ਲਪੇਟ ਵਿੱਚੋਂ ਤਾਂ ਮਸਾਂ ਹੀ ਨਿਕਲ ਰਹੇ ਹਨ।ਕਾਰੋਬਾਰ ਤਾਂ ਪਹਿਲਾਂ ਹੀ ਠੱਪ ਪਏ ਹਨ।ਖੇਤੀ ਉੱਤੇ ਵੀ ਇਸਦਾ ਕਿੰਨਾ ਅਸਰ ਹੋਇਆ ਹੈ।ਮਾਰਕਿਟਾਂ ਬੰਦ ਹਨ।ਨਾਲੇ ਸਰਕਾਰ ਨੇ ਕੋਈ MSP ਦਾ ਵੀ ਜਿਕਰ

ਨਹੀ ਕੀਤਾ ਬਿਲਕੁਲ ਸਮਝ ਤੋਂ ਬਾਹਰ ਦੀ ਗੱਲ ਹੈ। ਚੇਅਰਮੈਨ ਸਾਹਿਬ ਨੇ ਰੌਣਕ ਸਿੰਘ ਨੂੰ ਟੋਕਿਆ ਅਤੇ ਕਿਹਾ ਰੌਣਕ ਸਿੰਘ ਜੀ ਮੈਂ ਤੁਹਾਡੇ ਨਾਲ ਸਹਿਮਤ ਹਾਂ ਪਰ ਮੇਰੇ ਨਾਲ ਇਸ ਮੁਤੱਲਕ ਬਹਿਸ ਕਰਨ ਦਾ ਕੋਈ ਫਾਇਦਾ ਨਹੀ ਇਹ ਤਾਂ ਕਾਨੂੰਨ ਸਰਕਾਰ ਲੈ ਕੇ ਆਈ ਹੈ ਮੈਂ ਤਾਂ ਸਿਰਫ ਤੁਹਾਨੂੰ ਸਮਝਾਏ ਹੀ ਨੇ ਬਾਕੀ ਇਸ ਤੋਂ ਇਲਾਵਾ ਤਾਂ ਮੈਂ ਵੀ ਕੁਝ ਨਹੀ ਕਰ ਸਕਦਾ ਅਤੇ ਕਹਿ ਸਕਦਾ। ਰੌਣਕ ਸਿੰਘ ਨੇ ਕਿਹਾ ਚੇਅਰਮੈਨ ਸਾਹਿਬ ਇਹਨਾਂ ਬਿੱਲਾਂ ਦੀ ਪੂਰਨ ਜਾਣਕਾਰੀ ਦੇ ਕਾਗਜ਼ ਮਿਲ ਸਕਦੇ ਨੇ। ਤਾਂ ਚੇਅਰਮੈਨ ਸਾਹਿਬ ਨੇ ਆਖਿਆ ਹਾਂ ਅਤੇ ਟੱਲੀ ਵਜਾ ਕੇ ਸੇਵਾਦਾਰ ਨੂੰ ਬੁਲਾਇਆ ਅਤੇ ਕਿਹਾ ਕਿ ਇਹਨਾਂ ਨੂੰ ਖੇਤੀ ਕਾਨੂੰਨਾਂ ਵਾਲੀ ਫਾਈਲ ਵਿੱਚੋਂ ਇੱਕ ਫੋਟੋਸਟੇਟ ਕਾਪੀ ਕਰਕੇ ਦਿੱਤੀ ਜਾਵੇ ਸੁਣ ਕੇ ਸੇਵਾਦਾਰ ਚਲਿਆ ਜਾਂਦਾ ਹੈ ਅਤੇ ਰੌਣਕ ਸਿੰਘ ਚੇਅਰਮੈਨ ਸਾਹਿਬ ਨੂੰ ਆਖਦਾ ਹੈ ਸਾਬ ਬਹਾਦਰ ਤੁਸੀ ਜਾਣਕਾਰੀ ਬਹੁਤ ਵਧੀਆ ਤਰੀਕੇ ਨਾਲ ਸਮਝਾਈ ਜਨਾਬ ਬਹੁਤ-ਬਹੁਤ ਧੰਨਵਾਦ ਪਰ ਮੈਨੂੰ ਕਾਨੂੰਨਾਂ ਵਿਚਲਾ ਕੁਝ ਗਹਿਰਾ ਰਾਜ ਨਜਰ ਆਉਦਾ ਹੈ ਇੰਝ ਲੱਗਦਾ ਹੈ ਕਿ ਮਿਲੀ ਭਗਤ ਹੈ ਜਾਂ ਦਾਲ ਵਿੱਚ ਕੁਝ ਕਾਲਾ ਹੈ ਬਾਕੀ ਸਪੱਸ਼ਟਤਾ ਦੇਣ ਲਈ ਬਹੁਤ-ਬਹੁਤ ਧੰਨਵਾਦ। ਇਹਨੇ ਨੂੰ ਹੋਰ ਕਿਸਾਨ ਜਿੰਮੀਦਾਰ ਭਰਾ ਵੀ ਚੇਅਰਮੈਨ ਸਾਹਿਬ ਨੂੰ ਵੱਖਰੇ-ਵੱਖਰੇ ਸਵਾਲ ਕਰਨ ਲੱਗ ਪਏ ਤਾਂ ਰੌਣਕ ਸਿੰਘ ਨੇ ਉਹਨਾਂ ਨੂੰ ਹੱਥ ਮਾਰ

ਕੇ ਕਿਹਾ ਆਓ ਅਸੀ ਬਾਹਰ ਇਕੱਠੇ ਹੋ ਕੇ ਇਸ ਬਾਰੇ ਵਿਚਾਰ ਵਟਾਂਦਰਾ ਕਰਦੇ ਹਾਂ ਵੈਸੇ ਵੀ ਸਾਡੇ ਪੰਜ ਵੱਜ ਚੁੱਕੇ ਹਨ ਚੇਅਰਮੈਨ ਸਾਹਿਬ ਨੇ ਘਰ ਵੀ ਜਾਣਾ ਹੋਉਗਾ ਸੋ ਬਾਕੀ ਕਾਪੀ ਅਸੀ ਲੈ ਲਈ ਹੈ ਕਾਨੂੰਨਾਂ ਬਾਰੇ ਜਾਣਕਾਰੀ ਦੀ ਆਪ ਘੋਖਣਾ ਕਰਦੇ ਹਾਂ ਅਤੇ ਸਿੱਟਾ ਕੱਢਦੇ ਹਾਂ ਇਹ ਸੁਣ ਕੇ ਚੇਅਰਮੈਨ ਸਾਹਿਬ ਨੂੰ ਸਤਿ ਸ਼੍ਰੀ ਅਕਾਲ ਬੁਲਾ ਕੇ ਸਭ ਹੋਲੀ-ਹੋਲੀ ਕਮਰੇ ਤੋਂ ਬਾਹਰ ਨਿਕਲਦੇ ਹਨ ਅਤੇ ਰੌਣਕ ਸਿੰਘ ਚੇਅਰਮੈਨ ਸਾਹਿਬ ਦੇ ਦਫ਼ਤਰ ਦੇ ਦੂਸਰੇ ਕਮਰੇ ਵਿੱਚ ਬੈਠੇ ਬਾਊ ਕਲਰਕ ਕੋਲੋਂ ਫੋਟੋਕਾਪੀ ਲੈਣ ਚਲਿਆ ਜਾਂਦਾ ਹੈ।ਬਾਕੀ ਲੋਕ ਦਫ਼ਤਰ ਦੇ ਬਾਹਰ ਬਣੇ ਬਗੀਚੇ ਵਿੱਚ ਫਿਰ ਤੋਂ ਇਕੱਠਾ ਹੋ ਜਾਂਦੇ ਹਨ।ਅਤੇ ਆਪਸ ਵਿੱਚ ਵਿਚਾਰ ਵਟਾਂਦਰਾ ਕਰਨ ਲੱਗਦੇ ਹਨ।ਥੋੜ੍ਹੀ ਦੇਰ ਬਾਅਦ ਚੇਅਰਮੈਨ ਦੀ ਗੱਡੀ ਦੀ ਚਾਲੂ ਹੋਣ ਦੀ ਅਵਾਜ਼ ਆਉਂਦੀ ਹੈ ਅਤੇ ਉਹਨਾਂ ਦਾ ਡਰਾਈਵਰ ਗੱਡੀ ਦੀ ਹੋਲੀ-ਹੋਲੀ ਰੇਸ ਵਧਾਉਂਦਾ ਹੈ ਨਾਲ ਹੀ ਸੇਵਾਦਾਰ ਤੇਜ਼ੀ ਨਾਲ ਚੇਅਰਮੈਨ ਸਾਹਿਬ ਦੇ ਕਮਰੇ ਵਿੱਚ ਜਾਂਦਾ ਹੈ ਅਤੇ ਉਹਨਾਂ ਦਾ ਬੈਗ ਚੁੱਕ ਕੇ ਕਮਰੇ ਵਿੱਚੋਂ ਬਾਹਰ ਨਿਕਲਦਾ ਹੈ ਅਤੇ ਕਾਰ ਵੱਲ ਨੂੰ ਵਧਿਆ ਜਾਂਦਾ ਹੈ ਨਾਲ ਹੀ ਚੇਅਰਮੈਨ ਸਾਹਿਬ ਵੀ ਕਮਰੇ ਵਿੱਚੋਂ ਨਿਕਲਦੇ ਹਨ ਅਤੇ ਜਿਵੇਂ ਹੀ ਗੱਡੀ ਦੇ ਕੋਲ ਪਹੁੰਚਦੇ ਨੇ ਕਿ ਸੇਵਾਦਾਰ ਗੱਡੀ ਦਾ ਦਰਵਾਜਾ ਖੋਲਦਾ ਹੈ ਤੇ ਚੇਅਰਮੈਨ ਸਾਹਿਬ ਗੱਡੀ ਵਿੱਚ ਬੈਠ ਕੇ ਦਫ਼ਤਰ ਵਿੱਚੋਂ ਰਵਾਨਾ ਹੋ ਜਾਂਦੇ

ਹਨ।ਰੌਣਕ ਸਿੰਘ ਦਫ਼ਤਰ ਵਿੱਚੋਂ ਕਾਪੀ ਕਰਵਾ ਕੇ ਤੇ ਬਾਹਰ ਨਿਕਲਦਾ ਹੈ ਅਤੇ ਜੋਰ ਨਾਲ ਹਾਕ ਮਾਰ ਕੇ ਸਭ ਨੂੰ ਸੰਬੋਧਨ ਕਰਦਾ ਹੈ।ਕਿਸਾਨ ਭਰਾਵੋ ਇਹ ਕਾਪੀ ਤਾਂ ਅਸੀ ਕੱਢਵਾ ਲਈ ਹੈ ਜਿਸ ਵਿੱਚ ਕਿ ਖੇਤੀ ਕਾਨੂੰਨਾਂ ਦਾ ਵੇਰਵਾ ਲਿਖਿਆ ਹੈ ਪਰ ਮੈਨੂੰ ਅਤੇ ਹੋਰ ਕਿਸਾਨ ਭਰਾਵਾਂ ਨੂੰ ਵੀ ਇਹ ਕਾਨੂੰਨ ਕਿਸਾਨਾਂ ਨੂੰ ਫਸਾਉਣ ਦੀ ਚਾਲ ਲੱਗ ਰਹੀ ਹੈ ਇਸ ਕਰਕੇ ਸਭ ਨੂੰ ਬੇਨਤੀ ਕਰਦੇ ਹਾਂ ਕਿ ਕੱਲ ਸਵੇਰੇ 9:00 ਵਜੇ ਸਭ ਕਿਸਾਨ ਭਰਾ ਮੰਡੀ ਦੇ ਬਾਹਰ ਇਕੱਠੇ ਹੋ ਜਾਣ ਅਤੇ ਆਪਣੇ ਵਿਚਾਰ ਇਹਨਾਂ ਕਾਨੂੰਨਾਂ ਬਾਰੇ ਪੇਸ਼ ਕਰਨ ਤਾ ਜੋ ਕਿਸੇ ਨਤੀਜੇ ਤੇ ਨਿਕਲਿਆ ਜਾ ਸਕੇ। ਹੁਣ ਵੈਸੇ ਵੀ ਸਮਾਂ ਕਾਫ਼ੀ ਹੋ ਗਿਆ ਹੈ ਤੇ ਸਵੇਰੇ ਤੋਂ ਅਸੀ ਇਸ ਤੇ ਗੰਭੀਰਤਾ ਨਾਲ ਵਿਚਾਰ ਕਰਾਂਗੇ।ਸੁਣ ਕੇ ਹੋਲੀ-ਹੋਲੀ ਲੋਕ ਘਰਾਂ ਨੂੰ ਪਰਤਣ ਲੱਗ ਪਏ ਕੁਝ ਕਿਸਾਨ ਆਪਣੀ ਫਸਲ ਵੀ ਮੰਡੀ ਵਿੱਚ ਇਉਂ ਦੀ ਤਿਉਂ ਛੱਡ ਘਰਾਂ ਨੂੰ ਪਰਤ ਗਏ ਮੰਡੀ ਵਿੱਚ ਜਿਵੇਂ ਕਿ ਸਨਾਟਾ ਜਿਹਾ ਛਾਇਆ ਪਿਆ ਨਜ਼ਰੀ ਆਉਣ ਲੱਗਾ।ਸਾਰੀ ਮੰਡੀ ਖਾਲੀ-ਖਾਲੀ ਜਿਹੀ ਨਜ਼ਰੀ ਆਉਣ ਲੱਗ ਪਈ ਜਿਵੇਂ ਕਿ ਇਸਦਾ ਕੋਈ ਵਾਲੀ-ਵਾਰਿਸ ਹੀ ਨਹੀ ਹੈ।ਹਨੇਰਾ ਹੋਣ ਲੱਗਾ ਰੌਣਕ ਸਿੰਘ ਅਤੇ ਪੱਲੇਦਾਰ ਪ੍ਰੀਤਮ ਸਿੰਘ ਗੱਲਾਂ ਕਰਦੇ ਘਰ ਨੂੰ ਪਰਤ ਗਏ।9:30 ਵਜੇ ਦਾ ਸਮਾਂ ਹੋ ਗਿਆ ਹੈ।

ਭਾਗ-6

ਰੌਣਕ ਸਿੰਘ ਆਪਣੇ ਘਰ ਦੀ ਦਹਲੀਜ਼ ਤੇ ਪਹੁੰਚਦਾ ਹੈ ਤੇ ਘਰ ਦਾ ਕੁੰਡਾ ਖੜਕਾਉਂਦਾ ਹੈ।ਬਾਹਰ ਖੜੇ ਨੂੰ ਅੰਦਰੋਂ ਖੰਘਣ ਦੀ ਅਵਾਜ਼ ਆਉਂਦੀ ਹੈ।ਥੋੜੀ ਦੇਰ ਵਿੱਚ ਸ਼ਰਨ ਕੌਰ ਆਉਂਦੀ ਹੈ ਤੇ ਦਰਵਾਜ਼ਾ ਖੋਲਦੀ ਹੈ।ਹਾਂਜੀ ਆ ਗਏ ਤੁਸੀ ਅੱਜ ਬੜਾ ਟਾਇਮ ਲਗਾ ਦਿੱਤਾ ਕਹਿ ਕੇ ਅੰਦਰ ਚਲੀ ਜਾਂਦੀ ਹੈ।ਰੌਣਕ ਸਿੰਘ ਘਰ ਦੇ ਦਰਵਾਜ਼ੇ ਨੂੰ ਬੰਦ ਕਰਦਾ ਹੈ ਕਿ ਉਸਨੂੰ ਫਿਰ ਖੰਘਣ ਦੀ ਅਵਾਜ਼ ਆਉਂਦੀ ਹੈ।ਇਹ ਉਸਦੇ ਛੋਟੇ ਪੁੱਤਰ ਲਾਲੀ ਦੀ ਖੰਘ ਦੀ ਆਵਾਜ਼ ਹੈ।ਸ਼ਰਨ ਕੌਰੇ...... ਰੌਣਕ ਸਿੰਘ ਆਵਾਜ਼ ਦੇਂਦਾ ਹੈ।ਲਾਲੀ ਨੂੰ ਖਾਂਸੀ ਕਿਉਂ ਆ ਰਹੀ ਹੈ ਸਵੇਰੇ ਤਾਂ ਚੰਗਾ

ਭਲਾ ਸੀ।ਜਦ ਅੰਦਰ ਜਾ ਕੇ ਵੇਖਦਾ ਹੈ ਤਾਂ ਲਾਲੀ ਬਿਸਤਰੇ ਵਿੱਚ ਠੰਡ ਨਾਲ ਕੰਬ ਰਿਹਾ ਹੁੰਦਾ ਹੈ ਅਤੇ ਖਾਂਸੀ ਵੀ ਕਰ ਰਿਹਾ ਹੁੰਦਾ ਹੈ।ਬੜੇ ਲਾਡ ਨਾਲ ਉਸਦੇ ਕੋਲ ਬੈਠ ਕੇ ਰੌਣਕ ਸਿੰਘ ਪੁੱਛਦਾ ਹੈ ਕੀ ਹੋ ਗਿਆ ਮੇਰੇ ਪੁੱਤਰ ਨੂੰ ...... ਸ਼ਰਨ ਕੌਰ ਆ ਜਾਂਦੀ ਹੈ ਅਤੇ ਜਵਾਬ ਦੇਂਦੀ ਹੈ।ਅੱਜ ਸਵੇਰ ਤੋਂ ਹੀ ਬੜਾ ਤਾਪ ਚੜਿਆ ਹੋਇਆ ਹੈ ਨਾਲੇ ਖਾਂਸੀ ਵੀ ਕਰੀ ਜਾਂਦਾ ਹੈ।ਮੈਂ ਸੁਨੇਹਾ ਵੀ ਭੇਜਿਆ ਸੀ ਪਰ ਸ਼ਾਇਦ ਤੁਹਾਡੇ ਤੱਕ ਪਹੁੰਚਿਆ ਨਹੀ ਵੀ ਆਉਦੇ ਮੁੰਡੇ ਦੀ ਦਵਾਈ ਲੈ ਆਇਓ।ਠੰਡੇ ਪਾਣੀ ਦੀਆਂ ਪੱਟੀਆਂ ਵੀ ਕੀਤੀਆਂ ਨੇ ਪਰ ਕੋਈ ਫਰਕ ਨਹੀ।ਹਲਦੀ ਵਾਲਾ ਗਰਮ ਦੁੱਧ ਦਿੱਤਾ ਸੀ ਉਹਦੇ ਨਾਲ ਥੋੜੀ ਦੇਰ ਸੁੱਤਾ ਹੈ ਪਰ ਬੁਖ਼ਾਰ ਅਜੇ ਵੀ ਤੇਜ਼ ਹੈ।ਸੁਣ ਕੇ ਰੌਣਕ ਸਿੰਘ ਉੱਠਦਾ ਹੈ ਅਤੇ ਕਹਿੰਦਾ ਹੈ ਚੱਲ ਫਿਰ ਆਪਾਂ ਇਸਨੂੰ ਸ਼ਹਿਰ ਲੈ ਚੱਲਦੇ ਹਾਂ ਡਾਕਟਰ ਨੂੰ ਵਿਖਾ ਕੇ ਆਉਂਦੇ ਹਾਂ।ਸ਼ਰਨ ਕੌਰ ਕਹਿੰਦੀ ਹੈ ਰੁਕੋ ਮੈਨੂੰ ਕੱਪੜੇ ਬਦਲ ਲੈਣ ਦਿਓ ਫਿਰ ਚੱਲਦੇ ਹਾਂ ਕਹਿ ਕੇ ਅੰਦਰ ਕਮਰੇ ਵਿੱਚ ਚਲੀ ਜਾਂਦੀ ਹੈ।ਰੌਣਕ ਸਿੰਘ ਵੀ ਬਹਾਰ ਬਣੇ ਗੁਸਲਖ਼ਾਨੇ ਵਿੱਚ ਹੱਥ ਮੂੰਹ ਧੋਣ ਚਲਾ ਜਾਂਦਾ ਹੈ।ਅਤੇ ਥੋੜੀ ਦੇਰ ਨੂੰ ਲਾਲੀ ਨੂੰ ਲੈ ਕੇ ਸ਼ਹਿਰ ਦੇ ਹਸਪਤਾਲ ਵੱਲ ਤੁਰ ਪੈਂਦੇ ਨੇ ਅਤੇ ਗੱਜੂ ਨੂੰ ਕਹਿ ਕੇ ਜਾਂਦੇ ਨੇ ਬਈ ਪੁੱਤ ਘਰ ਰਹੀ ਤੇ ਘਰ ਦਾ ਖਿਆਲ ਰੱਖੀ ਅਤੇ ਅੰਦਰੋਂ ਦਰਵਾਜਾ ਬੰਦ ਕਰ ਲਈ।ਅਨਜਾਣ ਬੰਦੇ ਦੇ

ਕਹਿਣ ਤੇ ਦਰਵਾਜਾ ਨਾ ਖੋਲੀ ਅਤੇ ਰੋਟੀ ਖਾ ਕੇ ਸੋ ਜਾਵੀ ਅਸੀ ਜਲਦੀ ਆ ਜਾਵਾਂਗੇ।

ਰੌਣਕ ਸਿੰਘ ਆਪਣੇ ਮੋਟਰਸਾਈਕਲ ਦੀ ਕਿੱਕ ਮਾਰਦਾ ਹੈ ਅਤੇ ਸ਼ਰਨ ਕੌਰ ਨੂੰ ਬਿਠਾ ਕੇ ਸ਼ਹਿਰ ਦੇ ਸਰਕਾਰੀ ਹਸਪਤਾਲ ਦੇ ਵੱਲ ਚਾਲੇ ਪਾ ਦਿੰਦਾ ਹੈ।ਸਰਕਾਰੀ ਹਸਪਤਾਲ ਰੌਣਕ ਸਿੰਘ ਦੇ ਪਿੰਡ ਤੋਂ 25-30 ਕਿਲੋਮੀਟਰ ਦੂਰ ਹੈ।ਹੋਲੀ-ਹੋਲੀ ਹਨੇਰੀ ਰਾਤ ਵਿੱਚ ਚੱਲਦਿਆਂ ਅਤੇ ਪਿੰਡਾਂ ਵਿੱਚੋਂ ਲੰਘਦਿਆਂ ਕਰੀਬ ਅੱਧੇ ਪੌਣੇ ਘੰਟੇ ਬਾਅਦ ਸ਼ਹਿਰ ਦੀਆਂ ਲਾਈਟਾਂ ਵਿਖਾਈ ਦੇਣੀਆਂ ਸ਼ੁਰੂ ਕਰਦੀਆਂ ਹਨ ਕੱਚੇ ਰੋਡ ਤੋਂ ਲੈ ਕੇ ਟੁੱਟੇ ਭੱਜੇ ਹੋਏ ਰੋਡਾਂ ਉੱਤੋਂ ਨਿਕਲਦਿਆਂ ਹੁਣ ਸੜਕ ਕੁਝ ਸਾਫ਼ ਸੁਥਰੀ ਅਤੇ ਪੱਕੀ ਦਿਖਾਈ ਦੇਂਦੀ ਹੈ।ਰਾਹ ਵਿੱਚ ਕੋਈ ਟਾਵਾਂ ਟਾਵਾਂ ਬੰਦਾ ਹੀ ਨਜਰੀ ਪਿਆ ਹੁੰਦਾ ਹੈ।ਸਾਹਮਣੇ ਇੱਕ ਚੌਂਕ ਉੱਤੇ ਪੁਲਿਸ ਦਾ ਨਾਕਾ ਲੱਗਾ ਹੁੰਦਾ ਹੈ।ਜਦ ਰੌਣਕ ਸਿੰਘ ਉਸਦੇ ਕੋਲ ਪਹੁੰਚਦਾ ਹੈ ਤੇ ਇੱਕ ਸਿਪਾਹੀ ਵੱਲੋਂ ਰੌਣਕ ਸਿੰਘ ਨੂੰ ਹੱਥ ਦੇ ਕੇ ਰੋਕਿਆ ਜਾਂਦਾ ਹੈ ਅਤੇ ਸਿਪਾਹੀ ਪੁੱਛਦਾ ਹੈ ਹਾਂਜੀ ਕੌਣ ਹੋ ਤੁਸੀ ਕਿਧਰੋ ਆਏ ਹੋ ਅਤੇ ਕਿੱਥੇ ਚੱਲੇ ਹੋ।ਇੱਕ ਸਾਈਡ ’ਤੇ ਰੋਕ ਕੇ ਰੌਣਕ ਸਿੰਘ ਮੂੰਹ ਤੋਂ ਲਪੇਟਿਆ ਕੱਪੜਾ ਹਟਾਉਂਦਾ ਹੈ ਤਾਂ ਜਵਾਬ ਦਿੰਦਾ ਹੈ ਜਨਾਬ ਹਸਪਤਾਲ ਚੱਲੇ ਹਾਂ ਬੱਚਾ ਬੀਮਾਰ ਹੈ ਟਾਰਚ ਦੀ ਲਾਈਟ ਮੂੰਹ ਤੇ ਮਾਰ ਕੇ ਸਿਪਾਹੀ ਰੌਣਕ ਸਿੰਘ

ਵੱਲ ਵੇਖਦਾ ਹੈ ਅਤੇ ਫਿਰ ਪਿੱਛੇ ਬੈਠੀ ਸ਼ਰਨ ਕੌਰ ਅਤੇ ਬੱਚੇ ਨੂੰ ਨਾਲ ਹੀ ਕਹਿੰਦਾ ਹੈ ਜਾਓ ਜਾਓ।ਰੌਣਕ ਸਿੰਘ ਸ਼ਹਿਰ ਦੇ ਅੰਦਰ ਦਾਖਿਲ ਹੋ ਜਾਂਦਾ ਹੈ।ਸ਼ਹਿਰ ਦੀਆਂ 1-2 ਦੁਕਾਨਾਂ ਨੂੰ ਛੱਡ ਕੇ ਲੱਗਭਗ ਸਭ ਦੁਕਾਨਾਂ ਹੀ ਬੰਦ ਪਈਆਂ ਸਨ ਅਤੇ ਰਸਤੇ ਵਿੱਚ ਵੀ ਸੰਨਾਟਾ ਜਿਹਾ ਛਾਇਆ ਪਿਆ ਹੈ।ਰੌਣਕ ਸਿੰਘ ਨੇ ਇਹ ਵੀ ਵੇਖਿਆ ਬਈ ਸ਼ਹਿਰ ਵਿੱਚ ਜਗ੍ਹਾ ਜਗ੍ਹਾ ਪੁਲਿਸ ਦੀ ਤੈਨਾਤੀ ਵੀ ਵਧਾ ਦਿੱਤੀ ਗਈ ਹੈ।ਚਲੋ ਥੋੜੀ ਦੇਰ ਨੂੰ ਰੌਣਕ ਸਿੰਘ ਹਸਪਤਾਲ ਪਹੁੰਚਦਾ ਹੈ।ਬਾਹਰ ਸਟੈਂਡ ਉੱਤੋਂ ਪਰਚੀ ਕਟਾ ਕੇ ਮੋਟਰਸਾਈਕਲ ਸਟੈਂਡ ਵਿੱਚ ਲਗਾਉਂਦਾ ਹੈ ਅਤੇ ਆਪਣੇ ਬੀਵੀ ਬੱਚੇ ਸਮੇਤ ਹਸਪਤਾਲ ਦੀ ਐਮਰਜੈਂਸੀ ਵਿੱਚ ਦਾਖਿਲ ਹੋ ਜਾਂਦਾ ਹੈ।ਅੱਗੇ ਜਾ ਕੇ ਵੇਖਦਾ ਹੈ ਕਿ ਲੋਕ ਐਮਰਜੈਂਸੀ ਦੇ ਬਾਹਰ ਇਕੱਠੇ ਹੋ ਕੇ ਰੌਲਾ ਪਾ ਰਹੇ ਹਨ।ਸ਼ਾਇਦ ਕੋਈ ਐਕਸੀਡੈਂਟ ਦੇ ਮਰੀਜ ਆਏ ਹੋਏ ਹਨ ਅਤੇ ਚੀਕ ਚੀਹਾੜਾ ਪੈ ਰਿਹਾ।ਅੰਦਰ ਜਾ ਕੇ ਪਤਾ ਚੱਲਿਆ ਕਿ ਹਾਈਵੇ ਉੱਪਰ ਇੱਕ ਟਰੱਕ ਨੇ ਕਾਰ ਨੂੰ ਟੱਕਰ ਮਾਰ ਦਿੱਤੀ ਹੈ ਇੱਕ ਨੌਜਵਾਨ ਦੀ ਮੌਕੇ ਤੇ ਮੌਤ ਹੋ ਗਈ ਹੈ।ਉਸਦੇ ਨਾਲ ਬੈਠੀ ਉਸਦੀ ਪਤਨੀ ਨੂੰ ਵੀ ਗੰਭੀਰ ਸੱਟਾਂ ਲੱਗੀਆਂ ਹਨ ਅਤੇ ਪਿੱਛੇ ਬੈਠੇ ਉਸਦੇ ਬੱਚੇ ਅਤੇ ਮਾਂ ਦੇ ਵੀ ਸੱਟਾਂ ਲੱਗੀਆਂ ਹੋਈਆਂ ਹਨ ਜਿੰਨਾ ਦਾ ਇਲਾਜ ਡਾ. ਸਾਹਿਬ ਅੰਦਰ ਆਪਰੇਸ਼ਨ ਥਿਏਟਰ ਵਿੱਚ ਕਰ ਰਹੇ ਹਨ ਅਤੇ ਉਹਨਾਂ ਦੀ OPD ਦੇ ਕਮਰੇ ਦੇ ਬਾਹਰ ਵੀ

ਮਰੀਜਾਂ ਦੀ ਭੀੜ ਲੱਗੀ ਹੋਈ ਹੈ।ਸਭ ਲੋਕ ਟਰੱਕ ਵਾਲੇ ਦੀ ਗਲਤੀ ਕੱਢ ਰਹੇ ਹਨ ਕਿ ਉਸਨੇ ਉਲਟ ਸਾਈਡ ਤੋਂ ਲਿਆ ਕੇ ਗੱਡੀ ਨੂੰ ਟੱਕਰ ਮਾਰੀ ਅਤੇ ਬਹੁਤ ਤੇਜ਼ ਰਫ਼ਤਾਰ ਵਿੱਚ।ਚਲੋ ਰੌਣਕ ਸਿੰਘ ਵੀ ਆਪਣੇ ਪਰਿਵਾਰ ਨਾਲ ਅੰਦਰ ਦਾਖਿਲ ਹੁੰਦਾ ਹੈ ਅਤੇ ਪਰਚੀ ਬਣਵਾ ਕੇ ਲਾਈਨ ਵਿੱਚ ਲੱਗ ਜਾਂਦਾ ਹੈ ਅਤੇ ਆਪਣੀ ਵਾਰੀ ਦਾ ਇੰਤਜਾਰ ਕਰਨ ਲੱਗਦਾ ਹੈ।ਕੁਝ ਸਮੇਂ ਬਾਅਦ ਡਾ. ਸਾਹਿਬ ਆਪਰੇਸ਼ਨ ਥਿਏਟਰ ਵਿੱਚੋਂ ਬਾਹਰ ਨਿਕਲਦੇ ਹਨ ਅਤੇ ਆਪਣੇ ਕਮਰੇ ਵੱਲ ਆਉਂਦੇ ਹਨ ਮਰੀਜਾਂ ਦੀ ਭੀੜ ਵਿੱਚੋਂ ਨਿਕਲ ਕੇ ਸਿੱਧਾ ਆਪਣੇ ਕਮਰੇ ਵਿੱਚ ਬਣੇ ਵਾਸ਼ਰੂਮ ਵਿੱਚ ਹੱਥ ਧੋਣ ਚਲੇ ਜਾਂਦੇ ਹਨ।ਇੰਨੀ ਦੇਰ ਵਿੱਚ ਮਰੀਜਾਂ ਦੀ ਬਣੀ ਲਾਈਨ ਵੀ ਜਿਵੇਂ ਟੁੱਟ ਜਾਂਦੀ ਹੈ ਅਤੇ ਮਰੀਜ ਆਪਣੀ ਲਾਈਨ ਤੋੜ ਕੇ ਸਮੂਹ ਦੇ ਰੂਪ ਵਿੱਚ ਡਾ. ਸਾਹਿਬ ਦੇ ਕਮਰੇ ਵਿੱਚ ਦਾਖਿਲ ਹੋ ਜਾਂਦੇ ਹਨ।ਜਦ ਹੀ ਡਾ. ਸਾਹਿਬ ਬਾਹਰ ਆਉਂਦੇ ਨੇ ਤਾਂ ਥੋੜਾ ਗੁੱਸੇ ਵਿੱਚ ਮਰੀਜਾਂ ਨੂੰ ਡਾਂਟਦੇ ਨੇ ਬਈ ਕਿਉਂ ਤੁਸੀ ਇਕੱਠੇ ਹੀ ਅੰਦਰ ਆ ਗਏ।ਇੱਕ-ਇੱਕ ਕਰਕੇ ਲਾਈਨ ਵਿੱਚ ਆਓ।ਨਾਲ ਹੀ ਘੰਟੀ ਵਜਾ ਕੇ ਆਪਣੇ ਸੇਵਾਦਾਰ ਨੂੰ ਬੁਲਾਉਂਦੇ ਹਨ ਅਤੇ ਲਾਈਨ ਬਣਵਾਉਣ ਨੂੰ ਕਹਿੰਦੇ ਹਨ।ਥੋੜੀ ਦੇਰ ਵਿੱਚ ਹੀ ਮਰੀਜ ਮੁੜ ਤੋਂ ਲਾਈਨ ਬਣਾ ਲੈਂਦੇ ਹਨ ਅਤੇ ਹਫੜਾ ਦਫੜੀ ਵਿੱਚ ਰੌਣਕ ਸਿੰਘ ਦਾ ਪਹਿਲਾ ਨੰਬਰ ਆ ਜਾਂਦਾ ਹੈ।ਰੌਣਕ ਸਿੰਘ ਦੀ ਪਤਨੀ ਸ਼ਰਨ ਕੌਰ ਨੇ ਬੱਚਾ ਗੋਦ

ਵਿੱਚ ਲੈ ਕੇ ਡਾ. ਸਾਹਿਬ ਦੇ ਟੇਬਲ ਦੇ ਨੇੜੇ ਬਣੇ ਸਟੂਲ ਉੱਤੇ ਬੈਠ ਜਾਂਦੀ ਹੈ।ਡਾ. ਸਾਹਿਬ ਲਾਲੀ ਦਾ ਚੈਕਅੱਪ ਕਰਦੇ ਹਨ।ਲਾਲੀ ਨੂੰ ਵਾਰ-ਵਾਰ ਖਾਂਸੀ ਵੀ ਹੋ ਰਹੀ ਹੁੰਦੀ ਹੈ ਫਿਰ ਡਾ. ਸਾਹਿਬ ਸ਼ਰਨ ਕੌਰ ਨੂੰ ਕਹਿੰਦੇ ਹਨ ਕਿ ਬੱਚੇ ਨੂੰ ਸਾਹਮਣੇ ਬਣੇ ਚੈਕਿੰਗ ਟੇਬਲ ਤੇ ਲਿਟਾ ਦਿਓ ਅਤੇ ਸਟੈਥੋਸਕੋਪ ਨਾਲ ਲਾਲੀ ਦਾ ਚੰਗੀ ਤਰ੍ਹਾਂ ਨਿਰਖਣ ਕਰਦੇ ਹਨ।ਚੈਕਅੱਪ ਕਰਨ ਤੋਂ ਬਾਅਦ ਡਾ. ਸਾਹਿਬ ਰੌਣਕ ਸਿੰਘ ਨੂੰ ਕਹਿੰਦੇ ਹਨ ਕਿ ਇਸਨੂੰ ਦਾਖਿਲ ਕਰਨਾ ਪਵੇਗਾ ਨਮੂਨੀਆ ਦੀ ਸ਼ਿਕਾਇਤ ਹੋ ਗਈ ਹੈ ਲਾਲੀ ਨੂੰ।ਤੁਸੀ ਦਾਖਲੇ ਦੀ ਰਸੀਦ ਅਤੇ ਫਾਈਲ ਬਣਵਾ ਲੋ ਸੁਣ ਕੇ ਰੌਣਕ ਸਿੰਘ ਅਤੇ ਸ਼ਰਨ ਕੌਰ ਹੈਰਾਨ ਪਰੇਸ਼ਾਨ ਹੋ ਜਾਂਦੇ ਹਨ।ਨਾਲ ਹੀ ਡਾ. ਸਾਹਿਬ ਉਹਨਾਂ ਦੀ ਪਰਚੀ ਉੱਤੇ ਕੁਝ ਦਵਾਈਆਂ ਲਿਖ ਦਿੰਦੇ ਹਨ ਅਤੇ ਟੈਸਟ ਵੀ ਲਿਖ ਕੇ ਦਿੰਦੇ ਹਨ।ਕਿ ਫਾਈਲ ਬਣਵਾ ਕੇ ਇਹ ਦਵਾਈ ਲਗਵਾਓ ਸਾਹਮਣੇ ਭੈਣਜੀ ਸਟਾਫ ਕੋਲੋਂ ਅਤੇ ਸਵੇਰੇ ਟੈਸਟ ਵੀ ਕਰਵਾ ਕੇ ਮੈਨੂੰ ਦਿਖਾਓ।ਇਹਨਾਂ ਕਹਿ ਕੇ ਡਾ. ਸਾਹਿਬ ਅਗਲੇ ਨੰਬਰ ਦੇ ਮਰੀਜ ਨੂੰ ਬੁਲਾ ਲੈਂਦੇ ਹਨ।ਸ਼ਰਨ ਕੌਰ ਤਾਂ ਸੁਣ ਕੇ ਸੁੰਨ ਜਿਹੀ ਪਈ ਹੁੰਦੀ ਹੈ ਤਾਂ ਰੌਣਕ ਸਿੰਘ ਬੜੇ ਹੋਸਲੇ ਨਾਲ ਸ਼ਰਨ ਕੌਰ ਨੂੰ ਡਾ. ਸਾਹਿਬ ਦੇ ਕਮਰੇ ਤੋਂ ਬਾਹਰ ਲੈ ਕੇ ਆਉਂਦਾ ਹੈ ਅਤੇ ਸਮਝਾਉਣ ਲੱਗਦਾ ਹੈ ਫ਼ਿਕਰ ਨਾ ਕਰ ਸ਼ਰਨ ਕੌਰੇ ਜਲਦੀ ਠੀਕ ਹੋ ਜਾਵੇਗਾ ਆਪਣਾ ਲਾਲੀ।ਨਾਲ ਹੀ ਬਾਹਰ ਖੜੇ ਵਾਰਡ ਸੇਵਾਦਾਰ ਨੂੰ

ਪੁੱਛਦਾ ਹੈ ਜਨਾਬ ਫਾਈਲ ਕਿੱਥੋਂ ਬਣੂਗੀ ਤਾਂ ਵਾਰਡ ਸੇਵਾਦਾਰ ਉਸਨੂੰ ਵਾਰਡ ਵਿੱਚ ਲੈ ਜਾਂਦਾ ਹੈ ਅਤੇ ਵਾਰਡ ਵਿੱਚ ਲੱਗੇ ਬੈਡਾਂ ਵੱਲ ਇਸ਼ਾਰਾ ਕਰਦਾ ਹੈ ਤੁਸੀ ਆਪਣੇ ਮਰੀਜ ਨੂੰ ਬੈੱਡ ਨੰਬਰ 4 ਤੇ ਲਿਟਾ ਦਿਓ ਅਤੇ ਨਾਲ ਹੀ ਭੈਣਜੀ ਦਾ ਕਮਰਾ ਹੈ ਡਾਕਟਰ ਦੀ ਪਰਚੀ ਲੈ ਕੇ ਜਾਓ ਅਤੇ ਆਪਣੀ ਫਾਈਲ ਬਣਵਾ ਲਿਓ।ਰੌਣਕ ਸਿੰਘ ਉਸੇ ਤਰ੍ਹਾਂ ਹੀ ਕਰਦਾ ਹੈ ਅਤੇ ਥੋੜੀ ਦੇਰ ਵਿੱਚ ਭੈਣਜੀ ਆ ਕੇ ਲਾਲੀ ਨੂੰ ਦਵਾਈ ਲਗਾਉਣਾ ਸ਼ੁਰੂ ਕਰ ਦਿੰਦੀ ਹੈ ਅਤੇ ਸ਼ਰਨ ਕੌਰ ਵੀ ਭੈਣਜੀ ਦੇ ਕਹਿਣ ਤੇ ਲਾਲੀ ਦੇ ਸਿਰ ਅਤੇ ਪੈਰਾਂ ਤੇ ਠੰਡੇ ਪਾਣੀ ਦੀਆਂ ਪੱਟੀਆਂ ਕਰਨੀਆਂ ਸ਼ੁਰੂ ਕਰ ਦਿੰਦੀ ਹੈ ਤਾਂ ਜੋ ਉਸਦਾ ਤਾਪ ਘੱਟ ਹੋ ਸਕੇ ਇਹ ਸਭ ਕੁਝ ਹੁੰਦੇ ਹੋਏ ਕਰੀਬ 2-3 ਘੰਟੇ ਹੋ ਗਏ ਹਨ।ਹੁਣ ਲਾਲੀ ਵੀ ਸੋ ਗਿਆ ਹੈ ਅਤੇ ਸ਼ਰਨ ਕੌਰ ਉਸਦੇ ਬੈੱਡ ਤੇ ਉਸਦੇ ਨਾਲ ਲੇਟੀ ਹੋਈ ਹੈ।ਰੌਣਕ ਸਿੰਘ ਵੀ ਦਵਾ ਦਾਰੂ ਦਾ ਬੰਦੋਬਸਤ ਕਰ ਕੇ ਬਾਹਰ ਲੱਗੇ ਹੋਏ ਬੈਂਚ ਉੱਤੇ ਬੈਠ ਜਾਂਦਾ ਹੈ ਅਤੇ ਵਾਰ-ਵਾਰ ਆ ਕੇ ਲਾਲੀ ਅਤੇ ਉਸਦੀ ਮਾਂ ਵੱਲ ਧਿਆਨ ਵੀ ਮਾਰ ਜਾਂਦਾ ਹੈ।ਅੱਜ ਰੌਣਕ ਸਿੰਘ ਸੋ ਨਹੀ ਪਾ ਰਿਹਾ ਬੱਚੇ ਦੇ ਫਿਕਰ ਵਿੱਚ ਉਸਨੂੰ ਇਹ ਰਾਤ ਵੀ ਸਦੀਆਂ ਬਰਾਬਰ ਲੱਗ ਰਹੀ ਹੈ ਹੁਣ ਮਰੀਜਾਂ ਦਾ ਆਉਣਾ ਜਾਣਾ ਵੀ ਘੱਟ ਗਿਆ ਹੈ।ਰੌਣਕ ਸਿੰਘ ਦੁਬਾਰਾ ਡਾ. ਸਾਹਿਬ ਕੋਲੋਂ ਲਾਲੀ ਦਾ ਹਾਲ ਚਾਲ ਪੁੱਛਣ ਲਈ ਜਾਂਦਾ ਹੈ ਤਾਂ ਉਹ ਦੱਸਦੇ ਨੇ ਕਿ ਤਾਪ ਤਾਂ ਕਾਫੀ ਫਰਕ ਹੈ ਬਾਕੀ

ਸਵੇਰੇ ਰਿਪੋਰਟਾਂ ਆਉਣ ਤੋਂ ਬਾਅਦ ਹੀ ਪਤਾ ਲੱਗ ਸਕਦਾ ਹੈ। ਰੌਣਕ ਸਿੰਘ ਸੁਣ ਕੇ ਫਿਰ ਤੋਂ ਬਾਹਰ ਬੈਂਚ ਤੇ ਆ ਕੇ ਬੈਠ ਜਾਂਦਾ ਹੈ। ਵਿੱਚ-ਵਿੱਚ ਉਸਦੀ ਅੱਖ ਵੀ ਲੱਗ ਜਾਂਦੀ ਹੈ ਅਤੇ ਕਈ ਵਾਰ ਉਹ ਬੀਤੀ ਸ਼ਾਮ ਦੀ ਹੋਈ ਚੇਅਰਮੈਨ ਨਾਲ ਖੇਤੀ ਕਾਨੂੰਨਾਂ ਬਾਰੇ ਗੱਲਬਾਤ ਵਿੱਚ ਖੋ ਜਾਂਦਾ ਹੈ ਫਿਰ ਉਸਨੂੰ ਆਪਣੇ ਬੱਚੇ ਲਾਲੀ ਦਾ ਧਿਆਨ ਆ ਜਾਂਦਾ ਹੈ ਅਤੇ ਉਹ ਹੋਰ ਖਿਆਲਾਂ ਵਿੱਚ ਚਲਿਆ ਜਾਂਦਾ ਹੈ। ਇਹੀ ਸੋਚਾਂ ਵਿੱਚ ਅੱਜ ਦੀ ਸਦੀਆਂ ਤੋਂ ਵੀ ਲੰਮੀ ਰਾਤ ਮੁੱਕਦੀ ਹੈ। ਸਵੇਰੇ ਸੂਰਜ ਦੀਆਂ ਨਿੰਮੀਆਂ-ਨਿੰਮੀਆਂ ਪਹਿਲੀਆਂ ਕਿਰਨਾਂ ਧਰਤੀ ਉੱਤੇ ਦਸਤਕ ਦੇਂਦੀਆਂ ਹਨ ਅਤੇ ਰੁਕੀ ਹੋਈ ਸ਼ਾਂਤ ਸੁੱਤੀ ਹੋਈ ਦੁਨੀਆਂ ਜਿਵੇਂ ਫਿਰ ਤੋਂ ਉੱਠ ਕੇ ਪੱਟਰੀ ਤੇ ਚੱਲਣ ਵਾਲੀ ਰੇਲ ਗੱਡੀ ਵਾਂਗਰ ਤੁਰ ਪੈਂਦੀ ਹੈ। ਪਰਿੰਦਿਆਂ ਦੀਆਂ ਅਵਾਜ਼ਾਂ ਤੋਂ ਲੈ ਬੰਦਿਆਂ ਦੇ ਰੋਲੇ ਰੱਪੇ ਤੱਕ ਇਹ ਸਭ ਰੌਣਕ ਸਿੰਘ ਬੈਠਾਂ ਮਹਿਸੂਸ ਕਰ ਰਿਹਾ ਹੁੰਦਾ ਹੈ ਅਤੇ ਉੱਠ ਕੇ ਲਾਲੀ ਨੂੰ ਵੇਖਣ ਚਲਾ ਜਾਂਦਾ ਹੈ।

ਸਵੇਰ ਦਾ ਸਮਾਂ ਹੈ। ਦੁਨੀਆ ਵਿੱਚ ਮਾਣੋ ਫਿਰ ਤੋਂ ਊਰਜਾ ਸਥਾਪਿਤ ਹੋ ਚੁੱਕੀ ਹੈ ਅਤੇ ਹਰੇਕ ਬੰਦਾ ਆਪਣੀ ਦੌੜ ਵਿੱਚ ਲੱਗਾ ਹੋਇਆ ਹੈ। ਰੌਣਕ ਸਿੰਘ ਵੀ ਇਸ ਦੌੜ ਵਿੱਚ ਸ਼ਾਮਿਲ ਹੈ ਆਪਣੇ ਬੱਚੇ ਲਾਲੀ ਨੂੰ ਵੇਖਦਾ ਹੈ ਤਾਂ ਸਵੇਰੇ ਸਮੇਂ ਤਾਪ ਫਿਰ ਤੋਂ ਹੋ ਗਿਆ ਹੈ ਅਤੇ ਭੈਣਜੀ ਨੇ

ਦਵਾਈਆਂ ਅਤੇ ਟੈਸਟਾਂ ਦੀ ਪਰਚੀ ਰੌਣਕ ਸਿੰਘ ਨੂੰ ਦੇ ਦਿੱਤੀ ਹੈ।ਰੌਣਕ ਸਿੰਘ ਟੈਸਟਾਂ ਦੀ ਪਰਚੀ ਸਮੇਤ ਖ਼ੂਨ ਦਾ ਨਮੂਨਾ ਲੈ ਕੇ ਆਪਣਾ ਨੰਬਰ ਲਗਵਾਉਣ ਲਈ ਮੁੜ ਲਾਈਨ ਵਿੱਚ ਲੱਗਾ ਹੋਇਆ ਹੈ ਅਤੇ ਆਪਣੀ ਵਾਰੀ ਦਾ ਇੰਤਜਾਰ ਕਰ ਰਿਹਾ ਹੈ।ਲਾਲੀ ਨੂੰ ਮੁੜ ਤੋਂ ਦਵਾਈ ਬੁਖਾਰ ਵਾਸਤੇ ਲਗਾ ਦਿੱਤੀ ਗਈ ਹੈ।ਸਮਾਂ ਪਾ ਕੇ ਲਾਲੀ ਦਾ ਖ਼ੂਨ ਦਾ ਨਮੂਨਾ ਵੀ ਲੈਬੋਰਟਰੀ ਵਿੱਚ ਜਮਾਂ ਹੋ ਜਾਂਦਾ ਹੈ।ਹੁਣ ਲਾਲੀ ਦੇ ਐਕਸ ਰੇ ਦੀ ਵਾਰੀ ਹੈ।ਜਿਸ ਲਈ ਰੌਣਕ ਸਿੰਘ ਲਾਲੀ ਨੂੰ ਲੈ ਕੇ ਜਾਣ ਲਈ ਵਹੀਲ ਚੇਅਰ ਲੱਭ ਰਿਹਾ ਹੈ।ਐਮਰਜੈਂਸੀ ਦੇ ਬਾਹਰ ਹੀ ਉਸਨੂੰ ਨੇੜੇ ਪਿੰਡ ਦਾ ਨੰਬਰਦਾਰ ਮਿਲ ਜਾਂਦਾ ਹੈ ਅਤੇ ਪੁੱਛਦਾ ਹੈ ਰੌਣਕ ਸਿੰਘ ਜੀ ਕੀ ਹਾਲ ਚਾਲ ਨੇ ਅੱਜ ਹਸਪਤਾਲ ਕਿਵੇਂ ਪਾਜੀ ਸਭ ਸੁੱਖ ਸਾਂਦ ਹੈ ....? ਤਾਂ ਰੌਣਕ ਸਿੰਘ ਉਸਨੂੰ ਸਭ ਹੱਡ ਬੀਤੀ ਸੁਣਾਉਂਦਾ ਹੈ।ਨੰਬਰਦਾਰ ਰੌਣਕ ਸਿੰਘ ਨੂੰ ਹੌਂਸਲਾ ਦੇਂਦਾ ਹੈ ਕਿ ਸਭ ਠੀਕ-ਠੀਕ ਹੋ ਜਾਵੇਗਾ ਪਰਵਾਹ ਨਾ ਕਰੋ।ਰੌਣਕ ਸਿੰਘ ਦੇ ਪੁੱਛਣ ਤੇ ਨੰਬਰਦਾਰ ਦੱਸਦਾ ਹੈ ਕਿ ਉਹ ਵੀ ਕਿਸੇ ਮਰੀਜ ਦੇ ਨਾਲ ਆਇਆ ਹੋਇਆ ਹੈ ਜੋ ਕਿ ਉਸਦੇ ਪਿੰਡ ਦਾ ਹੀ ਵਸਨੀਕ ਹੈ ਅਤੇ ਇਲਾਜ ਵਿੱਚ ਸਹਾਇਤਾ ਕਰਨ ਆਇਆ ਹੋਇਆ।ਕਰਦਿਆਂ-ਕਰਦਿਆਂ ਖੇਤੀ ਕਾਨੂੰਨਾਂ ਬਾਰੇ ਵੀ ਗੱਲ ਚੱਲੀ ਤਾਂ ਨੰਬਰਦਾਰ ਨੇ ਕਿਹਾ ਤੁਹਾਨੂੰ ਪਤਾ ਲੱਗਾ ਜੇ ਰੌਣਕ ਸਿੰਘ ਜੀ ਕੱਲ ਰਾਤ ਦਾ ਪੂਰੇ ਪੰਜਾਬ ਸਮੇਤ

ਹਰਿਆਣਾ ਅਤੇ ਯੂ.ਪੀ ਵਿੱਚ ਵੀ ਖੇਤੀ ਕਾਨੂੰਨਾਂ ਦਾ ਵਿਰੋਧ ਚਾਲੂ ਹੋ ਗਿਆ ਹੈ ਅਤੇ ਕਿਸਾਨ ਜੱਥੇਬੰਦੀਆਂ ਵੱਲੋਂ ਸੰਭੂ ਬਾਰਡਰ ਉੱਤੇ ਮੋਰਚਾ ਖੋਲਣ ਦਾ ਹੁਕਮ ਜਾਰੀ ਕਰ ਦਿੱਤਾ ਗਿਆ ਹੈ। ਸਭ ਕਿਸਾਨ ਭਰਾ ਤੇ ਜਿੰਮੀਦਾਰ ਟਰੈਕਟਰ ਟਰਾਲੀਆਂ ਸਮੇਤ ਉੱਥੇ ਪਹੁੰਚ ਰਹੇ ਹਨ। ਤੁਸੀ ਵੀ ਕੰਮ-ਕਾਰ ਨਬੇੜ ਕੇ ਪਹੁੰਚੋ ਵੈਸੇ ਵੀ ਅੱਜ ਮੰਡੀ ਵਿੱਚ ਆਪਣੇ ਪਿੰਡਾਂ ਦੇ ਵੀਰ ਭਰਾ ਇਕੱਠੇ ਹੋ ਰਹੇ ਹਨ। ਤੁਸੀ ਵੀ ਸ਼ਿਰਕਤ ਕਰਿਓ ਅਤੇ ਇਸ ਅੰਦੋਲਨ ਵਿੱਚ ਵੱਧ ਚੜ੍ਹ ਕੇ ਹਿੱਸਾ ਪਾਓ।

ਅੱਜ ਰੌਣਕ ਸਿੰਘ ਦੇ ਅਸਲੀ ਚਰਿੱਤਰ ਦਾ ਪਤਾ ਲੱਗਣਾ। ਅੱਜ ਉਸਦੀ ਸੋਚ ਦਾ ਅੰਦਾਜ਼ਾ ਲੱਗਣਾ। ਅੱਜ ਉਸਨੂੰ ਸੱਚ ਤੇ ਝੂਠ ਦੇ ਤਰਾਜੂ ਵਿੱਚ ਤੁਲਣਾ ਪੈਣਾ। ਅੱਜ ਉਸਨੂੰ ਇਸ ਧਰਮ ਸੰਕਟ ਵਿੱਚੋਂ ਬਾਹਰ ਨਿਕਲਣਾ ਪੈਣਾ। ਅੱਜ ਹੀ ਸ਼ਾਇਦ ਉਸਨੂੰ ਆਪਣਾ ਆਪ ਵਿਖਾਉਣਾ ਪੈਣਾ। ਅੱਜ ਹੀ ਉਹ ਦਿਨ ਹੈ ਜਿਸ ਦਿਨ ਉਸਨੂੰ ਆਪਣਾ ਅੰਦਰ ਬਾਹਰ ਲੈ ਕੇ ਆਉਣਾ ਪੈਣਾ। ਅੱਜ ਹੀ ਸ਼ਰਾਫਤ ਛੱਡਣੀ ਪੈਣੀ ਹੈ। ਅੱਜ ਹੀ ਲੋਹਾ ਬਣਨਾ ਪੈਣਾ ਹੈ। ਅੱਜ ਰੌਣਕ ਸਿੰਘ ਦਾ ਅਸਲੀ ਇਮਤਿਹਾਨ ਹੈ।

ਇੱਕ ਪਾਸੇ ਤਾਂ ਦੁਨੀਆਂ ਵਿੱਚ ਉਸਦਾ ਅਸਤਿਤੱਵ ਤੇ ਦੂਜੇ ਪਾਸੇ ਉਹਦਾ ਬੱਚਾ ਉਹਦੀ ਘਰਵਾਲੀ ਤੇ ਉਹਦਾ ਘਰ। ਦਿਲ ਤਾਂ ਕਰੇ ਅੱਜ ਹੀ ਸਭ ਛੱਡ ਕੇ ਉਹ ਕਿਸਾਨੀ

ਅੰਦੋਲਨ ਵੱਲ ਚਲਾ ਜਾਵੇ।ਪਰ ਸੋਚ ਆਪਣੇ ਘਰ ਵਿੱਚ ਵੀ ਜਾ ਵੜੇ।ਰੌਣਕ ਸਿੰਘ ਦੀ ਸੋਚ ਇੰਝ ਜਿਵੇਂ ਨੀਂਦ ਵਿੱਚ ਸੋ ਕੇ ਵੀ ਜਾਗਣ ਦਾ ਪਰਾਲਾ ਕਰਨਾ ਪਰ ਨਹੀ ਹੋ ਸਕਦਾ ਹਰ ਇੱਕ ਸੋਚ ਕਿਸੇ ਇੱਕ ਸਮੇਂ ਉੱਤੇ ਰੁਕ ਜਾਂਦੀ ਹੈ।ਵੈਸੇ ਵੀ ਸੋਚ ਨੂੰ ਤਾਂ ਕਿੰਨਾ ਵੀ ਵਧਾ ਲੋ, ਵਧੀ ਜਾਂਦੀ ਹੈ ਪਰ ਮੂਲ ਪ੍ਰਸ਼ਨ ਤੋਂ ਕਦੇ ਕਦੇ ਵਾਂਝੀ ਹੀ ਰਹਿ ਜਾਂਦੀ ਹੈ।ਕਈ ਵਾਰ ਦੁਨੀਆ ਵਿੱਚ ਐਸੀ ਜਿੰਦਗੀ ਦੇ ਨਜਾਰੇ ਵੇਖਣ ਨੂੰ ਮਿਲ ਹੀ ਜਾਂਦੇ ਨੇ ਜਿਵੇਂ ਕਿ ਰੌਣਕ ਸਿੰਘ ਨੂੰ ਮਹਿਸੂਸ ਹੋਇਆ ਸ਼ਸ਼ੋਪੰਜ ਵਿੱਚ ਹਰ ਬੰਦਾ ਫਸ ਜਾਂਦਾ ਹੈ।ਰੌਣਕ ਸਿਹਾਂ ਆਪਣੇ ਆਪ ਨੂੰ ਹੋਸਲਾਂ ਦਿੰਦਾ ਹੈ ਅਤੇ ਤੁਰ ਪੈਂਦਾ ਹੈ ਕਿ ਜਿਹੜਾ ਕੰਮ ਕਰਨ ਆਇਆ ਸੀ ਉਹ ਤਾਂ ਕਰ ਲਵਾਂ।ਪਰ ਫਿਰ ਵੀ ਸੋਚ ਕਦੇ ਵੀ ਨਹੀ ਰੁਕਦੀ ਨਜਰ ਤੇ ਸੋਚ ਬੜੀ ਦੂਰ ਤੱਕ ਜਾਂਦੀ ਹੈ ਬਚਪਨ ਵਿੱਚ ਸੁਣਿਆ ਸੀ ਪਰ ਅੱਜ ਦੇਖ ਵੀ ਲਿਆ।ਰੌਣਕ ਸਿੰਘ ਆਪਣੇ ਮਨ ਨੂੰ ਬੜਾ ਸਮਝਾ ਰਿਹਾ ਸੀ ਪਰ ਸਮਾਜਿਕ ਅਤੇ ਪਰਿਵਾਰਕ ਸੋਚਾਂ ਵਿੱਚ ਉਲਝ ਗਿਆ ਸੀ।ਸੋਚਾਂ ਵਿੱਚ ਡੁੱਬਿਆ ਰੌਣਕ ਸਿੰਘ ਵਹੀਲ ਚੇਅਰ ਲੈ ਕੇ ਆਪਣੇ ਪੁੱਤਰ ਲਾਲੀ ਨੂੰ ਐਕਸ ਰੇ ਕਰਵਾਉਣ ਵਾਸਤੇ ਲੈ ਕੇ ਜਾਂਦਾ ਹੈ।ਹਸਪਤਾਲ ਦੇ ਐਕਸ ਰੇ ਕਮਰੇ ਵਿੱਚ ਵੀ ਭੀੜ ਲੱਗੀ ਰਹਿੰਦੀ ਹੈ ਜਿਸ ਕਾਰਨ ਕਾਫੀ ਮਸ਼ਕੱਤ ਤੋਂ ਬਾਅਦ ਇੰਤਜਾਰ ਖਤਮ ਹੁੰਦਾ ਹੈ ਅਤੇ ਲਾਲੀ ਦੇ ਐਕਸ ਰੇ ਹੋ ਜਾਂਦੇ ਹਨ ਪਰ ਜਿੰਨੀ ਦੇਰ ਤੱਕ ਉਹ ਐਕਸ ਰੇ ਰਿਪੋਰਟ ਲੈ ਕੇ ਡਾ.

ਸਾਹਿਬ ਦੇ ਕਮਰੇ ਤੱਕ ਜਾਂਦਾ ਹੈ ਉਦੋਂ ਨੂੰ ਡਾ. ਸਾਹਿਬ ਛੁੱਟੀ ਕਰ ਕੇ ਚਲੇ ਜਾਂਦੇ ਹਨ।ਅੱਜ ਰੌਣਕ ਸਿੰਘ ਆਪਣੇ ਬੱਚੇ ਦੇ ਇਲਾਜ ਅਤੇ ਟੈਸਟਾਂ ਵਿੱਚ ਫਸਿਆ ਹੋਣ ਕਰਕੇ ਕਿਸਾਨੀ ਮੋਰਚੇ ਵਿੱਚ ਨਹੀ ਜਾ ਸਕਿਆ ਅਤੇ ਸੋਚਾਂ ਦੇ ਵਿੱਚ ਫਸਿਆ ਰਹਿ ਗਿਆ।ਚਲੋ ਇਹਨੇ ਨੂੰ ਸ਼ਾਮ ਦਾ ਵਕਤ ਹੋ ਜਾਂਦਾ ਹੈ ਅਤੇ ਡਾਕਟਰ ਸਾਹਿਬ ਸ਼ਾਮ ਦਾ ਰਾਊਂਡ ਕਰਨ ਆਉਂਦੇ ਹਨ।ਤਾਂ ਰੌਣਕ ਸਿੰਘ ਰਿਪੋਰਟਾਂ ਲੈ ਕੇ ਡਾਕਟਰ ਸਾਹਿਬ ਕੋਲ ਪਹੁੰਚਦਾ ਹੈ।ਡਾਕਟਰ ਸਾਹਿਬ ਰਿਪੋਰਟਾਂ ਅਤੇ ਐਕਸ ਰੇ ਚੈੱਕ ਕਰਦੇ ਹਨ ਅਤੇ ਬੜੀ ਗੰਭੀਰਤਾ ਦੇ ਨਾਲ ਰੌਣਕ ਸਿੰਘ ਨੂੰ ਦੱਸਦੇ ਹਨ ਕਿ ਬੱਚੇ ਨੂੰ ਜਿਵੇਂ ਤੁਹਾਨੂੰ ਮੈਂ ਦੱਸਿਆ ਸੀ ਨਮੂਨੀਆ ਦੀ ਸ਼ਿਕਾਇਤ ਹੈ ਅਤੇ ਖੂਨ ਦੀਆਂ ਰਿਪੋਰਟਾਂ ਵਿੱਚ ਵੀ ਇੰਨਫੈਕਸ਼ਨ ਹੋ ਗਈ ਹੈ।ਜਿਸ ਕਾਰਣ ਬੱਚੇ ਦਾ ਬੁਖਾਰ ਠੀਕ ਨਹੀ ਹੋ ਰਿਹਾ।ਅਜੇ ਇਸਨੂੰ ਥੋੜੇ ਹੋਰ ਦਿਨ ਹਸਪਤਾਲ ਵਿੱਚ ਰੱਖਣਾ ਪਵੇਗਾ ਪਰ ਹਾਂ ਜੇ ਇਸਨੂੰ ਸਾਹ ਦੀ ਤਕਲੀਫ ਆਉਣੀ ਸ਼ੁਰੂ ਹੋ ਗਈ ਤਾਂ ਇਸਨੂੰ ਵੱਡੇ ਹਸਪਤਾਲ ਵਿੱਚ ਰੈਫਰ ਵੀ ਕਰਨਾ ਪੈ ਸਕਦਾ ਹੈ।ਡਾਕਟਰ ਸਾਹਿਬ ਪਰਚੀ ਉੱਤੇ ਕੁਝ ਹੋਰ ਦਵਾਈਆਂ ਲਿਖ ਕੇ ਦਿੰਦੇ ਹਨ ਅਤੇ ਰੌਣਕ ਸਿੰਘ ਨੂੰ ਹੋਂਸਲਾ ਦਿੰਦੇ ਹੋਏ ਕਹਿੰਦੇ ਹਨ ਕਿ ਘਬਰਾਓ ਨਾ ਬਾਕੀ ਪ੍ਰਮਾਤਮਾ ਸਭ ਠੀਕ ਕਰੇਗਾ।ਕਹਿ ਕੇ ਡਾ. ਸਾਹਿਬ ਦੂਸਰੇ ਮਰੀਜ ਵੇਖਣੇ ਸ਼ੁਰੂ ਕਰ ਦਿੰਦੇ ਹਨ।ਸੁਣ ਕੇ ਰੌਣਕ ਸਿੰਘ ਇੱਕ ਵਾਰ ਫਿਰ ਤੋਂ ਜਿਵੇਂ ਸੋਚਾਂ ਵਿੱਚੋਂ ਝਟਕੇ ਨਾਲ

ਉਭਰਦਾ ਹੈ ਅਤੇ ਦਵਾਈਆਂ ਲੈਣ ਲਈ ਮੈਡੀਕਲ ਸਟੋਰ ਵੱਲ ਤੁਰ ਪੈਂਦਾ ਹੈ।ਉਧਰੋ ਲਾਲੀ ਦੀ ਮਾਂ ਸ਼ਰਨ ਕੌਰ ਲਾਲੀ ਦੇ ਲਾਗੇ ਬੈਠੀ ਫਿਕਰ ਵਿੱਚ ਪਈ ਰਹਿੰਦੀ ਹੈ ਕਿ ਬੜੀ ਦੇਰ ਲਗਾ ਦਿੱਤੀ ਡਾਕਟਰ ਸਾਹਿਬ ਨੇ ਸਮਝਾਉਣ ਵਿੱਚ ਲਾਲੀ ਦਾ ਬੁਖਾਰ ਸ਼ਾਮ ਦੇ ਵਕਤ ਫਿਰ ਤੋਂ ਚੜ੍ਹਣਾ ਸ਼ੁਰੂ ਹੋ ਰਿਹਾ ਸੀ ਜੋ ਕਿ ਸ਼ਰਨ ਕੌਰ ਨੂੰ ਹੋਰ ਪਰੇਸ਼ਾਨ ਕਰ ਰਿਹਾ ਸੀ।ਲਾਲੀ ਨੂੰ ਵੀ ਬੁਖਾਰ ਤੇਜ਼ ਹੋ ਰਿਹਾ ਸੀ।ਅੱਜ ਰੌਣਕ ਸਿੰਘ ਨੂੰ ਲਗਭਗ 24 ਘੰਟੇ ਹੋ ਚੁੱਕੇ ਸਨ ਘਰ ਤੋਂ ਹਸਪਤਾਲ ਆਇਆ ਅਤੇ ਇਸ ਵਿੱਚ ਰੌਣਕ ਸਿੰਘ ਅਤੇ ਸ਼ਰਨ ਕੌਰ ਦੇ ਦਿਮਾਗ ਵਿੱਚ ਘਰ ਛੱਡ ਕੇ ਆਏ ਗੱਜੂ ਦਾ ਚੇਤਾ ਹੀ ਨਹੀ ਆਇਆ ਭਈ ਉਸਨੇ ਕੀ ਕੀਤਾ ਹੋਵੇਗਾ। ਰੌਣਕ ਸਿੰਘ ਨੂੰ ਇਹਨਾਂ ਤਾਂ ਪਤਾ ਹੀ ਸੀ ਕਿ ਉਹ ਸਿਆਣਾ ਬੱਚਾ ਹੈ ਅਤੇ ਆਪਣੇ ਆਪ ਨੂੰ ਸੰਭਾਲ ਲੈਂਦਾ ਹੈ ਪਰ ਬੱਚਾ ਤਾਂ ਆਖਿਰ ਬੱਚਾ ਹੀ ਹੈ ਦਵਾਈਆਂ ਲੈਂਦੇ ਹੋਏ ਰੌਣਕ ਸਿੰਘ ਦਾ ਇੱਕ ਦਮ ਧਿਆਨ ਘਰ ਵੱਲ ਜਾਂਦਾ ਹੈ ਅਤੇ ਗੱਜੂ ਬਾਰੇ ਸੋਚਣ ਲੱਗ ਪੈਂਦਾ ਹੈ।ਉਧਰੋ ਲਾਲੀ ਦੇ ਬੁਖਾਰ ਦੀ ਟੈਂਸ਼ਨ ਦੂਜਾ ਘਰੇ ਛੱਡੇ ਗੱਜੂ ਦੀ ਅਤੇ ਤੀਸਰਾ ਕਿਸਾਨੀ ਅੰਦੋਲਨ ਦੀ ਰੌਣਕ ਸਿੰਘ ਤਾਂ ਜਿਵੇਂ ਸ਼ਸ਼ੋਪੰਜ ਵਿੱਚ ਪੈ ਜਾਂਦਾ ਹੈ।ਇੱਕ ਵਾਰ ਤਾਂ ਉਸਨੂੰ ਸਮਝ ਨਹੀ ਆ ਰਿਹਾ ਸੀ ਬਈ ਉਹ ਜਾਏ ਕਿਸ ਪਾਸੇ ਫਿਲਹਾਲ ਉਹ ਦਵਾਈਆਂ ਦਾ ਬਿੱਲ ਦਿੱਤੇ ਬਿਨਾਂ ਹੀ ਸਟੋਰ ਤੋਂ ਜਾਣ ਲਗਿਆ ਕਿ ਸੋਚਾਂ ਵਿੱਚ ਵੜੇ ਰੌਣਕ ਸਿੰਘ ਨੂੰ ਮੈਡੀਕਲ

ਸਟੋਰ ਵਾਲੇ ਨੇ ਆਵਾਜ ਮਾਰ ਕੇ ਜਿਵੇਂ ਨੀਂਦ ਚੋ ਜਗਾਇਆ ਓਏ ਭਾਈ ਸਾਹਿਬ ਦਵਾਈਆਂ ਦੇ ਪੈਸੇ ਤਾਂ ਦੇ ਜਾਓ। ਯਕਾਯਕ ਪਿੱਛੇ ਮੁੜ ਕੇ ਰੌਣਕ ਸਿੰਘ ਦੇ ਮੂੰਹੋਂ ਇੱਕੋ ਸ਼ਬਦ ਨਿਕਲਿਆ ਮਾਫ ਕਰਨਾ ਜਨਾਬ ਨਾਲੇ ਹੀ ਪੈਸੇ ਦੇ ਕੇ ਅਤੇ ਬਕਾਇਆ ਲੈ ਕੇ ਰੌਣਕ ਸਿੰਘ ਸ਼ਰਨ ਕੌਰ ਦੇ ਕੋਲ ਪਹੁੰਚਿਆ ਅਤੇ ਲਾਲੀ ਦਾ ਤੇਜ਼ ਬੁਖਾਰ ਵੇਖ ਕੇ ਨਰਸ ਨੂੰ ਬੁਲਾਉਣ ਚਲਾ ਜਾਂਦਾ ਹੈ। ਥੋੜੀ ਦੇਰ ਬਾਅਦ ਨਰਸ ਭੈਣਜੀ ਆਉਂਦੀ ਹੈ ਅਤੇ ਲਾਲੀ ਦੀ ਦਵਾਈ ਫਿਰ ਤੋਂ ਸ਼ੁਰੂ ਹੋ ਜਾਂਦੀ ਹੈ। ਲਾਲੀ ਨੂੰ ਦਵਾਈ ਲਗਿਆ ਅੱਧਾ ਪੌਣਾ ਘੰਟਾ ਹੋ ਜਾਂਦਾ ਹੈ। ਹੁਣ ਲਾਲੀ ਦਾ ਬੁਖਾਰ ਵੀ ਘੱਟ ਗਿਆ ਹੈ ਅਤੇ ਉਹ ਸੋ ਜਾਂਦਾ ਹੈ। ਰੌਣਕ ਸਿੰਘ ਸ਼ਰਨ ਕੌਰ ਨੂੰ ਕਹਿੰਦਾ ਹੈ ਕਿ ਹੁਣ ਲਾਲੀ ਥੋੜਾ ਠੀਕ ਲੱਗ ਰਿਹਾ ਹੈ। ਮੈਂ ਪਿੰਡ ਜਾ ਕੇ ਘਰ ਫੇਰਾ ਮਾਰ ਆਵਾਂ। ਨਾਲੇ ਗੱਜੂ ਦਾ ਵੀ ਪਤਾ ਲੈ ਕੇ ਆਵਾਂ ਪਤਾ ਨਹੀ ਉਹਨੇ ਅੱਜ ਖਾਣਾ ਵੀ ਖਾਧਾ ਹੋਣਾ ਕਿ ਨਹੀ। ਪਤਾ ਨਹੀ ਕੀ ਕਰਦਾ ਹੋਣਾ ਨਾਲੇ ਮੈਂ ਖਾਣਾ ਵੀ ਲੈ ਆਵਾਂਗਾ ਤੁਸੀ ਲਾਲੀ ਦੇ ਕੋਲ ਰਹੋ ਅਤੇ ਖਿਆਲ ਰੱਖਿਓ ਮੈਂ ਰਾਤ 9-10 ਵਜੇ ਤੱਕ ਵਾਪਿਸ ਆ ਜਾਵਾਂਗਾ ਅਜੇ ਤਾਂ 6 ਵਜੇ ਹਨ।

ਵੈਸੇ ਤਾਂ ਸ਼ਰਨ ਕੌਰ ਗੱਜੂ ਨਾਲ ਉਹਨਾ ਲਗਾਵ ਨਹੀ ਸੀ ਰੱਖਦੀ ਅਤੇ ਜਿਆਦਾਤਰ ਗੁੱਸੇ ਵਿੱਚ ਆਉਣ ਤੇ ਹੀ ਬੜ-ਬੜ ਕਰਦੀ ਸੀ ਪਰ ਹੁਣ ਉਹ ਸ਼ਾਂਤ ਸੀ। ਇੱਕ ਤਾਂ

ਇਹ ਗੱਲ ਪਈ ਲਾਲੀ ਦਾ ਬੁਖਾਰ ਹੁਣ ਠੀਕ ਹੋ ਰਿਹਾ ਸੀ ਤੇ ਦੂਸਰਾ ਉਸਨੂੰ ਘਰ ਦਾ ਵੀ ਫਿਕਰ ਹੋ ਰਿਹਾ ਸੀ ਜਾਂਦੇ-ਜਾਂਦੇ ਉਹ ਰੌਣਕ ਸਿੰਘ ਨੂੰ ਕਹਿੰਦੀ ਹੈ ਕਿ ਜਾਲੀ ਵਿੱਚ ਦੁੱਧ ਰੱਖਿਆ ਸੀ ਜੇ ਖਰਾਬ ਹੋ ਗਿਆ ਹੋਵੇ ਤਾਂ ਸੁੱਟ ਦਿਓ ਨਹੀ ਤਾਂ ਗਰਮ ਕਰ ਲਓ ਵੈਸੇ ਮੈਂ ਗੱਜੂ ਨੂੰ ਕਹਿ ਕੇ ਆਈ ਸੀ ਕਿ ਪੀ ਲਵੇ ਦੂਜਾ ਰਸੋਈ ਵਿੱਚੋਂ ਪੁਰਾਣੀ ਸਬਜੀ ਤੇ ਰੋਟੀਆਂ ਬਾਹਰ ਕੂੜੇਦਾਨ ਵਿੱਚ ਸੁੱਟ ਆਉ ਖਰਾਬ ਹੋ ਗਈਆਂ ਹੋਣੀਆਂ ਐਂਵੇ ਮੁਸ਼ਕ ਆਉਂਦੀ ਰਹੂਗੀ ਅਤੇ ਆਉਂਦੇ ਹੋਏ ਅਲਮਾਰੀ ਵਿੱਚੋਂ ਮੇਰੇ ਕੱਪੜੇ ਅਤੇ ਚਾਦਰਾਂ ਵੀ ਲੈਂਦੇ ਆਉ ....

ਸ਼ਹਿਰ ਦੀ ਚਕਾ ਚੋਂਦ ਛੱਡਦੇ ਹੋਏ ਰੌਣਕ ਸਿੰਘ ਪਿੰਡ ਵੱਲ ਤੁਰ ਪੈਂਦਾ ਹੈ। ਬੰਬੂਕਾਟ ਤੇ ਬੈਠ ਕੇ ਸ਼ਾਮ ਦੇ ਵਕਤ ਨੂੰ ਪਾਰ ਕਰਦਾ ਹੋਇਆ ਅਤੇ ਬਜਾਰਾਂ ਦੀ ਭੀੜ ਵਿੱਚੋਂ ਲੰਘਦਾ ਹੋਇਆ ਪੱਕੀ ਰੋਡ ਤੋਂ ਨਿਕਲਦਾ ਹੋਇਆ ਪਿੰਡਾਂ ਦੇ ਪਹਿਆ ਵਿੱਚੋਂ ਨਿਕਲਦਾ ਹੋਇਆ ਰੌਣਕਾਂ ਨੂੰ ਛੱਡਦਾ ਹੋਇਆ ਉਜਾੜਾ ਵੱਲ ਜਾਂਦਾ ਸ਼ਹਿਰੀ ਸ਼ੋਰ ਸ਼ਰਾਬੇ ਨੂੰ ਛੱਡਦਾ ਹੋਇਆ ਪਿੰਡ ਦੀ ਸ਼ਾਂਤੀ ਨਾਲ ਰੂਬਰੂ ਹੁੰਦਾ ਹੋਇਆ ਸੂਰਜ ਨੂੰ ਰੋਸ਼ਨੀ ਵਿੱਚੋਂ ਨਿਕਲਦਾ ਹੋਇਆ ਸ਼ਾਮ ਦੀ ਢਲਾਣ ਨਾਲ ਮੇਲ ਕਰਦਾ ਹੋਇਆ ਆਪਣੇ ਘਰ ਦੀ ਦਹਲੀਜ ਤੇ ਪਹੁੰਚਦਾ ਹੈ। ਘਰ ਪਹੁੰਚਦੇ-ਪਹੁੰਚਦੇ ਉਸਨੂੰ 7 ਵੱਜ ਜਾਂਦੇ ਹਨ ਅਤੇ ਥੋੜਾ ਹਨੇਰਾ ਵੀ ਹੋ ਗਿਆ ਹੁੰਦਾ

ਹੈ।ਘਰ ਪਹੁੰਚਦੇ ਹੀ ਘਰ ਦੇ ਦਰਵਾਜੇ ਤੇ ਤਾਲਾ ਦੇਖ ਕੇ ਉਹ ਹੈਰਾਨ ਪਰੇਸ਼ਾਨ ਹੋ ਜਾਂਦਾ ਹੈ ਅਤੇ ਸੋਚੀ ਪੈ ਜਾਂਦਾ ਹੈ ਬਈ ਘਰ ਵਿੱਚ ਅਜੇ ਤੱਕ ਤਾਲਾ ਲੱਗਾ ਹੋਇਆ ਹੈ ਗੱਜੂ ਘਰੇ ਨਹੀ ਹੈ ਕਿੱਥੇ ਚਲਾ ਗਿਆ।ਆਂਢ-ਗੁਆਂਢ ਵਿੱਚ ਪਤਾ ਕਰਦਾ ਹੈ ਪਰ ਕੁਝ ਨਹੀ ਪਤਾ ਲੱਗਦਾ।ਫਿਰ ਸੋਚਦਾ ਹੈ ਕਿਤੇ ਨੇੜੇ-ਤੇੜੇ ਦੇ ਪਿੰਡ ਵਿੱਚ ਤਾਂ ਨਹੀ ਚਲਿਆ ਗਿਆ ਕ੍ਰਿਕੇਟ ਖੇਡਣ।ਦਰਅਸਲ ਅੱਜ ਸਵੇਰੇ ਗੱਜੂ ਰੋਟੀ ਖਾਧੇ ਬਿਨਾਂ ਹੀ ਸਕੂਲ ਚਲਾ ਗਿਆ ਹੈ।ਰਾਤ ਕਿਵੇਂ ਗੁਜਰੀ ਹੈ ਉਸਨੂੰ ਹੀ ਪਤਾ ਹੈ।ਕਿੰਨੀ ਵਾਰ ਘਰ ਦੇ ਦਰਵਾਜ਼ੇ ਦੇ ਬਾਹਰ ਦਾ ਥੋੜ੍ਹਾ ਜਿਹਾ ਵੀ ਖੜਾਕ ਸੁਣ ਕੇ ਆਪਣੇ ਮਾਂ-ਪਿਓ ਅਤੇ ਛੋਟੇ ਭਰਾ ਲਾਲੀ ਦੀ ਉਡੀਕ ਵਿੱਚ ਜਾਗੋ ਮਿਟੀ ਵਿੱਚ ਹੀ ਰਿਹਾ।ਰਾਤ ਤਾਂ ਉਸਨੇ ਮਾਤਾ ਸ਼ਰਨ ਕੌਰ ਦੇ ਦੁਪਹਿਰ ਵਾਲੇ ਬਚੇ ਹੋਏ ਖਾਣੇ ਨੂੰ ਗਰਮ ਕਰਕੇ ਖਾ ਲਿਆ ਪਰ ਸਵੇਰੇ ਉਸ ਕੋਲ ਕੁੱਝ ਵੀ ਖਾਣ ਨੂੰ ਨਹੀ ਸੀ।ਪਰ ਉਹ ਘਰ ਦੇ ਜਿੰਦਰੇ ਚੰਗੀ ਤਰ੍ਹਾਂ ਲਗਾ ਕੇ ਸਕੂਲ ਚਲਾ ਗਿਆ।ਵੈਸੇ ਰੌਣਕ ਸਿੰਘ ਹਸਪਤਾਲ ਜਾਣ ਤੋਂ ਪਹਿਲਾਂ ਉਸਨੂੰ ਸਮਝਾ ਕੇ ਗਿਆ ਸੀ ਬਈ ਪੁੱਤਰ ਹੋ ਸਕਦਾ ਹੈ ਮੈਨੂੰ ਦੇਰ ਹੋ ਜਾਵੇ।ਇਸ ਕਰਕੇ ਜੇ ਅਸੀ ਰਾਤ ਨਾ ਆਏ ਤਾਂ ਘਰ ਦਾ ਖਿਆਲ ਰੱਖੀਂ।ਗੱਜੂ ਵੀ ਸਮਝਦਾਰ ਬੱਚਾ ਹੈ ਅਤੇ ਆਪਣੀ ਜਿੰਮੇਵਾਰੀ ਨੂੰ ਸਮਝਦਾ ਹੈ।ਉਸਦਾ ਮਨ ਅਜੇ ਵੀ ਆਪਣੇ ਪਰਿਵਾਰ ਵੱਲ ਵਾਰ-ਵਾਰ ਜਾ ਰਿਹਾ ਹੈ।ਪਰ ਆਪਣੀ ਪੜ੍ਹਾਈ ਨੂੰ ਸਮਝਦੇ ਹੋਏ ਸਕੂਲ

ਪਹੁੰਚ ਜਾਂਦਾ ਹੈ ਅਤੇ ਸਕੂਲ ਦੀ ਪ੍ਰਾਰਥਨਾ ਵਿੱਚ ਸ਼ਾਮਲ ਹੁੰਦਾ ਹੈ। ਅੱਜ ਸਕੂਲ ਦੇ ਬਾਹਰ ਵਾਲੇ ਚੌਂਕ ਵਿੱਚ ਸਵੇਰ ਤੋਂ ਹੀ ਗਹਿਮਾ-ਗਹਿਮੀ ਹੋ ਰਹੀ ਹੈ। ਕਿਸਾਨੀ ਅੰਦੋਲਨ ਦਾ ਢੰਕਾ ਵੱਜਿਆ ਹੋਇਆ ਹੈ। ਲੋਕ ਆਪਣੇ ਕੰਮਕਾਰ ਛੱਡ ਕੇ ਚੋਰਾਹੇ ਤੇ ਲੱਗੇ ਮਜਹਮੇ ਵੱਲ ਜਾ ਰਹੇ ਹਨ। ਕਈ ਕਿਸਾਨ ਇੱਕਠੇ ਹੋ ਕੇ ਲਾਊਡ ਸਪੀਕਰ ਲਗਾ ਕੇ ਸਰਕਾਰ ਵੱਲੋਂ ਬਣਾਏ ਕਾਲੇ ਕਨੂੰਨਾਂ ਨੂੰ ਜੱਗ ਜਾਹਰ ਕਰ ਰਹੇ ਹਨ। ਆਮ ਲੋਕਾਂ ਨੂੰ ਜਾਗਰੂਕ ਕਰਨ ਦੀ ਕੋਸ਼ਿਸ਼ ਕੀਤੀ ਜਾ ਰਹੀ ਹੈ। ਟਰੈਕਟਰ ਅਤੇ ਟਰਾਲੀਆਂ ਸ਼ੰਭੂ ਬਾਰਡਰ ਵੱਲ ਨੂੰ ਰਵਾਨਾ ਹੋਣ ਲਈ ਖੜ੍ਹੀਆਂ ਹਨ। ਕਿਸਾਨਾ ਵੱਲੋਂ ਕਿਸਾਨੀ ਅੰਦੋਲਨ ਵਿੱਚ ਵੱਧ ਚੜ੍ਹ ਕੇ ਹਿੱਸਾ ਲੈਣ ਲਈ ਜ਼ੋਰ ਪਾਇਆ ਜਾ ਰਿਹਾ ਹੈ। ਉਧਰੋਂ ਗੱਜੂ ਅਤੇ ਸ਼ਰਦ ਵੀ ਛੁੱਟੀ ਤੋਂ ਬਾਅਦ ਮਜਹਮੇ ਵਿੱਚ ਸ਼ਾਮਲ ਹੋ ਜਾਂਦੇ ਹਨ। ਦੋਵਾਂ ਦੇ ਦਿਮਾਗ ਵਿੱਚ ਲਾਊਡ ਸਪੀਕਰਾਂ ਤੇ ਭਾਸ਼ਣ ਸੁਣਨ ਤੋਂ ਬਾਅਦ ਖਲਬਲੀ ਮੱਚ ਜਾਂਦੀ ਹੈ ਅਤੇ ਇੱਕ ਦੂਸਰੇ ਨਾਲ ਸਲਾਹ ਕਰਕੇ ਉਹ ਵੀ ਕਿਸਾਨੀ ਅੰਦੋਲਨ ਦਾ ਹਿੱਸਾ ਬਣਨ ਲਈ ਤਿਆਰ ਹੋ ਜਾਂਦੇ ਹਨ। ਦੋਵੇਂ ਕੁੱਝ ਹੋਰ ਸਕੂਲੀ ਬੱਚਿਆਂ ਸਮੇਤ ਸ਼ੰਭੂ ਬਾਰਡਰ ਨੂੰ ਜਾਣ ਵਾਲੀ ਇੱਕ ਟਰਾਲੀ ਵਿੱਚ ਬੈਠ ਜਾਂਦੇ ਹਨ ਜੋ ਕਿ ਥੋੜ੍ਹੀ ਦੇਰ ਵਿੱਚ ਰਵਾਨਾ ਹੋ ਜਾਂਦੀ ਹੈ। ਇੰਨਾ ਚੀਜ਼ਾਂ ਵਿੱਚ ਗੱਜੂ ਅਤੇ ਸ਼ਰਦ ਘਰ ਦਾ ਖਿਆਲ ਹੀ ਛੱਡ ਦਿੰਦੇ ਹਨ। ਉੱਧਰ ਉਹਨਾਂ ਦੇ ਘਰ ਆਂਢੀ-ਗੁਆਂਢੀ ਵੀ ਇਕੱਠੇ ਹੋ ਜਾਂਦੇ ਹਨ

ਪਈ ਮੁੰਡਾ ਗਿਆ ਕਿੱਥੇ ਨਾਲ ਦੇ ਘਰੋਂ ਇੱਕ ਬਜ਼ੁਰਗ ਮਾਤਾ ਨਿਕਲਦੀ ਹੈ ਅਤੇ ਦੱਸਦੀ ਹੈ।ਸਵੇਰੇ ਤਾਂ ਮੈਂ ਉਹਨੂੰ ਬਸਤਾ ਲੈ ਕੇ ਸਕੂਲ ਜਾਂਦੇ ਵੇਖਿਆ ਸੀ ਪਰ ਬਾਅਦ ਵਿੱਚ ਨਹੀ ਪਤਾ ਲੱਗਾ ਬਈ ਉਹ ਆਇਆ ਕਿ ਨਹੀ।ਸੁਣ ਕੇ ਰੌਣਕ ਸਿੰਘ ਹੋਰ ਵੀ ਪਰੇਸ਼ਾਨ ਹੋ ਜਾਂਦਾ ਹੈ ਅਤੇ ਦਿਮਾਗੀ ਉਲਝਣ ਦੇ ਵਿੱਚ ਇੱਧਰ-ਉੱਧਰ ਟਹਿਲਣ ਲੱਗ ਜਾਂਦਾ ਹੈ।ਇਹਨੇ ਨੂੰ ਉਸਨੂੰ ਯਾਦ ਆਇਆ ਕਿ ਗੱਜੂ ਦਾ ਦੋਸਤ ਸ਼ਰਦ ਹੈ ਜਿਸਨੂੰ ਗੱਲ ਪਤਾ ਹੋਣੀ ਪਈ ਕਿੱਧਰ ਗਿਆ ਹੈ ਗੱਜੂ ਅੱਜ।ਭੱਜਦਾ-ਭੱਜਦਾ ਉਹ ਸ਼ਰਦ ਦੇ ਘਰ ਵੱਲ ਜਾਂਦਾ ਹੈ।ਉੱਥੇ ਜਾ ਕੇ ਵੇਖਦਾ ਹੈ ਕਿ ਉਸਦੇ ਘਰ ਵੀ ਸ਼ਰਦ ਦੀ ਮਾਂ ਨੇ ਚੀਕ-ਚਿਹਾੜਾ ਪਾਇਆ ਹੋਇਆ ਹੈ।ਸ਼ਰਦ ਦਾ ਪਿਤਾ ਧਨੀ ਰਾਮ ਜੋ ਕਿ ਇੱਕ ਬੱਸ ਡਰਾਈਵਰ ਹੈ ਉਸਦੀ ਮਾਂ ਨੂੰ ਸਮਝਾਉਣ ਲੱਗਾ ਹੋਇਆ ਹੈ ਕੋਈ ਗੱਲ ਨਹੀ ਭਲੀਏ ਲੋਕੇ ਕੁਝ ਨਹੀ ਹੁੰਦਾ ਆਪਣੇ ਸ਼ਰਦ ਨੂੰ।ਅਸੀ ਲੱਭ ਲਵਾਂਗੇ ਉਸਨੂੰ ਤੂੰ ਫਿਕਰ ਨਾ ਕਰ। ਸ਼ਰਦ ਦੀ ਮਾਂ ਦਾ ਰੋ-ਰੋ ਕੇ ਬੁਰਾ ਹਾਲ ਹੋਇਆ ਪਿਆ।ਰੌਣਕ ਸਿੰਘ ਜਾ ਕੇ ਧਨੀ ਰਾਮ ਜੋ ਕਿ ਸ਼ਰਦ ਦਾ ਪਿਤਾ ਹੈ, ਨੂੰ ਪੁੱਛਦਾ ਹੈ।ਧਨੀ ਰਾਮ ਭਾਈ ਕੀ ਗੱਲ ਹੋ ਗਈ ਹੈ।ਤਾਂ ਉਹ ਦੱਸਦਾ ਹੈ ਕਿ ਦੁਪਹਿਰ ਤੋਂ ਸ਼ਰਦ ਦਾ ਵੀ ਕੁਝ ਪਤਾ ਨਹੀ ਹੈ।ਤਾਂ ਰੌਣਕ ਸਿੰਘ ਵੀ ਦੱਸਦਾ ਹੈ ਕਿ ਉਸਦੇ ਵੱਡੇ ਪੁੱਤਰ ਗੱਜੂ ਦਾ ਵੀ ਕੁਝ ਪਤਾ ਨਹੀ ਲੱਗ ਰਿਹਾ ਉਹ ਵੀ ਦੁਪਹਿਰ ਤੋਂ ਗਾਇਬ ਹੈ।ਧਨੀ ਰਾਮ ਦੱਸਦਾ ਹੈ ਕਿ ਉਸਨੇ ਸਕੂਲ

ਜਾ ਕੇ ਵੀ ਪਤਾ ਕੀਤਾ ਸੀ ਜਿੱਥੋਂ ਉਸਨੂੰ ਪਤਾ ਲੱਗਿਆ ਹੈ ਕਿ ਕਿਸਾਨੀ ਅੰਦੋਲਨ ਜੋ ਕਿ ਸ਼ੰਭੂ ਬਾਰਡਰ ਤੇ ਲੱਗਿਆ ਹੋਇਆ ਹੈ ਲਾਗਲੇ ਪਿੰਡਾਂ ਵਿੱਚੋਂ ਟਰਾਲੀਆਂ ਭਰ-ਭਰ ਕੇ ਜਾ ਰਹੀਆਂ ਸਨ ਅਤੇ ਕੁਝ ਬੱਚੇ ਵੀ ਉਹਨਾਂ ਟਰਾਲੀਆਂ ਵਿੱਚ ਬੈਠ ਅੰਦੋਲਨ ਵੱਲ ਤੁਰ ਪਏ ਨੇ। ਸ਼ਾਇਦ ਸ਼ਰਦ ਤੇ ਗੱਜੂ ਸਮੇਤ ਕੁਝ ਹੋਰ ਬੱਚੇ ਵੀ ਸਕੂਲ ਤੋਂ ਵਰਦੀ ਵਿੱਚ ਹੀ ਕਿਸੇ ਟਰਾਲੀ ਟਰੈਕਟਰ ਵਿੱਚ ਬੈਠ ਕੇ ਤੁਰ ਗਏ ਨੇ। ਮੇਰੀ ਤਾਂ ਸਮਝ ਵਿੱਚ ਕੁਝ ਨਹੀ ਆ ਰਿਹਾ ਧਨੀ ਰਾਮਾ ਜੇ ਬੱਚੇ ਚੜ੍ਹ ਵੀ ਗਏ ਸਨ ਤਾਂ ਜਿਹੜੇ ਸਿਆਣੇ ਬੰਦੇ ਨਾਲ ਗਏ ਉਹਨਾਂ ਨੂੰ ਨੀ ਪਤਾ ਲੱਗਿਆ ਪਈ ਇਹ ਛੋਟੇ-ਛੋਟੇ ਜਵਾਕ ਨੇ ਇਹਨਾਂ ਨੂੰ ਕਿਉਂ ਨਾਲ ਬਿਠਾਈ ਜਾਂਦੇ ਨੇ ਚਲੋ ਬੱਚਿਆਂ ਨੂੰ ਨੀ ਸਮਝ ਸਿਆਣਿਆ ਨੂੰ ਵੀ ਕੁਝ ਪਤਾ ਨਹੀ ਲੱਗਿਆ? ਸਿਰੇ ਹੀ ਲਾਇਆ ਪਿਆ ਕੰਮ ਡੋਲਾ ਭੋਲਾ ਹੋ ਕਿ ਰੌਣਕ ਸਿੰਘ ਮੂੰਹ ਵਿੱਚ ਹੀ ਬੁੜਬੜਾਉਣ ਲੱਗ ਪਿਆ। ਹੁਣ ਕਿੱਥੇ ਲਭੀਏ ਕਿੱਥੇ ਜਾਈਏ ਸਮਝ ਤੋਂ ਹੀ ਪਰੇ ਹੋਇਆ ਪਿਆ ਕੰਮ। ਥੋੜਾ ਚਿਰ ਇੱਧਰ-ਉੱਧਰ ਟਹਿਲਦੇ ਹੋਏ ਰੌਣਕ ਸਿੰਘ ਨੇ ਧਨੀ ਰਾਮ ਨੂੰ ਕਿਹਾ, ਧਨੀ ਰਾਮਾ ਇੰਝ ਕਰੀਏ ਆਪਾਂ ਵੀ ਨਿਕਲੀਏ ਸ਼ੰਭੂ ਬਾਰਡਰ ਨੂੰ ਜੇ ਉਹ ਦੁਪਹਿਰ ਦੇ ਗਏ ਨੇ ਤੇ ਅਜੇ ਪਹੁੰਚੇ ਹੀ ਹੋਣਗੇ। ਅਸੀ ਸਵੇਰ ਤੱਕ ਤਾਂ ਪਹੁੰਚ ਜਾਵਾਂਗੇ ਤੇ ਲੱਭ ਹੀ ਲਵਾਂਗੇ ਬੱਚਿਆਂ ਨੂੰ ਧਨੀ ਰਾਮ ਕੋਲ ਇੱਕ ਸਕੂਲ ਬੱਸ ਹੈ ਜਿਸ ਤੇ ਉਹ ਬੱਚਿਆਂ ਨੂੰ ਸਕੂਲ ਛੱਡਣ ਤੇ ਲੈਣ ਜਾਂਦਾ ਹੈ

ਧਨੀ ਰਾਮ ਨੇ ਵੀ ਹਾਂ ਵਿੱਚ ਹਾਂ ਮਿਲਾਈ ਅਤੇ ਆਪਣਾ ਸਮਾਨ ਲੈਣ ਅੰਦਰ ਚਲਿਆ ਜਾਂਦਾ ਹੈ ਰੌਣਕ ਸਿੰਘ ਵੀ ਦੌੜਦਾ ਹੈ ਘਰ ਵੱਲ ਨੂੰ ਆਪਣਾ ਲੋੜੀਂਦਾ ਸਾਮਾਨ ਲੈਣ।ਘਰ ਦੇ ਅੰਦਰ ਦਾਖਿਲ ਹੋਣ ਲਈ ਪਹਿਲਾਂ ਤਾਂ ਘਰ ਦਾ ਤਾਲਾ ਤੋੜਦਾ ਹੈ ਅਤੇ ਫਿਰ ਅੰਦਰ ਲੀੜਾ ਕੱਪੜਾ, ਚਾਦਰ ਕੰਬਲ ਕੁੱਝ ਪੈਸੇ ਅਤੇ ਜਰੂਰੀ ਸਮਾਨ ਲੈਂਦਾ ਹੈ ਅਤੇ ਪੁਰਾਣਾ ਤਾਲਾ ਲਗਾ ਕੇ ਘਰੋਂ ਨਿਕਲਦਾ ਹੈ।ਉਧਰੋਂ ਧਨੀ ਰਾਮ ਵੀ ਤਿਆਰ ਹੋ ਜਾਂਦਾ ਹੈ ਅਤੇ ਆਪਣੀ ਘਰਵਾਲੀ ਨੂੰ ਹੌਂਸਲਾ ਦਿੰਦੇ ਹੋਏ ਗੱਡੀ ਸਟਾਰਟ ਕਰਦਾ ਹੈ।ਰਾਤ ਦੇ 10 ਵਜੇ ਉਹ ਨਿਕਲਦੇ ਹਨ ਪਿੰਡ ਦੀਆਂ ਗਲੀਆਂ ਵਿੱਚੋਂ ਹੁੰਦੇ ਹੋਏ ਸ਼ਹਿਰ ਨੂੰ ਜਾਂਦੇ ਲਿੰਕ ਰੋਡ ਤੇ ਚੜ ਜਾਂਦੇ ਹਨ।ਇੱਕ ਦੂਜੇ ਨੂੰ ਹੌਂਸਲਾ ਦਿੰਦੇ ਉਹ ਨਵੇ ਸਫਰ ਤੇ ਤੁਰ ਪੈਂਦੇ ਹਨ ਸੋਚਾਂ ਵਿਚਾਰਾਂ ਵਿੱਚ ਫਸੇ ਹੋਏ ਹਨ ਪਈ ਕਿੱਦਾ ਬੱਚਿਆਂ ਨੂੰ ਲੱਭਾਂਗੇ ਨਾਲੇ ਗੁੱਸੇ ਵਿੱਚ ਬੱਚਿਆਂ ਤੇ ਗੁੱਸਾ ਵੀ ਕਰਦੇ ਹਨ।ਚੱਲਦੇ ਚੱਲਦੇ ਧਨੀ ਰਾਮ ਨੂੰ ਰੌਣਕ ਸਿੰਘ ਆਪਣੇ ਛੋਟੇ ਬੱਚੇ ਬਾਰੇ ਵੀ ਦੱਸਦਾ ਹੈ ਅਤੇ ਕਹਿੰਦਾ ਹੈ ਅਸੀ ਜਾਂਦੇ-ਜਾਂਦੇ ਇੱਕ ਵਾਰ ਹਸਪਤਾਲ ਹੁੰਦੇ ਜਾਣਾ ਹੈ। ਤਾਂ ਜੋ ਲਾਲੀ ਦਾ ਵੀ ਪਤਾ ਲੈ ਲਈਏ।ਜਿੰਦਗੀ ਦਾ ਵੀ ਕੋਈ ਜਵਾਬ ਨਹੀ ਕਦੇ ਆਉਦੀ ਹੈ ਤੇ ਕਦੇ ਜਾਂਦੀ ਹੈ।ਜਿੰਦਗੀ ਦੇ ਰੰਗਾਂ ਨੂੰ ਜਾਨਣਾ ਵੀ ਬੜਾ ਜਰੂਰੀ ਹੈ ਹਰ ਇੱਕ ਰੰਗ ਕੁਝ ਨਾ ਕੁਝ ਸਿਖਾ ਜਾਂਦਾ ਹੈ ਜਾਂ ਕਦੇ-ਕਦੇ ਤਾਂ ਭਾਜੜਾਂ ਦੇ ਵਿੱਚ ਵੀ ਪਾ ਦਿੰਦਾ

ਹੈ।ਕਦੇ ਤਾਂ ਹੱਸਦੀ ਜਿੰਦਗੀ ਵਿੱਚ ਪਤਾ ਹੀ ਨਹੀ ਚੱਲਦਾ ਕਿ ਕਦੋਂ ਰੋਣਾ ਆ ਜਾਂਦਾ ਹੈ।ਕਦ ਦੁੱਖਾਂ ਦੇ ਪਹਾੜ ਤੇ ਚੜਣਾ ਪੈਣਾ ਤੇ ਕਦ ਸੁੱਖਾਂ ਦੇ ਰੇਤਲੇ ਮੈਦਾਨ ਵਿੱਚੋਂ ਬਹਾਰਾਂ ਦੇ ਜਮਾਨੇ ਵਿੱਚ ਆ ਜਾਣਾ ਬੜਾ ਮੁਸ਼ਕਿਲ ਪੈਂਡਾ ਜਾਪਦਾ ਹੈ।ਸ਼ਾਇਦ ਜਿੰਦਗੀ ਦਾ ਦਸਤੂਰ ਹੀ ਇਹ ਹੈ।ਦੁੱਖਾਂ ਨਾਲ ਉਜਾੜ ਤੇ ਸੁੱਖਾਂ ਨਾਲ ਬਹਾਰ।ਪਰ ਸਿਆਣੇ ਕਹਿ ਗਏ ਵੀ ਨੇ ਕਿ ਸੁੱਖਾਂ ਤੋਂ ਬਾਅਦ ਦੁੱਖ ਆਉਦੇ ਹੀ ਨੇ ਅਤੇ ਦੁੱਖਾਂ ਤੋਂ ਬਾਅਦ ਸੁੱਖ।ਇਸ ਉਮੀਦ ਤੇ ਹੀ ਜਿੰਦਗੀ ਅਤੇ ਜੀਵਨ ਦਾ ਵਿਸਤਾਰ ਫੈਲਿਆ ਹੋਇਆ ਹੈ।ਕਦੇ-ਕਦੇ ਤਾਂ ਸੁੱਖ ਵੀ ਇਸ ਮੁਦਰਾ ਵਿੱਚ ਆਉਂਦੇ ਹਨ ਕਿ ਉਹਨਾਂ ਦੇ ਵਿੱਚ ਛਿਪੇ ਦੁੱਖਾਂ ਦਾ ਤਾਂ ਪਤਾ ਹੀ ਨਹੀ ਲਗਾਇਆ ਜਾ ਸਕਦਾ।ਬੀਜ ਉੱਗਦਾ ਹੈ ਅਤੇ ਪੌਦਾ ਬਣਦਾ ਹੈ।ਪੌਦੇ ਤੋਂ ਫੁੱਲ ਬਣਦਾ ਹੈ।ਪਰ ਸੋਚਿਆ ਜਾਵੇ ਬਈ ਜੇ ਬੀਜ ਹੀ ਨਾ ਉੱਗੇ ਉਸਤੇ ਤਾਂ ਫੁੱਲ ਦੀ ਤਾਂ ਕੀ ਹੀ ਸੋਚੀਏ ਪੌਦਾ ਹੀ ਨਹੀ ਆਇਆ।ਜਿੰਦਗੀ ਦਾ ਅਸਲ ਰੰਗ ਜਾਨਣਾ ਬੜਾ ਮੁਸ਼ਕਿਲ ਕੰਮ ਹੈ।ਪਰ ਇਹ ਵੀ ਜਿੰਦਗੀ ਜਿਉਣੀ ਪੈਂਦੀ ਹੈ ਅਤੇ ਜਿਉਣਾ ਹੀ ਹੈ।ਜਿਊਣਾ ਹੀ ਜਿੰਦਗੀ ਹੈ।ਲੜਦੇ ਰਹਿਣ ਨਾਲ ਹੀ ਜਿੰਦਗੀ ਦੇ ਰੰਗਾਂ ਨੂੰ ਮਾਣਿਆ ਜਾ ਸਕਦਾ ਹੈ ਇਸੇ ਸੋਚਾਂ ਅਤੇ ਗੱਲਾਬਾਤਾਂ ਕਰਦੇ ਹੋਏ ਰੌਣਕ ਸਿੰਘ ਅਤੇ ਧਨੀ ਰਾਮ ਪਿੰਡਾਂ ਦੇ ਮਾਹੌਲ ਤੋਂ ਹੁੰਦੇ ਹੋਏ ਸ਼ਹਿਰਾਂ ਦੇ ਰਾਹ ਦੇ ਸਨਾਟੇ ਤੱਕ ਪਹੁੰਚਦੇ ਹਨ।ਰਾਤ ਦੇ ਸਾਡੇ ਗਿਆਰਾਂ ਵੱਜੇ ਹੋਏ ਨੇ ਅਤੇ ਸ਼ਹਿਰ ਦੀਆਂ ਰੋਸ਼ਨੀਦਾਰ

ਸੜਕਾਂ ਦੇ ਵਿੱਚ ਵੜਦੇ ਹੋਏ ਰੌਣਕ ਸਿੰਘ ਸੋਚਾਂ ਵਿੱਚੋਂ ਥੋੜਾ ਜਿਹਾ ਖੋਇਆ ਹੋਇਆ ਆਪਣੇ ਹਮਸਫਰ ਦੇ ਨਾਲ ਸਰਕਾਰੀ ਹਸਪਤਾਲ ਦੇ ਅੰਦਰ ਪਰਵੇਸ਼ ਕਰਦਾ ਹੈ। ਧਨੀ ਰਾਮ ਅਤੇ ਰੌਣਕ ਸਿੰਘ ਦੇ ਚੇਹਰਿਆ ਉੱਤੇ ਇੱਕ ਗੰਭੀਰ ਕਿਸਮ ਦੀ ਪ੍ਰਵਿਤੀ ਬਣੀ ਹੋਈ ਹੈ ਰੌਣਕ ਸਿੰਘ ਕਹਿੰਦਾ ਹੈ ਧਨੀ ਰਾਮਾ ਅੱਗਿਓਂ ਸੱਜੇ ਪਾਸੇ ਐਮਰਜੈਂਸੀ ਹੈ ਉੱਥੇ ਹੀ ਜਾਣਾ ਹੈ ਧਨੀ ਰਾਮ ਵੀ ਗੱਡੀ ਮੋੜ ਕੇ ਐਮਰਜੈਂਸੀ ਦੇ ਬਾਹਰ ਖਿਲਾਰ ਦੇਂਦਾ ਹੈ। ਹੱਫੜਾ ਦਫੜੀ ਤਾਂ ਇਹਨੀ ਹੈ ਕਿ ਰੌਣਕ ਸਿੰਘ ਨੂੰ ਆਪਣੇ ਆਪ ਦਾ ਪਤਾ ਹੀ ਨਹੀ ਲੱਗ ਰਿਹਾ ਕਿ ਉਹ ਹਸਪਤਾਲ ਪਹੁੰਚ ਚੁਕਿਆ ਹੈ ਇਹ ਤਾਂ ਧਨੀ ਰਾਮ ਉਸਨੂੰ ਜਾਗੀ ਹੋਈ ਨੀਂਦ ਵਿੱਚੋਂ ਜਗਾਂਦਾ ਹੈ ਅਤੇ ਆਵਾਜ ਦਿੰਦਾ ਹੈ ਪਾਜੀ ਹਸਪਤਾਲ ਆ ਗਿਆ। ਧਨੀ ਰਾਮ ਦੇ ਹਲਾਉਣ ਉੱਤੇ ਉਹ ਜਾਗਦਾ ਹੈ ਅਤੇ ਧੜਲੇ ਨਾਲ ਉੱਠਦਾ ਹੈ। ਇੱਕ ਦਮ ਦਰਵਾਜਾ ਖੋਲਦਾ ਹੈ ਅਤੇ ਧਨੀ ਰਾਮ ਨੂੰ ਪਿੱਛੇ ਛੱਡਦੇ ਹੋਏ ਕਹਿੰਦਾ ਹੈ ਆਜਾ ਧਨੀ ਰਾਮਾ। ਤੇਜੀ ਦੇ ਨਾਲ ਹਸਪਤਾਲ ਐਮਰਜੈਂਸੀ ਦੇ ਅੰਦਰ ਵੜਦਾ ਹੈ ਅਤੇ ਦੋੜਦਾ ਹੋਇਆ ਐਮਰਜੈਂਸੀ ਵਾਰਡ ਵਿੱਚ ਦਾਖਿਲ ਹੁੰਦਾ ਹੈ। ਧਨੀ ਰਾਮ ਵੀ ਪਿੱਛੇ ਪਿੱਛੇ ਆਉਂਦਾ ਹੈ। ਐਮਰਜੈਂਸੀ ਵਾਰਡ ਵਿੱਚ ਆ ਕੇ ਰੌਣਕ ਸਿੰਘ ਆਪਣੇ ਲਾਲੀ ਨੂੰ ਮਿਲੇ ਹੋਏ ਬੈੱਡ ਨੰਬਰ ਤੇ ਜਾ ਪਹੁੰਚਦਾ ਹੈ ਉੱਥੇ ਪਹੁੰਚ ਕੇ ਉਹ ਵੇਖਦਾ ਹੈ ਕਿ ਲਾਲੀ ਦੇ ਬੈੱਡ ਉੱਪਰ ਕੋਈ ਹੋਰ ਮਰੀਜ ਪਿਆ ਹੈ ਜਿਸਨੂੰ ਕਿ

ਆਕਸੀਜਨ ਲੱਗੀ ਹੋਈ ਹੈ ਅਤੇ 2 ਸਟਾਫ ਨਰਸਾਂ ਉਸਨੂੰ ਟੀਕੇ ਲਗਾ ਰਹੀਆਂ ਹੁੰਦੀਆਂ ਨੇ ਹੈਰਾਨੀ ਪਰੇਸ਼ਾਨੀ ਦੇ ਨਾਲ ਨਰਸ ਭੈਣ ਜੀ ਨੂੰ ਪੁੱਛਦਾ ਹੈ ਭੈਣ ਜੀ ਇੱਥੇ ਮੇਰਾ ਬੱਚਾ ਦਾਖਿਲ ਸੀ ਉਹ ਕਿੱਧਰ ਗਿਆ ਮੇਰੀ ਧਰਮ ਪਤਨੀ ਵੀ ਨਾਲ ਸੀ ਤਾਂ ਨਰਸ ਭੈਣਜੀ ਦੱਸਦੇ ਹਨ ਕਿ ਐਮਰਜੈਂਸੀ ਵਿੱਚ ਮਰੀਜਾਂ ਦੀ ਗਿਣਤੀ ਜਿਆਦਾ ਹੋਣ ਕਰਕੇ ਉਹਨਾਂ ਦੇ ਮਰੀਜ ਲਾਲੀ ਨੂੰ ਉੱਪਰ ਬੱਚਾ ਵਾਰਡ ਵਿੱਚ ਸ਼ਿਫਟ ਕਰ ਦਿੱਤਾ ਗਿਆ ਹੈ।ਪਰ ਉਸਦੀ ਹਾਲਤ ਕਿੱਦਾਂ ਦੀ ਹੈ ਭੈਣਜੀ ਰੌਣਕ ਸਿੰਘ ਪੁੱਛਦਾ ਹੈ।ਨਰਸ ਭੈਣਜੀ ਦੱਸਦੀ ਹੈ ਕਿ ਇਹ ਤੁਸੀ ਡਾਕਟਰ ਸਾਹਿਬ ਨੂੰ ਪੁੱਛ ਲਵੋ।ਡਾਕਟਰ ਰੂਮ ਵਿੱਚ ਜਾ ਕੇ ਰੌਣਕ ਸਿੰਘ ਵੇਖਦਾ ਹੈ ਡਾਕਟਰ ਸਾਹਿਬ ਵੱਲੋਂ ਐਮਰਜੈਂਸੀ ਵਿੱਚ ਆਏ ਨਵੇ ਮਰੀਜਾਂ ਦੀ ਭੀੜ ਨੂੰ ਵਾਰੀ-ਵਾਰੀ ਸਿਰ ਆਉਣ ਲਈ ਕਿਹਾ ਜਾ ਰਿਹਾ ਹੈ।ਪਰ ਹਰ ਇੱਕ ਮਰੀਜ ਕਾਹਲੇ ਤੋਂ ਵੀ ਕਾਹਲਾ ਹੈ ਬਿਨਾਂ ਕਿਸੇ ਲਾਈਨ ਤੋਂ ਇੱਕ ਦੇ ਉੱਪਰ ਇੱਕ ਚੜਿਆ ਹੋਇਆ ਹੈ।ਭੰਬਲਭੂਸੇ ਵਿੱਚ ਪੈਣ ਤੋਂ ਰੌਣਕ ਸਿੰਘ ਨੇ ਆਪਣੇ ਬੱਚੇ ਕੋਲ ਜਾਣਾ ਜਿਆਦਾ ਜਰੂਰੀ ਸਮਝਿਆ ਅਤੇ ਭੈਣਜੀ ਤੋਂ ਵਾਰਡ ਨੰ. ਪੁੱਛ ਕੇ ਦੂਸਰੀ ਮੰਜਿਲ ਤੇ ਜਿੱਥੇ ਕਿ ਬੱਚਾ ਵਾਰਡ ਬਣੀ ਹੈ ਪੌੜੀਆਂ ਰਾਹੀਂ ਚੜਣਾ ਸ਼ੁਰੂ ਕਰ ਦਿੱਤਾ।ਧਨੀ ਰਾਮ ਦੇ ਨਾਲ ਨਾਲ ਉਹ ਆਪ ਵੀ ਸਾਹੋਂ ਸਾਹੀਂ ਹੋਇਆ ਦੂਸਰੀ ਮੰਜਿਲ ਤੇ ਪਹੁੰਚਦਾ ਹੈ ਅਤੇ ਬੱਚਾ ਵਾਰਡ ਵਿੱਚ ਜਾ ਕੇ ਉੱਥੇ ਬਣੇ

ਨਰਸਿੰਗ ਸਟੇਸ਼ਨ ਤੇ ਬੈਠੀ ਇੱਕ ਹੋਰ ਨਰਸ ਭੈਣਜੀ ਤੋਂ ਪੁੱਛਦਾ ਹੈ।ਭੈਣਜੀ ਇੱਥੇ ਮੇਰਾ ਬੱਚਾ ਲਾਲੀ ਦਾਖਿਲ ਹੈ ਕਿੰਨੇ ਨੰਬਰ ਬੈੱਡ ਤੇ ਹੈ।ਨਰਸ ਭੈਣਜੀ ਫਾਈਲਾਂ ਫਰੋਲਦੀ ਹੈ ਅਤੇ ਲਾਲੀ ਦੀ ਮੈਡੀਕਲ ਫਾਈਲ ਕੱਢ ਕੇ ਦੱਸਦੀ ਹੈ।ਤੁਹਾਡਾ ਮਰੀਜ ਵਾਰਡ ਨੰ. 2 ਦੇ ਬੈੱਡ ਨੰ. 4 ਤੇ ਹੈ।ਰੌਣਕ ਸਿੰਘ ਸੁਣ ਕੇ ਵਾਰਡ ਵੱਲ ਭੱਜਦਾ ਹੈ ਅਤੇ ਸਾਹਮਣੇ ਉਸਨੂੰ ਉਡੀਕ ਭਰੀ ਨਜਰਾਂ ਨਾਲ ਵੇਖਦੀ ਸ਼ਰਨ ਕੌਰ ਨਜਰ ਆਉਂਦੀ ਹੈ।ਆਪਣੇ ਪੁੱਤਰ ਲਾਲੀ ਦੇ ਕੋਲ ਪਹੁੰਚਦਾ ਹੈ।ਰੌਣਕ ਸਿੰਘ ਨੂੰ ਵੇਖ ਕੇ ਜਿਵੇਂ ਸ਼ਰਨ ਕੌਰ ਦੀ ਜਾਨ ਵਿੱਚ ਜਾਨ ਆਉਂਦੀ ਹੈ ਅਤੇ ਹੱਕੀ ਬੱਕੀ ਹੋ ਕੇ ਇੱਕੋ ਗੱਲ ਪੁੱਛਦੀ ਹੈ ਕਿੱਥੇ ਰਹਿ ਗਏ ਤੁਸੀ ਇਹਨਾਂ ਸਮਾਂ ਤੁਹਾਨੂੰ ਪਤਾ ਕਿੰਨੀ ਪਰੇਸ਼ਾਨ ਹੋਈ ਹਾਂ ਮੈਂ।ਐਮਰਜੈਂਸੀ ਵਾਲੇ ਡਾ. ਨੇ 'ਸਾਨੂੰ ਇੱਥੇ ਸ਼ਿਫਟ ਕਰ ਦਿੱਤਾ।ਮੈਂ ਬੜਾ ਕਿਹਾ ਬਈ ਮੇਰੇ ਪਤੀ ਨੂੰ ਆ ਲੈਣ ਦਿਓ ਪਰ ਉਹਨਾਂ ਨੇ ਇੱਕ ਨਾ ਸੁਣੀ।ਅਜੇ ਵੀ ਲਾਲੀ ਠੀਕ ਨਹੀ ਤੁਸੀ ਇਹਨਾਂ ਲੇਟ ਕਿੱਦਾਂ ਹੋ ਗਏ।ਹੁਣ ਤਾਂ ਰਾਤ ਦੇ 12 ਵੱਜਣ ਲੱਗੇ ਹਨ।ਇਹਨਾਂ ਸਮਾਂ ਹੋ ਗਿਆ ਇਹਦਾ ਬੁਖਾਰ ਨਹੀ ਉਤਰ ਰਿਹਾ ਤੁਹਾਨੂੰ ਕੋਈ ਖਿਆਲ ਨਹੀ।ਸਵਾਲਾਂ ਦੀ ਬੋਛਾਰ ਨੇ ਜਿਵੇਂ ਰੌਣਕ ਸਿੰਘ ਨੂੰ ਬੋਲਾ ਜਿਹਾ ਕਰ ਦਿੱਤਾ।ਪਰ ਰੌਣਕ ਸਿੰਘ ਦਾ ਧਿਆਨ ਤਾਂ ਬੇਹੋਸ਼ ਲਾਲੀ ਨੂੰ ਵੇਖਣ ਵੱਲ ਸੀ।ਲਾਲੀ ਨੂੰ ਵੇਖ-ਵੇਖ ਕੇ ਉਸਦੇ ਅੰਦਰੋਂ ਜਿਵੇਂ ਤੂਫਾਨ ਜਿਹੇ ਉੱਠਦੇ ਸੀ।ਬਈ ਮੇਰਾ ਬੱਚਾ ਇਹਨਾਂ ਲਾਡਲਾ ਮੇਰੀ

ਜਾਨ ਤੋਂ ਵੀ ਬੇਸ਼ਕਿਮਤੀ ਫੁੱਲਾਂ ਜਿਹਾ ਦਿਲ ਜੀਵ ਤੇ ਦੁਨੀਆ ਦੀਆਂ ਬੇਸ਼ਕੀਮਤੀ ਚੀਜਾਂ ਵਿੱਚੋਂ ਇੱਕ ਪ੍ਰਮਾਤਮਾ ਦੀ ਦਿੱਤੀ ਹੋਈ ਬਖ਼ਸ਼ੀਸ ਤੇ ਲੂੰ ਕੰਢੇ ਖਿਚੱਣ ਵਾਲਾ ਪਿਆਰ ਛਾਤੀ ਵਿੱਚੋਂ ਨਿਕਲ ਕੇ ਬਾਹਰ ਆਉਣ ਨੂੰ ਫਿਰਦਾ ਹੈ ਪਰ ਦੁਨਿਆਵੀ ਚੀਜਾਂ ਨੂੰ ਵੇਖ ਕੇ ਜਿਵੇਂ ਆਪਣੇ ਆਪ ਨੂੰ ਉਸਨੂੰ ਲੁਕਾਉਣਾ ਪੈ ਰਿਹਾ ਹੈ ਇਸ ਵਲਵਲੇ ਨੂੰ ਸੰਭਾਲਣਾ ਵੀ ਬਹੁਤ ਔਖਾ ਹੋ ਰਿਹਾ ਹੈ।ਪਰ ਫਿਰ ਵੀ ਆਪਣੀ ਸਮਝ ਅਪਣਾ ਕੇ ਤੇ ਆਪਣੇ ਆਪ ਤੋਂ ਭਰੋਸਾ ਰੱਖ ਕੇ ਜਿਵੇਂ ਉਹ ਲਾਲੀ ਦੀ ਮਾਂ ਸ਼ਰਨ ਕੌਰ ਦੀਆਂ ਆਵਾਜਾਂ ਨੂੰ ਮਹਿਸੂਸ ਕਰਨ ਵਾਲੀ ਪਰਿਸਥਿਤੀ ਤੇ ਪਹੁੰਚ ਕੇ ਉਸਦੀਆਂ ਦਿੱਤਿਆਂ ਸਵਾਲਾਂ ਦੇ ਵੱਲ ਪਹੁੰਚਦਾ ਹੈ ਅਤੇ ਉਸਨੂੰ ਕੁਝ ਰੋਲਾ-ਰੱਪਾ ਸੁਣਾਈ ਦਿੰਦਾ ਹੈ।ਜਿਵੇਂ ਕੋਈ ਉਸ ਦਾ ਕਸੂਰ ਕੱਢ ਰਿਹਾ ਹੁੰਦਾ ਹੈ ਕਿ ਇਹ ਸਭ ਕੁਝ ਤੇਰੇ ਕਰਕੇ ਹੋਇਆ ਹੈ ਨਾ ਤਾਂ ਤੂੰ ਦੋ ਬੇੜੀਆਂ ਵਿੱਚ ਪੈਰ ਧਰਦਾ ਤੇ ਨਾ ਹੀ ਇਹਦਾ ਹੁੰਦਾ।ਪਰਿਵਾਰਕ ਜੀਵਨ ਅਤੇ ਸਮਾਜਿਕ ਚੀਜਾਂ ਨੂੰ ਇਕੱਠੇ ਤੋਰਨਾ ਬੜਾ ਔਖਾ ਜਿਹਾ ਅਤੇ ਗੁੰਝਲਦਾਰ ਜਿਹਾ ਕੰਮ ਹੈ।ਦੋਵਾਂ ਚੀਜਾਂ ਨੂੰ ਮੋਢਿਆਂ ਉੱਤੇ ਚੁੱਕ ਕੇ ਦੁਨੀਆ ਵਿੱਚ ਚਲਣਾ ਕਦੀ-ਕਦੀ ਜਿਵੇਂ ਸੱਪ ਦੇ ਮੂੰਹ ਵਿੱਚ ਕੋੜ-ਕਿਰਲੀ ਵਾਂਗ ਹੋ ਜਾਂਦਾ ਹੈ।ਹੁਣ ਰੌਣਕ ਸਿੰਘ ਥੋੜਾ ਆਪਣੇ ਹੋਸ਼ ਵਿੱਚ ਆਉਂਦਾ ਹੈ ਅਤੇ ਉਹ ਹੁਣ ਅੱਗੇ ਦੀ ਸੋਚਦਾ ਹੈ ਅਤੇ ਨਾਲ ਦੇ ਨਾਲ ਹੀ ਸ਼ਰਨ ਕੌਰ ਨੂੰ ਕਹਿੰਦਾ ਹੈ ਹੌਂਸਲਾ ਰੱਖ- ਸ਼ਰਨ ਕੌਰੇ

ਹੋਸਲਾਂ ਬਿਲਕੁਲ ਟੈਨਸ਼ਨ ਨਾ ਲੈ .... ਗੰਭੀਰ ਅਤੇ ਉੱਚੀ ਆਵਾਜ ਸੁਣ ਕੇ ਸ਼ਰਨ ਕੌਰ ਜਿਵੇਂ ਦੁੱਖਾਂ ਵਿੱਚੋਂ ਅਤੇ ਰੋਣਿਆਂ (ਰੋਣਾ-ਧੋਣਾ) ਵਿੱਚੋਂ ਉੱਠ ਕੇ ਗੰਭੀਰ ਅਵਸਥਾ ਵਿੱਚ ਰੌਣਕ ਸਿੰਘ ਵੱਲ ਤੱਤਪਰ ਹੋ ਕੇ ਵੇਖਣ ਲੱਗ ਜਾਂਦੀ ਹੈ।ਕੁਝ ਕੁ ਮਿੰਟਾਂ ਲਈ ਤਾਂ ਇੰਝ ਲੱਗਦਾ ਹੈ ਜਿਵੇਂ ਦੋਵਾਂ ਦੇ ਦਰਮਿਆਨ ਅੱਖਾਂ ਨਾਲ ਹਜ਼ਾਰਾਂ ਗੱਲਾਂ ਹੋ ਗਈਆਂ ਹੋਣ ਪਰ ਸਵਾਲਾਂ ਦਾ ਇੱਕ ਪ੍ਰਸ਼ਨਚਿੰਨ ਜਿਹਾ ਜਿਵੇਂ ਬੁੱਲਾਂ ਅਤੇ ਚਿਹਰਿਆਂ ਉੱਤੇ ਛਾਇਆ ਹੋਇਆ ਹੈ ਰੌਣਕ ਸਿੰਘ ਲਾਲੀ ਨੂੰ ਵੇਖਦਾ ਹੈ ਅਤੇ ਸ਼ਰਨ ਕੌਰ ਨੂੰ ਪੁੱਛਦਾ ਹੈ ਕਿ ਡਾਕਟਰ ਸਾਹਿਬ ਆਏ ਸੀ ਲਾਲੀ ਨੂੰ ਚੈੱਕ ਕਰਨ ਲਈ? ਸ਼ਰਨ ਕੌਰ ਦੱਸਦੀ ਹੈ ਥੋੜੀ ਦੇਰ ਪਹਿਲਾਂ ਆਏ ਸੀ ਅਤੇ ਇਹ ਕਹਿ ਕੇ ਗਏ ਹਨ ਕਿ ਲਾਲੀ ਦੀ ਹਾਲਤ ਬਾਰੇ ਅਜੇ ਕੁਝ ਨਹੀ ਕਹਿ ਸਕਦੇ। 24-72 ਘੰਟੇ ਹਾਲਤ ਵਿੱਚ ਸੁਧਾਰ ਹੋਣਾ ਚਾਹੀਦਾ ਹੈ।ਪਰ ਮੈਨੂੰ ਤਾਂ ਇਸਦੀ ਹਾਲਤ ਹੋਰ ਖਰਾਬ ਹੁੰਦੀ ਦਿਸ ਰਹੀ ਹੈ ਨਹੀ ਤਾਂ ਤੁਸੀ ਇਸਨੂੰ ਕਿਸੇ ਹੋਰ ਹਸਪਤਾਲ ਵਿੱਚ ਲੈ ਜਾਵੋ ਕਿਉਂਕਿ ਹੋ ਸਕਦਾ ਹੈ ਕਿ ਇਸਨੂੰ ਸਾਹ ਵਾਲੀ ਮਸ਼ੀਨ ਉੱਤੇ ਪਾਣਾ ਪੈ ਸਕਦਾ ਹੈ।ਪਰ ਇੱਥੇ ਹਸਪਤਾਲ ਵਿੱਚ ਸਾਹ ਵਾਲੀ ਮਸ਼ੀਨ ਨਹੀ ਹੈ।ਸੁਣ ਕੇ ਰੌਣਕ ਸਿੰਘ ਦਾ ਜਿਵੇਂ ਹੋਂਸਲਾ ਜਿਹਾ ਟੁੱਟ ਜਾਂਦਾ ਹੈ।ਹੁਣ ਉਸਨੂੰ ਇਹ ਪਤਾ ਨਹੀ ਲੱਗ ਰਿਹਾ ਕਿ ਇਸ ਵੇਲੇ ਉਸਨੂੰ ਸ਼ਰਨ ਕੌਰ ਨੂੰ ਗੱਜੂ ਬਾਰੇ ਦੱਸਣਾ ਚਾਹੀਦਾ ਹੈ ਜਾਂ ਨਹੀ।ਇੱਕ ਪਾਸੇ ਤਾਂ ਲਾਲੀ ਦੀ ਹਾਲਤ ਗੰਭੀਰ ਬਣੀ

ਹੋਈ ਹੈ ਅਤੇ ਦੂਜੇ ਪਾਸੇ ਗੱਜੂ ਦਾ ਕੋਈ ਅਤਾ-ਪਤਾ ਹੀ ਨਹੀ ਹੈ।ਸਬਰ ਕਰ ਕੇ ਰੌਣਕ ਸਿੰਘ ਬੋਲਦਾ ਹੈ ਸ਼ਰਨ ਕੌਰੇ ਮੈਂ ਇੱਕ ਵਾਰ ਡਾਕਟਰ ਸਾਹਿਬ ਨੂੰ ਮਿਲ ਕੇ ਆਉਂਦਾ ਹਾਂ।ਕੋਲ ਖੜਾ ਧਨੀ ਰਾਮ ਡਰਾਈਵਰ ਇਹ ਸਭ ਕੁਝ ਦੇਖ ਸੁਣ ਰਿਹਾ ਹੁੰਦਾ ਹੈ ਅਤੇ ਕੁਝ ਬੋਲਣ ਦੀ ਹਾਲਤ ਵਿੱਚ ਉਹ ਵੀ ਨਹੀ ਹੈ ਕਿਉਂਕਿ ਉਸਨੂੰ ਵੀ ਆਪਣੇ ਬੱਚੇ ਸ਼ਰਦ ਦਾ ਖਿਆਲ ਮੁੜ-ਮੁੜ ਸਤਾ ਰਿਹਾ ਹੈ।ਪਰ ਸ਼ਰਨ ਕੌਰ ਅਤੇ ਰੌਣਕ ਸਿੰਘ ਦੀ ਆਪਸੀ ਗੱਲਬਾਤ ਸੁਣਦੇ ਹੋਏ ਆਪਣੇ-ਆਪ ਨੂੰ ਕੁਝ ਨਾ ਬੋਲਣ ਦੀ ਹਿੰਮਤ ਮਨ ਹੀ ਮਨ ਵਿੱਚ ਦੇਈ ਜਾ ਰਿਹਾ ਹੈ।ਨਾਲ ਹੀ ਰੌਣਕ ਸਿੰਘ ਕਹਿੰਦਾ ਹੈ ਕਿ ਧਨੀ ਰਾਮਾ ਭਾਈ ਤੂੰ ਇੱਥੇ ਖਲੋਈ ਤੇ ਮੈਂ ਡਾਕਟਰ ਨੂੰ ਮਿਲ ਕੇ ਆਉਂਦਾ ਹਾਂ ਕਹਿ ਕੇ ਰੌਣਕ ਸਿੰਘ ਨਰਸ ਸਟੇਸ਼ਨ ਵੱਲ ਤੁਰ ਪੈਂਦਾ ਹੈ।ਨਰਸ ਸਟੇਸ਼ਨ ਤੇ ਪਹੁੰਚ ਕੇ ਰੌਣਕ ਸਿੰਘ ਨਰਸ ਭੈਣਜੀ ਨੂੰ ਪੁੱਛਦਾ ਹੈ ਭੈਣਜੀ ਮੇਰਾ ਬੱਚਾ ਲਾਲੀ ਦਾਖਿਲ ਹੈ ਜੀ ਉਦੇ ਬਾਰੇ ਪੁੱਛਣਾ ਹੈ ਕੀ ਹਾਲ ਹੈ ਉਸਦਾ ਤਾਂ ਨਰਸ ਭੈਣਜੀ ਲਾਲੀ ਦੀ ਫਾਈਲ ਕੱਢ ਕੇ ਦੱਸਦੀ ਹੈ ਕਿ ਉਸਦੀਆਂ ਦਵਾਈਆਂ ਤਾਂ ਉਸਨੂੰ ਲਗਾ ਦਿੱਤੀਆਂ ਹਨ। ਰੌਣਕ ਸਿੰਘ ਕਹਿੰਦਾ ਹੈ ਪਰ ਹਾਲਤ ਤਾਂ ਉਸਦੀ ਠੀਕ ਨਹੀ ਅਜੇ ਵੀ ਬੁਖਾਰ ਉਤਰ ਨਹੀ ਰਿਹਾ ਅਤੇ ਉਸਨੂੰ ਸਾਹ ਲੈਣ ਵਿੱਚ ਵੀ ਤਕਲੀਫ ਹੋ ਰਹੀ ਹੈ ਭੈਣਜੀ।ਨਾ ਹੀ ਉਹ ਹੋਸ਼ ਚੰਗੀ ਤਰ੍ਹਾਂ ਕਰ ਰਿਹਾ ਹੈ।ਨਰਸ ਭੈਣਜੀ ਦੱਸਦੀ ਹੈ ਕਿ ਇਸ ਬਾਰੇ ਤੁਹਾਨੂੰ ਡਾਕਟਰ ਸਾਹਿਬ

ਨੇ ਦੱਸਿਆ ਤਾਂ ਹੋਣਾ ਹੀ ਹੈ ਸ਼ਾਮ ਨੂੰ ਡਾ. ਸਾਹਿਬ ਆਏ ਸੀ ਕਿ ਜੇ ਫਰਕ ਨਹੀ ਪੈਂਦਾ ਤਾਂ ਇਸਨੂੰ ਰੈਫਰ ਕਰ ਦਿੱਤਾ ਜਾਵੇ।ਰੌਣਕ ਸਿੰਘ ਕਹਿੰਦਾ ਹੈ ਭੈਣਜੀ ਪਰ ਹੁਣ ਤਾਂ ਇਹਨੀ ਰਾਤ ਹੋ ਗਈ ਹੈ ਅਸੀ ਕਿੱਥੇ ਲੈ ਕੇ ਜਾਵਾਂਗੇ ਕੋਈ ਹੱਲ ਦੱਸੋ ਸਾਨੂੰ।ਤਾਂ ਭੈਣਜੀ ਕਹਿੰਦੇ ਹਨ ਤੁਸੀ ਨੀਚੇ ਡਾ. ਸਾਹਿਬ ਐਮਰਜੈਂਸੀ ਵਿੱਚ ਬੈਠੇ ਹੋਣਗੇ।ਉਹਨਾਂ ਨੂੰ ਪੁੱਛੋ ਅਤੇ ਆਪਣੀ ਫਾਈਲ ਵੀ ਨਾਲ ਲੈ ਜਾਓ।ਸੁਣ ਕੇ ਰੌਣਕ ਸਿੰਘ ਫਾਈਲ ਫੜਦਾ ਹੈ ਅਤੇ ਦੌੜਦਾ ਹੋਇਆ ਐਮਰਜੈਂਸੀ ਵੱਲ ਜਾਂਦਾ ਹੈ ਅਤੇ ਐਮਰਜੈਂਸੀ ਦੇ ਮਰੀਜਾਂ ਦੀ ਭੀੜ ਵਿੱਚੋਂ ਹੁੰਦਾ ਹੋਇਆ ਡਾਕਟਰ ਸਾਹਿਬ ਕੋਲ ਪਹੁੰਚਦਾ ਹੈ ਪਹਿਲਾਂ ਤਾਂ ਉੱਥੇ ਲੱਗੀ ਭੀੜ ਵੇਖ ਕੇ ਪਿੱਛੇ ਹੁੰਦਾ ਹੈ ਪਰ ਹਿੰਮਤ ਕਰਕੇ ਘਬਰਾਇਆ ਭੀੜ ਨੂੰ ਚੀਰਦਾ ਹੋਇਆ ਨੇੜੇ ਆ ਕੇ ਕਹਿੰਦਾ ਹੈ ਡਾਕਟਰ ਸਾਹਿਬ ਕਿਰਪਾ ਕਰਕੇ ਮੇਰੇ ਬੱਚੇ ਨੂੰ ਬਚਾ ਲਓ ਉਸਦੀ ਹਾਲਤ ਬਹੁਤ ਖਰਾਬ ਹੋਈ ਹੈ।ਕੱਲ ਦੇ ਅਸੀਂ ਹਸਪਤਾਲ ਆਏ ਹੋਏ ਹਾਂ ਪਰ ਬੁਖਾਰ ਅਤੇ ਸਾਹ ਵਿੱਚ ਕੋਈ ਫਰਕ ਨਹੀ ਪੈ ਰਿਹਾ ਕਿਰਪਾ ਕਰਕੇ ਮੇਰਾ ਮਰੀਜ ਬੜਾ ਸੀਰੀਅਸ ਹੈ ਹੱਲ ਕਰੋ ਕੋਈ ਅਤੇ ਫਾਈਲ ਫੜਾ ਕੇ ਹੱਥ ਜੋੜ ਕੇ ਖਲੋ ਜਾਂਦਾ ਹੈ ਅਤੇ ਟਕਾ-ਟਕ ਡਾ. ਸਾਹਿਬ ਵੱਲ ਵੇਖਣਾ ਸ਼ੁਰੂ ਕਰ ਦਿੰਦਾ ਹੈ।ਡਾ. ਸਾਹਿਬ ਅਜੇ ਦੂਸਰੇ ਮਰੀਜ ਦੀ ਗੱਲ ਸੁਣ ਹੀ ਰਹੇ ਸੀ ਅਤੇ ਗੰਭੀਰਤਾ ਨਾਲ ਜਿਸ ਸਮੇਂ ਹਫੜਾ-ਦਫੜੀ ਵਿੱਚ ਰੌਣਕ ਸਿੰਘ ਵੀ ਉੱਥੇ ਆ ਪਹੁੰਚਿਆ

ਅਤੇ ਲਾਲੀ ਦੀ ਫਾਈਲ ਉਹਨਾਂ ਦੇ ਟੇਬਲ ਉੱਤੇ ਧਰ ਦਿੱਤੀ ਅਤੇ ਗੱਲਾਂ-ਬਾਤਾਂ ਕਰਨੀਆਂ ਸ਼ੁਰੂ ਕਰ ਦਿੱਤੀਆਂ। ਡਾ. ਸਾਹਿਬ ਰੌਣਕ ਸਿੰਘ ਦੀਆਂ ਗੱਲਾਂ ਸੁਣ ਕੇ ਪਹਿਲੇ ਮਰੀਜ ਵੱਲੋਂ ਧਿਆਨ ਹਟਾ ਕੇ ਰੌਣਕ ਸਿੰਘ ਵੱਲ ਵੇਖਣ ਲੱਗ ਜਾਂਦੇ ਹਨ। ਪਹਿਲਾਂ ਤਾਂ ਉਹ ਡਾਂਟ ਵਾਲੇ ਲਹਿਜੇ ਵਿੱਚ ਰੌਣਕ ਸਿੰਘ ਨੂੰ ਗੁੱਸਾ ਜਿਹਾ ਕਰਦੇ ਹਨ ਅਤੇ ਕਹਿੰਦੇ ਨੇ ਵੇਖੋ ਪਹਿਲਾਂ ਜਿਹੜੇ ਮਰੀਜ ਨੂੰ ਮੈਂ ਵੇਖ ਰਿਹਾ ਹਾਂ ਉਹ ਵੀ ਮਰੀਜ ਹੈ ਅਤੇ ਉਹ ਵੀ ਸੀਰੀਅਸ ਹੈ ਪਰ ਤੁਸੀ ਹਫੜਾ-ਦਫੜੀ ਕਿਉਂ ਮਚਾ ਰਹੇ ਹੋ। ਇੱਕ ਸਮੇਂ ਉੱਤੇ ਤਾਂ ਮੈਂ ਇੱਕ ਦੀ ਹੀ ਗੱਲ ਚੰਗੇ ਤਰੀਕੇ ਨਾਲ ਸੁਣ ਸਕਦਾ ਹਾਂ ਦੋਵੇਂ ਜਾਣਿਆਂ ਵਿੱਚੋਂ ਜਿਹੜਾ ਪਹਿਲਾਂ ਆਇਆ ਨਾ ਉਹਦੀ ਸਮਝ ਲੱਗਣੀ ਹੈ ਤੇ ਨਾ ਤੁਹਾਡੀ। ਥੋੜਾ ਹੋਂਸਲਾ ਵੀ ਰੱਖਿਆ ਕਰੋ। ਕਹਿੰਦੇ ਹੋਏ ਡਾ. ਸਾਹਿਬ ਦਾ ਧਿਆਨ ਲਾਲੀ ਦੀ ਫਾਈਲ ਉੱਤੇ ਪਿਆ। ਜਦ ਉਹਨਾਂ ਨੇ ਗੌਰ ਕੀਤਾ ਤਾਂ ਵੇਖ ਕੇ ਕਹਿਣ ਲੱਗੇ ਹਾਂ ਇਸ ਮਰੀਜ ਨੂੰ ਤਾਂ ਮੈਂ ਵੇਖਿਆ ਹੈ। ਇਸ ਮਰੀਜ ਦੀ ਤਾਂ ਹਾਲਤ ਬੜੀ ਖਰਾਬ ਹੈ (ਡਬਲ ਨਮੂਨੀਆ) ਦੇ ਨਾਲ ਇਸ ਮਰੀਜ ਦਾ ਸਾਹ ਬਹੁਤ ਮੁਸ਼ਕਿਲ ਆ ਰਿਹਾ ਹੈ ਅਤੇ ਬੁਖਾਰ ਵੀ ਬਾਰ-ਬਾਰ ਹੋ ਰਿਹਾ ਹੈ। ਕਦੇ-ਕਦੇ ਬੇਹੋਸ਼ੀ ਦੀ ਹਾਲਤ ਵਿੱਚ ਜਾ ਰਿਹਾ ਹੈ। ਅਤੇ ਕਦੇ-ਕਦੇ ਤਾਂ ਇਸ ਸਮੇਂ ਵਿੱਚ ਸਾਹ ਵੀ ਬੰਦ ਹੋ ਸਕਦਾ ਹੈ। ਬਲੱਡ ਪ੍ਰੈਸ਼ਰ ਦਵਾਈਆਂ ਦੇ ਨਾਲ ਮਸਾਂ ਹੀ 80-90 ਦੇ ਕਰੀਬ ਆ ਰਿਹਾ ਹੈ। ਜਾਨ ਜਾਣ ਦਾ ਵੀ

ਬਹੁਤ ਖਤਰਾ ਹੈ।ਜੇਕਰ ਇਸਨੂੰ ਸਾਹ ਵਾਲੀ ਮਸ਼ੀਨ ਤੇ ਨਹੀ ਚੜ੍ਹਾਇਆ ਗਿਆ ਤਾਂ ਮੌਤ ਵੀ ਹੋ ਸਕਦੀ ਹੈ।ਤੁਹਾਨੂੰ ਚਾਹੀਦਾ ਹੈ ਜਲਦ ਤੋਂ ਜਲਦ ਇਸਨੂੰ ਮੈਡੀਕਲ ਕਾਲਜ ਅੰਮ੍ਰਿਤਸਰ ਦੇ ਗੁਰੂ ਨਾਨਕ ਦੇਵ ਹਸਪਤਾਲ ਜਾਂ ਵੱਡੇ ਹਸਪਤਾਲ ਵਿੱਚ ਲੈ ਜਾਓ।ਸਾਡੇ ਹਸਪਤਾਲ ਵਿੱਚ ਸਾਹ ਲੈਣ ਵਾਲੀ ਮਸ਼ੀਨ ਦੀ ਸਹੂਲਤ ਨਹੀ ਹੈ।ਮੇਰੇ ਤੋਂ ਪਹਿਲਾਂ ਆਏ ਸ਼ਾਮ ਦੀ ਡਿਊਟੀ ਵਾਲੇ ਨੇ ਵੀ ਤੁਹਾਡੇ ਪਰਿਵਾਰ ਨੂੰ ਇਹ ਗੱਲ ਦੱਸੀ ਹੈ ਮੈਂ ਵੀ ਦੱਸ ਚੁੱਕਾਂ ਤੇ ਦੁਬਾਰਾ ਦੱਸ ਰਿਹਾ ਤੁਹਾਨੂੰ।ਗੰਭੀਰ ਅਵਸਥਾ ਵਿੱਚ ਡਾ. ਸਾਹਿਬ ਨੇ ਜਵਾਬ ਦਿੱਤਾ।ਸੁਣ ਕੇ ਰੌਣਕ ਸਿੰਘ ਮਨ ਹੀ ਮਨ ਵਿੱਚ ਝੰਜੋੜਿਆ ਹੋਇਆ ਡਾ. ਸਾਹਿਬ ਦੇ ਸਾਹਮਣੇ ਜਿਵੇਂ ਸੁੰਨ ਮੁੰਨੇ ਅੰਦਾਜ ਵਿੱਚ ਕਹਿੰਦਾ ਹੈ ਡਾ. ਸਾਹਿਬ ਤੁਸੀ ਸਾਡੇ ਵਾਸਤੇ ਭਗਵਾਨ ਹੋ ਕੋਈ ਕਿਰਪਾ ਕਰੋ ਮੇਰੇ ਬੱਚੇ ਦੀ ਜਾਨ ਬਚਾ ਲਓ ਮੈਂ ਤੁਹਾਡੇ ਸਾਹਮਣੇ ਹੱਥ ਜੋੜਦਾ ਹਾਂ।ਇੰਨੀ ਰਾਤ ਨੂੰ ਮੈਂ ਕੀ ਕਰ ਸਕਦਾ ਹਾਂ ਕਿੱਥੇ ਜਾ ਸਕਦਾ ਹਾਂ।ਡਾ. ਸਾਹਿਬ ਹੋਸਲਾਂ ਜਿਹਾ ਦੇ ਕੇ ਕਹਿੰਦੇ ਨੇ ਵੇਖੋ ਜੇ ਤੁਸੀ ਹੁਣੇ ਵੱਡੇ ਹਸਪਤਾਲ ਵਿੱਚ ਲੈ ਜਾਓ ਤਾਂ ਬਚਾ ਹੋ ਸਕਦਾ ਹੈ ਘਬਰਾਓ ਨਾ ਤੁਹਾਨੂੰ ਥੋੜੀ ਜੱਦੋ-ਜਹਿਦ ਕਰਨੀ ਚਾਹੀਦੀ ਹੈ ਮੇਰੀ ਮੰਨੋ ਤਾਂ ਜਲਦੀ ਤੋਂ ਜਲਦੀ ਇਸਨੂੰ ਅੰਮ੍ਰਿਤਸਰ ਵੱਡੇ ਹਸਪਤਾਲ ਵਿੱਚ ਲੈ ਜਾਓ।ਡਾ. ਸਾਹਿਬ ਵੱਲੋਂ ਇਹ ਗੱਲ ਸੁਣ ਕੇ ਰੌਣਕ ਸਿੰਘ ਵਾਪਿਸ ਆਪਣੇ ਬੱਚੇ ਲਾਲੀ ਵੱਲ ਦੋੜਿਆ ਜਾਂਦਾ ਹੈ ਉੱਧਰ

ਲਾਲੀ ਦਾ ਬੁਖਾਰ ਤੇਜ਼ ਹੋ ਚੁੱਕਾ ਸੀ। ਕੋਲ ਖੜੇ ਧਨੀ ਰਾਮ ਨੇ ਸ਼ਰਨ ਕੌਰ ਨੂੰ ਉਸਦੇ ਵੱਡੇ ਬੇਟੇ ਗੱਜੂ ਬਾਰੇ ਵੀ ਵਿਸਤਾਰ ਨਾਲ ਦੱਸ ਦਿੱਤਾ ਸੀ। ਸ਼ਰਨ ਕੌਰ ਨੇ ਧਨੀ ਰਾਮ ਕੋਲੋਂ ਅੱਜ ਪਿੰਡ ਵਿੱਚ ਹੋਏ ਸਾਰੇ ਡਰਾਮੇ ਬਾਰੇ ਦੱਸ ਦਿੱਤਾ ਧਨੀ ਰਾਮ ਵੀ ਬਹੁਤ ਘਬਰਾਇਆ ਹੋਇਆ ਸੀ ਜਿਵੇਂ ਇੱਕੋ ਜਿਹੇ ਦੁੱਖ ਨਾਲ ਦੋ ਇਨਸਾਨਾਂ ਦਾ ਦਿਮਾਗ ਦੀ ਮਨੋਸਥਿਤੀ ਇੱਕੋ ਜਿਹੀ ਹੋ ਗਈ ਸੀ। ਪਰ ਸਾਹਮਣੇ ਪਏ ਲਾਲੀ ਦੀ ਹਾਲਤ ਵੇਖ ਕੇ ਸ਼ਰਨ ਕੌਰ ਤਾਂ ਜਿਵੇਂ ਆਪੇ ਤੋਂ ਬਾਹਰ ਹੋਈ ਜਾਪਦੀ ਸੀ ਬਾਰ-ਬਾਰ ਅਤੇ ਜਲਦੀ-ਜਲਦੀ ਸ਼ਰਨ ਕੌਰ ਹਫੜਾ-ਦਫੜੀ ਦੇ ਵਿੱਚ ਲਾਲੀ ਦੇ ਸਿਰ ਉੱਤੇ ਠੰਡੇ ਪਾਣੀ ਦੀਆਂ ਪੱਟੀਆਂ ਰੱਖ ਰਹੀ ਸੀ ਅਤੇ ਉੱਚੀ-ਉੱਚੀ ਗੱਲਾਂ ਵੀ ਕਰ ਰਹੀ ਸੀ। ਨਾਲ ਹੀ ਡਾਕਟਰ ਨਾਲ ਹੀ ਨਰਸਾਂ ਦੀ ਉਸਨੇ ਜਿਵੇਂ ਰੇਲ ਬਣਾ ਰੱਖੀ ਸੀ, ਭੈਣਜੀ ਵੇਖੋ ਆ ਕੇ ਮੇਰੇ ਲਾਲੀ ਨੂੰ ਉਸਦੀ ਹਾਲਤ ਬਹੁਤ ਖਰਾਬ ਹੋ ਰਹੀ ਹੈ ਜੇ ਤੁਹਾਡੇ ਕੋਲੋਂ ਕੁਝ ਹੋ ਨਹੀ ਸਕਦਾ ਤਾਂ ਕਿਉਂ ਬੈਠੇ ਹੋ ਹਸਪਤਾਲਾਂ ਦੇ ਵਿੱਚ ਕੱਲ ਦੇ ਆਏ ਹਾਂ ਅਜੇ ਤੱਕ ਇੱਕ ਰੁਪਏ ਦਾ ਫਰਕ ਨਹੀ ਪੈ ਰਿਹਾ ਕਦੀ ਕਹਿੰਦੇ ਆ ਟੈਸਟ ਕਰਵਾਓ ਕਦੀ ਕਹਿੰਦੇ ਆ ਦਵਾਈ ਲੈ ਆਵੋ ਕਦੇ ਉਹ ਟੀਕਾ ਲੈ ਆਵੋ ਬੇੜਾ ਹੀ ਬੈ ਜਾਏ ਇਹਨੀਆਂ ਇਹਨੀਆਂ ਤਨਖਾਹਾਂ ਲੈ ਕੇ ਵੀ ਤੁਸੀ ਕੋਈ ਮਰੀਜ਼ ਠੀਕ ਨਹੀ ਕਰ ਸਕਦੇ ਕੀ ਫਾਈਦਾ ਐਸੀ ਡਾਕਟਰੀ ਦਾ ਜਦ ਤੁਸੀ ਇਲਾਜ ਹੀ ਨਹੀ ਕਰ ਸਕਦੇ

ਸੁਣ ਕੇ ਹਸਪਤਾਲ ਦਾ ਸਟਾਫ ਅਤੇ ਹੋਰ ਮਰੀਜ ਵੀ ਇਕੱਠੇ ਹੋ ਗਏ ਨਰਸ ਭੈਣਜੀ ਨੇ ਜਿਵੇਂ ਹੀ ਆ ਕੇ ਵੇਖਿਆ ਲਾਲੀ ਬੇਹੋਸ਼ੀ ਦੀ ਹਾਲਤ ਵਿੱਚ ਜਾ ਰਿਹਾ ਅਤੇ ਸਾਹ ਲੈਣ ਵਿੱਚ ਵੀ ਬਹੁਤ ਤੇਜੀ ਅਤੇ ਛਾਤੀ ਜਿਵੇਂ ਖੜਕ ਰਹੀ ਹੋਵੇ ਦੀ ਅਵਾਜਾਂ ਆ ਰਹੀਆਂ ਸਨ। ਤੇਜੀ ਨਾਲ ਉਹ ਬੀ.ਪੀ ਚੈੱਕ ਕਰਨ ਵਾਲੀ ਮਸ਼ੀਨ ਲੈ ਕੇ ਆਈ ਅਤੇ ਲਾਲੀ ਦੀ ਬਾਂਹ ਕੰਬਲ ਵਿੱਚੋਂ ਬਾਹਰ ਕੱਢ ਕੇ ਬੀ.ਪੀ ਚੈੱਕ ਕਰਨ ਲੱਗ ਪਈ। ਇਨੇ ਨੂੰ ਰੌਣਕ ਸਿੰਘ ਵੀ ਆ ਪਹੁੰਚਿਆ। ਨਰਸ ਭੈਣਜੀ ਨੇ ਬੀ.ਪੀ ਚੈੱਕ ਕਰ ਕੇ ਨਾਲ ਹੀ ਐਮਰਜੈਂਸੀ ਵਿੱਚ ਡਾਕਟਰ ਸਾਹਿਬ ਨੂੰ ਫੋਨ ਕੀਤਾ ਅਤੇ ਕਹਿਣ ਲੱਗੀ ਡਾ. ਸਾਹਿਬ ਬੈੱਡ ਨੰ. 4 ਵਾਲਾ ਮਰੀਜ ਬੜਾ ਸੀਰੀਅਸ ਹੋ ਗਿਆ ਹੈ। ਉਸਦਾ ਬੀ.ਪੀ 70-80 ਦੇ ਕਰੀਬ ਆ ਰਿਹਾ ਹੈ ਅਤੇ ਨਬਜ਼ ਵੀ ਘੱਟ ਹੀ ਪਤਾ ਲੱਗ ਰਹੀ ਹੈ। ਤੁਸੀ ਜਲਦੀ ਉੱਪਰ ਆ ਕੇ ਮਰੀਜ ਨੂੰ ਵੇਖੋ। ਸੁਣ ਕੇ ਡਾਕਟਰ ਸਾਹਿਬ ਜਲਦੀ ਤੋਂ ਜਲਦੀ ਉੱਪਰ ਆ ਗਏ। ਜਦ ਹੀ ਉਹਨਾਂ ਨੇ ਲਾਲੀ ਨੂੰ ਵੇਖਿਆ ਅਤੇ ਨਬਜ਼ ਵੇਖੀ ਤਾਂ ਨੇੜੇ ਖੜੇ ਰੌਣਕ ਸਿੰਘ ਨੂੰ ਕਿਹਾ ਜਲਦੀ ਕਰੋ ਰੌਣਕ ਸਿੰਘ ਜੀ ਇਸਨੂੰ ਸਾਹ ਦੀ ਮਸ਼ੀਨ ਦੀ ਸਖਤ ਲੋੜ ਹੈ ਜਲਦੀ ਲੈ ਜਾਓ ਅੰਮ੍ਰਿਤਸਰ। ਨਾਲੇ ਹੀ ਨਰਸ ਭੈਣਜੀ ਨੂੰ ਕਿਹਾ ਇਸਦੇ ਹਾਈਡਰੋਕੋਰਟੀਸੋਨ ਦਾ ਅਤੇ ਐਟਰੋਪੀਨ ਦਾ ਟੀਕਾ ਲਗਾਓ ਅਤੇ ਮਰੀਜ ਨੂੰ ਸ਼ਿਫਟ ਕਰਵਾਉਣਾ ਪੈਣਾ ਹੈ ਅਤੇ ਆਕਸੀਜਨ ਵੀ ਤੇਜ਼ ਕਰ ਦਿਓ। ਨਾਲ ਹੀ

ਡਾਕਟਰ ਸਾਹਿਬ ਨੇ ਐਂਬੂਲੈਂਸ ਵਾਲੇ ਡਰਾਈਵਰ ਨੂੰ ਵੀ ਕਾਲ ਕੀਤੀ ਅਤੇ ਫਿਰ ਨਰਸ ਸਟੇਸ਼ਨ ਵੱਲ ਗਏ ਅਤੇ ਰੈਫਰਲ ਫਾਰਮ ਭਰਨ ਲੱਗ ਪਏ। ਸ਼ਰਨ ਕੌਰ ਅਤੇ ਰੌਣਕ ਸਿੰਘ ਨੇੜੇ ਖੜੇ ਸਭ ਕੁਝ ਵੇਖ ਰਹੇ ਸਨ ਅਤੇ ਸੁੱਧ-ਬੁੱਧ ਭੁਲਾ ਕੇ ਸੁੰਨ ਜਹੇ ਹੋਏ ਪਏ ਸਨ। ਇਨੇ ਨੂੰ ਫਿਰ ਤੋਂ ਸ਼ਰਨ ਕੌਰ ਸ਼ੁਰੂ ਹੋ ਗਈ ਅਤੇ ਇਸ ਵਾਰ ਰੌਣਕ ਸਿੰਘ ਦੇ ਦੁਆਲੇ ਹੋ ਗਈ ਕਿਹਾ ਸੀ ਮੈਂ ਤੁਹਾਨੂੰ ਕਿਹਾ ਸੀ ਪਈ ਛੇਤੀ ਆ ਜਾਓ ਪਰ ਤੁਹਾਨੂੰ ਤਾਂ ਹਮੇਸ਼ਾ ਆਪਣੇ ਕੰਮਾਂ ਵੱਲ ਹੀ ਧਿਆਨ ਰਹਿੰਦਾ ਉਹ ਕੰਜਰ ਜਿਹੜਾ ਬਿਨਾਂ ਦੱਸੇ ਘਰੋਂ ਭੱਜ ਗਿਆ ਉਹਨੂੰ ਲੱਭਦੇ ਫਿਰਦੇ ਰਹੇ ਪਰ ਮੇਰੇ ਬੱਚੇ ਵਾਸਤੇ ਤੁਹਾਡੇ ਕੋਲ ਕਦੀ ਟਾਈਮ ਨਹੀ ਨਿਕਲਿਆ। ਹੁਣ ਵੀ ਉੱਧਰ ਹੀ ਜਾਣ ਦੀਆਂ ਤਿਆਰੀਆਂ ਵਿੱਚ ਲੱਗੇ ਹੋਏ ਉਹ ਮਰਜਾਣੀ ਦਾ ਗੱਜੂ ਮਰ ਕਿਉਂ ਨਹੀ ਜਾਂਦਾ ਉਹਦੇ ਸਿਆਪੇ ਨੇ ਪਾਏ ਹੋਏ ਸਾਰੇ। ਇਹਨੇ ਸ਼ੋਰ ਸ਼ਰਾਬੇ ਦੇ ਵਿੱਚ ਐਂਬੂਲੈਂਸ ਦਾ ਡਰਾਈਵਰ ਵੀ ਆ ਗਿਆ। ਨਰਸ ਭੈਣਜੀ ਨੇ ਲਾਲੀ ਨੂੰ ਡਾ. ਸਾਹਿਬ ਵੱਲੋਂ ਕਹੇ ਟੀਕੇ ਲਗਾਏ ਅਤੇ ਲਾਲੀ ਵੱਲ ਨੂੰ ਵਧਿਆ। ਡਾ. ਸਾਹਿਬ ਨੇ ਰੈਫਰ ਫਾਰਮ ਰੌਣਕ ਸਿੰਘ ਨੂੰ ਫੜਾਇਆ ਅਤੇ ਕਿਹਾ ਇਹ ਅਗਲੇ ਹਸਪਤਾਲ ਦੇ ਵਿੱਚ ਦਿਖਾ ਦਿਓ ਜੋ ਵੀ ਦਵਾਈਆਂ ਇੱਥੇ ਲੱਗੀਆਂ ਹਨ ਸਭ ਇਸ ਉੱਤੇ ਲਿਖ ਦਿੱਤੀਆਂ ਹਨ ਅਤੇ ਜਲਦੀ ਕਰੋ ਡਰਾਈਵਰ ਅਤੇ ਨਾਲ ਖੜੇ ਵਾਰਡ ਬੁਆਏ ਨੇ ਲਾਲੀ ਨੂੰ ਬੈੱਡ ਤੋਂ ਉੱਠਾਇਆ ਅਤੇ ਸਟਰੈਚਰ ਉੱਤੇ

ਪਾਇਆ ਅਤੇ ਐਂਬੂਲੈਂਸ ਵੱਲ ਨੂੰ ਤੁਰ ਪਏ ਪਿੱਛੇ-ਪਿੱਛੇ ਰੌਣਕ ਸਿੰਘ, ਧਨੀ ਰਾਮ ਅਤੇ ਬੁੜ-ਬੁੜ ਕਰਦੀ ਸ਼ਰਨ ਕੌਰ ਵੀ ਤੁਰ ਪਈ।ਤੇਜੀ-ਤੇਜੀ ਨਾਲ ਲਾਲੀ ਨੂੰ ਐਂਬੂਲੈਂਸ ਵਿੱਚ ਪਾਇਆ ਗਿਆ ਨਾਲ ਹੀ ਅੰਦਰ ਰੌਣਕ ਸਿੰਘ ਅਤੇ ਸ਼ਰਨ ਕੌਰ ਵੀ ਬੈਠ ਗਈ।ਜਾਂਦੇ-ਜਾਂਦੇ ਧਨੀ ਰਾਮ ਅਤੇ ਰੌਣਕ ਸਿੰਘ ਵਿੱਚ ਵਾਰਤਾਲਾਪ ਹੋ ਰਹੀ ਸੀ ਰੌਣਕ ਸਿੰਘ ਨੇ ਧਨੀ ਰਾਮ ਨੂੰ ਕਿਹਾ ਧਨੀ ਰਾਮ ਜੀ ਪਹਿਲਾਂ ਲਾਲੀ ਨੂੰ ਹਸਪਤਾਲ ਲੈ ਕੇ ਚੱਲਦੇ ਹਾਂ ਅਤੇ ਫਿਰ ਅਸੀ ਤੁਰ ਪਵਾਂਗੇ ਧਨੀ ਰਾਮ ਨੇ ਵੀ ਹਾਂ ਵਿੱਚ ਹਾਂ ਮਿਲਾ ਦਿੱਤੀ ਹਾਲਾਂਕਿ ਧਨੀ ਰਾਮ ਵੀ ਆਪਣੇ ਵਿਚਾਰ ਦੱਸਣਾ ਚਾਹੁੰਦਾ ਸੀ ਪਰ ਲਾਲੀ ਦੀ ਹਾਲਤ ਵੇਖ ਕੇ ਅਤੇ ਰੌਣਕ ਸਿੰਘ ਤੇ ਸ਼ਰਨ ਕੌਰ ਦੀ ਮਨੋਸਥਿਤੀ ਨੂੰ ਵੇਖਦੇ ਹੋਏ ਕੁਝ ਨਾ ਬੋਲ ਸਕਿਆ ਅਤੇ ਰੌਣਕ ਸਿੰਘ ਨੂੰ ਹੌਂਸਲਾ ਦਿੰਦਾ ਹੋਇਆ ਕਹਿਣ ਲੱਗਿਆ ਕੋਈ ਗੱਲ ਨੀ ਪਾਜੀ ਤੁਸੀ ਲਾਲੀ ਦਾ ਖਿਆਲ ਰੱਖੋ।ਇਹਦੇ ਮਗਰ-ਮਗਰ ਐਂਬੂਲੈਂਸ ਦੇ ਪਿੱਛੇ-ਪਿੱਛੇ ਮੈਂ ਵੀ ਆ ਰਿਹਾ।ਇਹਨੇ ਨੂੰ ਡਰਾਈਵਰ ਨੇ ਐਂਬੂਲੈਂਸ ਸਟਾਰਟ ਕੀਤੀ ਅਤੇ ਹਾਰਨ ਵਜਾਉਂਦਾ ਹੋਇਆ ਹਸਪਤਾਲ ਵਿੱਚੋਂ ਬਾਹਰ ਨਿਕਲਿਆ।ਅੰਦਰ ਬੈਠੇ ਰੌਣਕ ਸਿੰਘ ਅਤੇ ਸ਼ਰਨ ਕੌਰ ਦੀਆਂ ਧੜਕਣਾਂ ਤੇਜ਼ ਹੋ ਰਹੀਆਂ ਸਨ।ਉਹਨਾ ਦੇ ਮੱਥੇ ਤੇ ਆ ਰਹੇ ਪਸੀਨੇ ਅਤੇ ਗੰਭੀਰ ਚਿਹਰਿਆਂ ਉੱਤੇ ਪਰੇਸ਼ਾਨੀ ਅਤੇ ਡਰ ਦਾ ਸਾਇਆ ਸਾਫ ਵਿਖਾਈ ਦੇ ਰਿਹਾ ਸੀ।ਉੱਪਰੋਂ ਲਾਲੀ ਦੀ ਹਾਲਤ ਖਰਾਬ

ਹੋ ਰਹੀ ਸੀ।ਸ਼ਾਂ... ਸ਼ਾਂ... ਦੀ ਆਵਾਜ ਨਾਲ ਜਿਵੇਂ ਉਸਦੀ ਛਾਤੀ ਤੇਜੀ ਨਾਲ ਉੱਪਰ ਥੱਲੇ ਹੋ ਰਹੀ ਸੀ।ਐਂਬੂਲੈਂਸ ਦੀ ਤੇਜ਼ ਰਫਤਾਰ ਵਾਂਗ ਜਿਵੇਂ ਲਾਲੀ ਦੇ ਸਾਹ ਵੀ ਤੇਜ਼ ਹੋ ਰਹੇ ਸਨ।ਹੁਣ ਸ਼ਰਨ ਕੌਰ ਵੀ ਰੋਣ ਹੱਕੀ ਹੋ ਗਈ ਸੀ।ਹਾਏ ਰੱਬਾ ਕੀ ਹੋ ਰਿਹਾ ਮੇਰੇ ਲਾਲੀ ਨੂੰ।ਰੌਣਕ ਸਿੰਘ ਨੂੰ ਬਾਰ-ਬਾਰ ਇੱਕੋ ਗੱਲ ਦੋਹਰਾ ਰਹੀ ਸੀ “ਕੁਝ ਕਰੋ ਲਾਲੀ ਦੀ ਹਾਲਤ ਵੇਖੀ ਨਹੀ ਜਾਂਦੀ ਮੇਰੇ ਕੋਲੋਂ ਮੇਰੇ ਬੱਚੇ ਨੂੰ ਬਚਾ ਲਓ ਦਾਰ ਜੀ ਕੋਈ ਹੀਲਾ ਕਰੋ”।ਉਧਰੋ ਰੌਣਕ ਸਿੰਘ ਵੀ ਲਾਲੀ ਦੇ ਕਦੇ ਹੱਥਾ ਅਤੇ ਪੈਰਾਂ ਦੀਆਂ ਤਲੀਆਂ ਚੱਸ ਰਿਹਾ ਸੀ ਅਤੇ ਬਾਰ-ਬਾਰ ਡਰਾਈਵਰ ਕੋਲੋ ਪੁੱਛਦਾ ਡਰਾਈਵਰ ਸਾਬ “ਕਿੰਨਾ ਟਾਈਮ ਲੱਗਣਾ ਕਿੱਥੇ ਪਹੁੰਚ ਗਏ, ਜਲਦੀ ਕਰੋ।ਜਿਵੇਂ ਕਿ ਸਵਾਲਾਂ ਦਾ ਬਵੰਡਰ ਜਿਹਾ ਐਂਬੂਲੈਂਸ ਵਿੱਚ ਉੱਠ ਰਿਹਾ ਸੀ।ਉਧਰੋ ਡਰਾਈਵਰ ਵੀ ਬਾਰ-ਬਾਰ ਰੌਣਕ ਸਿੰਘ ਨੂੰ ਹੋਸਲਾ ਦਿੰਦਾ ਹੈ “ਪਾਜੀ ਹੋਸਲਾ ਰੱਖੋ ਅਸੀ ਤੇਜ਼ ਰਫਤਾਰ ਵਿੱਚ ਹਾਂ, ਜਲਦੀ ਪਹੁੰਚ ਜਾਵਾਂਗੇ” ਤੁਸੀ ਮਰੀਜ ਦੇ ਸਿਰ ਵਾਲਾ ਪਾਸਾ ਉੱਚਾ ਰੱਖੋ ਇਹਨਾਂ ਗੰਭੀਰ ਹਾਲਾਤਾਂ ਵਿੱਚੋ ਨਿਕਲਦੇ ਹੋਏ ਅਤੇ ਲਾਲੀ ਦੇ ਔਖੇ ਸਾਹਾਂ ਨਾਲ ਚੱਲਦੇ ਹੋਏ ਡਰਾਈਵਰ ਨੇ ਲਿਆ ਐਂਬੂਲੈਂਸ ਗੁਰੂ ਨਾਨਕ ਦੇਵ ਹਸਪਤਾਲ ਅੰਮ੍ਰਿਤਸਰ ਦੇ ਐਮਰਜੈਂਸੀ ਵਿਭਾਗ ਦੇ ਸਾਹਮਣੇ ਖਲਾਰ ਦਿੱਤੀ ਅਤੇ ਛੇਤੀ ਨਾਲ ਬਾਹਰ ਨਿਕਲ ਕੇ ਹਸਪਤਾਲ ਦੇ ਬਾਹਰ ਬੈਠੇ ਸੇਵਾਦਾਰ (ਵਾਰਡ ਬੁਆਏ) ਨੂੰ

ਐਮਰਜੈਂਸੀ ਐਮਰਜੈਂਸੀ ਕਹਿੰਦਾ ਹੋਇਆ ਨਾਲ ਲੈ ਕੇ ਆਇਆ ਅਤੇ ਲਾਲੀ ਨੂੰ ਐਂਬੂਲੈਂਸ ਵਿੱਚੋਂ ਬਾਹਰ ਕੱਢਦੇ ਹਨ ਅਤੇ ਸਟਰੈਚਰ ਉੱਤੇ ਲਿਟਾ ਕੇ ਐਮਰਜੈਂਸੀ ਦੇ ਅੰਦਰ ਲੈ ਕੇ ਜਾਂਦੇ ਹਨ।ਅੰਦਰ ਜਾਂਦਿਆ ਹੀ ਰੌਣਕ ਸਿੰਘ ਸਿੱਧਾ ਮੌਕੇ ਤੇ ਡਿਊਟੀ ਤੇ ਹਾਜਰ ਡਾ. ਸਾਹਿਬ ਕੋਲ ਜਾਂਦੇ ਹਨ ਅਤੇ ਉਹਨਾਂ ਨੂੰ ਮਰੀਜ ਦੀ ਗੰਭੀਰ ਹਾਲਤ ਬਾਰੇ ਦੱਸਦੇ ਹੋਏ ਕਹਿੰਦੇ ਹਨ "ਡਾ. ਸਾਹਿਬ ਜਲਦੀ ਕਰੋ ਐਮਰਜੈਂਸੀ ਹੈ ਸਾਡੇ ਮਰੀਜ ਦੀ ਹਾਲਤ ਬਹੁਤ ਸੀਰੀਅਸ ਹੈ।ਡਾ. ਸਾਹਿਬ ਵੀ ਦੌੜੇ-ਦੌੜੇ ਆਉਂਦੇ ਹਨ ਅਤੇ ਲਾਲੀ ਨੂੰ ਜਿਵੇਂ ਹੀ ਐਮਰਜੈਂਸੀ ਦੇ ਬੈੱਡ ਤੇ ਲਿਟਾਇਆ ਜਾਂਦਾ ਹੈ ਤਾਂ ਡਾ. ਸਾਹਿਬ ਉਸਨੂੰ ਚੈੱਕ ਕਰਦੇ ਹਨ ਅਤੇ ਨਬਜ਼ ਵੇਖਦੇ ਸਾਰ ਹੀ ਉਸਨੂੰ CPR (ਕਾਰਡੀਓ ਪਲਮਨਰੀ ਰਿਸਰਸੀਕੇਸ਼ਨ) ਕਰਨਾ ਸ਼ੁਰੂ ਕਰ ਦਿੰਦੇ ਹਨ ਅਤੇ ਬਾਰ-ਬਾਰ ਨਬਜ਼ ਵੇਖਦੇ ਹਨ ਅਤੇ ਅੱਖਾਂ ਵੀ ਲਾਈਟ ਨਾਲ ਚੈੱਕ ਕਰਦੇ ਹਨ।ਨਾ ਤਾਂ ਡਾ. ਸਾਹਿਬ ਨੂੰ ਉਸਦੀ ਨਬਜ਼ ਮਿਲਦੀ ਹੈ ਅਤੇ ਨਾ ਹੀ ਕੋਈ ਅੱਖ ਦੀ ਪੁਤਲੀ ਵਿੱਚ ਕੋਈ ਹਿਲਜੁਲ ਹੋ ਰਹੀ ਹੁੰਦੀ ਹੈ।ਘੱਟੋ-ਘੱਟ ਪਿਛਲਾ ਅੱਧਾ ਘੰਟਾ ਹੋ ਚੁੱਕਾ ਹੈ ਲਾਲੀ ਨੂੰ CPR ਦਿੰਦੇ ਹੋਏ ਡਾਕਟਰ ਸਾਹਿਬ ਨੇ ਕੁਝ ਟੀਕੇ ਵੀ ਲਗਾ ਦਿੱਤੇ ਹਨ ਪਰ ਲਾਲੀ ਵੱਲੋਂ ਕੋਈ ਵੀ ਰਿਸਪੋਂਸ ਨਹੀ ਆ ਰਿਹਾ।ਇੱਕ ਵਾਰ ਫੇਰ ਤੋਂ ਲਾਲੀ ਦੀਆਂ ਅੱਖਾਂ ਦੀਆਂ ਪੁਤਲੀਆਂ ਚੈੱਕ ਕੀਤੀਆਂ ਜਾਂਦੀਆਂ ਹਨ ਅਤੇ ਨਬਜ਼ ਵੀ ਵੇਖੀ ਜਾਂਦੀ ਹੈ ਪਰ ਉਹਨਾਂ ਵਿੱਚ

ਕੋਈ ਵੀ ਹਰਕਤ ਨਾ ਹੁੰਦੀ ਵੇਖ ਡਾ. ਸਾਹਿਬ ਵਾਰਡ ਬੁਆਏ ਨੂੰ ECG ਕਰਨ ਨੂੰ ਕਹਿ ਦਿੰਦੇ ਹਨ। ਜਲਦੀ ਹੀ ECG ਮਸ਼ੀਨ ਆ ਜਾਂਦੀ ਹੈ ਅਤੇ ਜਦੋਂ ਹੀ ECG ਕੀਤੀ ਜਾਂਦੀ ਹੈ ਤਾਂ ਉਸ ਉੱਪਰ ਇੱਕ ਸਿੱਧੀ ਲਾਈਨ ਹੀ ਆ ਰਹੀ ਹੁੰਦੀ ਹੈ।ਆਖਿਰ ਵਿੱਚ ਡਾ. ਸਾਹਿਬ ਗੰਭੀਰ ਹੋ ਕੇ ਰੌਣਕ ਸਿੰਘ ਨੂੰ ਦੱਸਦੇ ਹਨ "ਜੀ ਨਹੀ ਸਾਨੂੰ ਮਾਫ ਕਰਿਓ ਪਰ ਤੁਹਾਡੇ ਮਰੀਜ ਦੀ ਮੌਤ ਹੋ ਚੁੱਕੀ ਹੈ।ਇਸਦਾ ਦਿਲ ਅਤੇ ਦਿਮਾਗ ਦੋਵੇਂ ਬੰਦ ਹੋ ਚੁੱਕੇ ਹਨ" ਸ਼ਾਇਦ ਤੁਸੀ ਲੇਟ ਹੋ ਗਏ ਹੋ।ਹੁਣ ਅਸੀ ਕੁਝ ਨਹੀ ਕਰ ਸਕਦੇ। I am Sorrry………।ਸੁਣਦੇ ਸਾਰ ਹੀ ਸ਼ਰਨ ਕੌਰ ਤਾਂ ਜਿਵੇਂ ਆਪਾ ਖੋ ਬੈਠੀ ਰੋ-ਰੋ ਬੁਰਾ ਹਾਲ ਹੋ ਗਿਆ ਪਿਟ ਸਿਆਪਾ ਕਰਨਾ ਸ਼ੁਰੂ ਹੋ ਗਿਆ ਹੰਝੂਆਂ ਦਾ ਜਿਵੇਂ ਸੈਲਾਬ ਜਿਹਾ ਹੀ ਆ ਗਿਆ ਹੋਕਿਆਂ ਦਾ ਜਿਵੇਂ ਜਲਜਲਾ ਹੀ ਆ ਗਿਆ, ਸ਼ੋਕ ਦੀ ਲਹਿਰ ਇਵੇਂ ਦੌੜੀ ਜਿਵੇਂ ਕਿ ਚੱਲਦੀ ਖੁਸ਼ੀਆਂ ਖੇੜਿਆਂ ਦੀ ਬਰਾਤ ਲੁੱਟ ਗਈ ਹੋਵੇ, ਮਾਤਮ ਛਾ ਗਿਆ ਹੋਵੇ, ਬਹਾਰਾਂ ਚਲੀਆਂ ਗਈਆਂ ਹੋਣ, ਕਿਸਮਤ ਖਰਾਬ ਹੋ ਗਈ ਹੋਵੇ।ਰੱਬ ਰੁੱਸ ਗਿਆ ਹੋਵੇ ਖਵਾਬ ਟੁੱਟ ਗਿਆ ਹੋਵੇ ਦਿਲ ਉੱਤੇ ਫੱਟ ਵੱਜਿਆ ਹੋਵੇ ਵਾ ਵਰੋਲਾ ਸਭ ਲੈ ਗਿਆ ਹੋਵੇ "ਹਾਏ ਰੱਬਾ ਕੀ ਭਾਣਾ ਵਰਤ ਗਿਆ ਵੇ ਮੈਂ ਤਾਂ ਲੁੱਟੀ ਗਈ ਮੇਰਾ ਲਾਡਾਂ ਨਾਲ ਪਾਲਿਆ ਮੇਰੇ ਘਰ ਦਾ ਚਿਰਾਗ ਬੁੱਝ ਗਿਆ ਵੇ ਲੋਕੋ ਕਿੱਥੇ ਜਾਵਾਂ ਕਿਸਨੂੰ ਸੁਣਾਵਾਂ ਹਾਏ ਵੇ ਮੇਰਾ ਕੁੱਝ ਨਾ ਰਿਹਾ ਮੇਰੀ ਝੋਲੀ

ਖਾਲੀ ਹੋ ਗਈ ਕੀ ਵਿਗਾੜਿਆ ਸੀ ਮੈਂ ਕਿਸੇ ਦਾ ਹੇ ਮੇਰੇ ਪਰਮਾਤਮਾ ਰਹਿਮ ਕਰ ਮੇਰੇ ਤੇ, ਵੇ ਲਾਲੀ ਪੁੱਤਰ ਉੱਠ ਜਾ ਵੇ ਉੱਠ ਜਾ ਹੱਸਦਾ ਖੇਡਦਾ ਕਿੱਥੇ ਚਲਾ ਗਿਆ ਸੁਣ ਲੈ ਆਪਣੀ ਮਾਂ ਦੀ ਕਿਹੜੀ ਦੁਨੀਆਂ ਵਿੱਚ ਚਲਾ ਗਿਆ, ਬੋਲ ਮੇਰੇ ਨਾਲ, ਕਿਉਂ ਨਹੀ ਬੋਲਦਾ, "ਹਾਏ ਰੱਬਾ ਮੈਂ ਲੁੱਟੀ ਗਈ", ਵੇ ਲੋਕੋ ਉਜੜ ਗਿਆ ਜੇ ਮੇਰਾ ਘਰ"

ਨਾਲ ਖੜੇ ਰੌਣਕ ਸਿੰਘ ਦੇ ਵੀ ਜਿਵੇਂ ਪੈਰਾਂ ਹੇਠਾਂ ਤੋਂ ਜਮੀਨ ਨਿਕਲ ਗਈ ਉਹ ਤਾਂ ਜਿਵੇਂ ਸੁੰਨ ਜਿਹਾ ਹੀ ਹੋ ਗਿਆ ਸਮਝ ਬੂਝ ਸਭ ਜਿਵੇਂ ਘਾਹ ਚਰਨ ਚਲੀ ਗਈ ਹੋਵੇ ਅੱਖਾਂ ਦਾ ਸਮੁੰਦਰ ਤਾਂ ਜਿਵੇਂ ਸੁੱਕ ਹੀ ਗਿਆ ਹੋਵੇ ਆਵਾਜ ਬੰਦ ਹੋ ਗਈ ਕੁਝ ਬੋਲਣ ਦੀ ਸੋਧ ਹੀ ਨਾ ਰਹੀ।ਲਾਲੀ ਦੀ ਲਾਸ਼ ਕੋਲ ਖੜੇ ਹੋਏ ਰੌਣਕ ਸਿੰਘ ਨੂੰ ਮੱਲੋ ਮੱਲੀ ਰੋਣਾ ਆ ਰਿਹਾ ਸੀ ਪਰ ਅੱਖਾਂ ਵਿੱਚੋਂ ਹੰਝੂ ਆਉਣ ਦਾ ਨਾਮ ਹੀ ਨਹੀ ਲੈ ਰਿਹਾ।ਆਲੇ-ਦੁਆਲੇ ਕੀ ਹੋ ਰਿਹਾ ਹੈ ਉਸਨੂੰ ਕੁਝ ਧਿਆਨ ਨਹੀ ਸੀ ਬੱਸ ਡਾ. ਸਾਹਿਬ ਦੇ ਕਹੇ ਹੋਏ ਲਫ਼ਜ਼ ਬਾਰ-ਬਾਰ ਉਸਦੇ ਕੰਨਾਂ ਵਿੱਚ ਗੂੰਜੀ ਜਾ ਰਹੇ ਹਨ।ਦੁੱਖਾਂ ਦੇ ਪਹਾੜ ਨੂੰ ਆਪਣੀ ਛਾਤੀ ਉੱਤੇ ਬੋਝ ਵਾਂਗਰ ਮਹਿਸੂਸ ਕਰ ਰਿਹਾ ਹੈ।ਪਰ ਲੁੱਟੀ ਹੋਈ ਸਲਤਨਤ ਦਾ ਗੂੰਗਾ ਜਿਹਾ ਸਮਰਾਟ ਲੱਗ ਰਹੇ ਰੌਣਕ ਸਿੰਘ ਨੂੰ ਸਮਝਦਾਰ ਹੋਣ ਦੇ ਬਾਵਜੂਦ ਵੀ ਕੁਝ ਨਹੀ ਸੂਝ ਰਿਹਾ ਨੇੜੇ ਖੜੇ ਵਾਰਡ ਬੁਆਏ ਨੇ ਰੌਣਕ ਸਿੰਘ ਨੂੰ ਕਈ

ਆਵਾਜਾਂ ਮਾਰੀਆ "ਜਨਾਬ ਆਪਣਾ Death ਫਾਰਮ ਭਰਵਾ ਲਵੋ" ਪਰ ਬਾਰ-ਬਾਰ ਕਹਿਣ ਉੱਤੇ ਵੀ ਨਾ ਸੁਨਣ ਤੇ ਉਸਨੇ ਰੌਣਕ ਸਿੰਘ ਨੂੰ ਮੋਢੇ ਤੋਂ ਹਿਲਾਇਆ ਅਤੇ ਕਿਹਾ ਭਾਜੀ ਹੋਸਲਾ ਰੱਖੋ ਹਿੰਮਤ ਨਾਲ ਕੰਮ ਲਵੋ ਪਰਮਾਤਮਾ ਦੇ ਭਾਣੇ ਨੂੰ ਮੰਨਣਾ ਹੀ ਪੈਂਦਾ ਇੱਥੇ ਆ ਕੇ ਬੰਦਾ ਹਾਰ ਜਾਂਦਾ ਹਿੰਮਤ ਕਰੋ ਤੇ ਆਪਣਾ ਫਾਰਮ ਭਰਵਾ ਲਵੋ ਤੁਹਾਨੂੰ ਇਸਦਾ ਡੈਥ ਸਰਟੀਫਿਕੇਟ ਮਿਲ ਜਾਉ ਆਓ ਮੇਰੇ ਨਾਲ ਕਹਿੰਦੇ ਹੋਏ ਰੌਣਕ ਸਿੰਘ ਨੂੰ ਨਰਸ ਭੈਣਜੀ ਦੇ ਕਮਰੇ ਵਿੱਚ ਲੈ ਕੇ ਬਿਠਾ ਦਿੱਤਾ ਜਾਂਦਾ ਹੈ ਅਤੇ ਫਾਰਮ ਭਰਨਾ ਸ਼ੁਰੂ ਕਰ ਦਿੱਤਾ ਜਾਂਦਾ ਹੈ। ਇਹਨੇ ਨੂੰ ਧਨੀ ਰਾਮ ਵੀ ਉੱਥੇ ਪਹੁੰਚ ਜਾਂਦਾ ਹੈ ਅਤੇ ਉਸਨੂੰ ਲਾਲੀ ਬਾਰੇ ਪਤਾ ਲੱਗਦਾ ਹੈ ਧਨੀ ਰਾਮ ਪਹਿਲਾਂ ਤਾਂ ਲਾਲੀ ਦੀ ਪਈ ਲੋਥ ਨੇੜੇ ਜਾਂਦਾ ਹੈ ਜਿੱਥੇ ਵਿਰਲਾਪ ਕਰਦੀ ਹੋਈ ਸ਼ਰਨ ਕੌਰ ਉਸਨੂੰ ਵਿਖਾਈ ਦੇਂਦੀ ਹੈ ਅਤੇ ਫਿਰ ਉਹ ਰੌਣਕ ਸਿੰਘ ਨੂੰ ਲੱਭਦਾ ਹੋਇਆ ਉਸਦੇ ਕੋਲ ਪਹੁੰਚਦਾ ਹੈ ਅਤੇ ਕਹਿੰਦਾ ਹੈ ਭਾਜੀ ਇਹ ਕੀ ਭਾਣਾ ਵਰਤ ਗਿਆ ਜੇ ਅਤੇ ਜਿਉਂ ਹੀ ਧਨੀ ਰਾਮ ਦੀ ਆਵਾਜ ਉਸਦੇ ਕੰਨਾਂ ਵਿੱਚ ਪੈਂਦੀ ਹੈ। ਰੌਣਕ ਜਿਵੇਂ ਨੀਂਦ ਵਿੱਚ ਜਾਗਦਾ ਹੈ ਅਤੇ ਧਨੀ ਰਾਮ ਦੇ ਗਲ ਲੱਗ ਕੇ ਖੂਬ ਰੌਂਦਾ ਹੈ। ਦੁੱਖ ਵਿੱਚ ਆਪਣਾ ਪੁਰਾਣਾ ਸਾਥੀ ਆਇਆ ਵੇਖ ਕੇ ਧਨੀ ਰਾਮ ਦਾ ਵੀ ਮਨ ਭਰ ਜਾਂਦਾ ਹੈ ਅਤੇ ਉਸ ਦੀਆਂ ਵੀ ਅੱਖਾਂ ਨਮ ਹੋ ਜਾਂਦੀਆਂ ਹਨ। ਥੋੜੀ ਦੇਰ ਬਾਅਦ ਦਲੇਰੀ ਵਿਖਾਉਂਦਾ ਹੋਇਆ ਧਨੀ

ਰਾਮ ਰੌਣਕ ਸਿੰਘ ਨੂੰ ਥਾਪੜਾ ਦੇਂਦਾ ਹੈ ਅਤੇ ਕਹਿੰਦਾ ਹੈ ਭਾਜੀ ਤਕੜੇ ਹੋਵੋ ਰੱਬ ਦੀਆਂ ਲਿਖੀਆਂ ਉਹ ਹੀ ਜਾਣਦਾ ਹੈ ਇਹ ਤਾਂ ਉਸਦੀ ਫਸਲ ਹੈ ਜਦੋਂ ਉਹਦਾ ਜੀ ਕਰਦਾ ਉਹ ਵੱਢ ਲੈਂਦਾ ਹੈ।ਇਸ ਉੱਪਰ ਇਨਸਾਨ ਦਾ ਜ਼ੋਰ ਨਹੀ ਚੱਲਦਾ ਤੁਹਾਨੂੰ ਦਲੇਰ ਹੋਣਾ ਪੈਣਾ ਹੈ।ਆਪਣੇ ਆਪ ਨੂੰ ਸੰਭਾਲੋ ਅਤੇ ਭੈਣਜੀ (ਸ਼ਰਨ ਕੌਰ) ਨੂੰ ਵੀ ਤੁਸੀ ਸੰਭਾਲਣਾ ਹੈ ਹੌਸਲਾ ਕਰੋ।ਧਨੀ ਰਾਮ ਦੀਆਂ ਗੱਲਾਂ ਸੁਣ ਕੇ ਜਿਵੇਂ ਰੌਣਕ ਸਿੰਘ ਥੋੜਾ ਹੋਸ਼ ਸੰਭਾਲਦਾ ਹੋਇਆ, ਅੱਖਾਂ ਪੂੰਝਦਾ ਹੈ ਅਤੇ ਨਰਸ ਭੈਣ ਜੀ ਕੋਲੋਂ ਰਾਹਦਾਰੀ ਪਰਚੀ ਲੈਂਦਾ ਹੈ।ਧਨੀ ਰਾਮ ਵੀ ਕਹਿੰਦਾ ਹੈ ਭਾਜੀ ਪਹਿਲਾਂ ਆਪਾਂ ਲਾਲੀ ਨੂੰ ਪਿੰਡ ਲੈ ਕੇ ਚੱਲੀਏ ਤੇ ਆਪਸ ਵਿੱਚ ਸਲਾਹ ਕਰਦੇ ਹੋਏ ਅਤੇ ਸ਼ਰਨ ਕੌਰ ਨੂੰ ਹੌਂਸਲਾ ਦਿੰਦੇ ਹੋਏ ਲਾਲੀ ਦੀ ਲੋਥ ਨੂੰ ਧਨੀ ਰਾਮ ਦੀ ਗੱਡੀ ਵਿੱਚ ਰੱਖਦੇ ਹਨ ਅਤੇ ਰੋਂਦੀ ਹੋਈ ਸ਼ਰਨ ਕੌਰ ਨੂੰ ਵੀ ਰੌਣਕ ਸਿੰਘ ਵੱਲੋਂ ਗੱਡੀ ਅੰਦਰ ਬਿਠਾ ਲਿਆ ਜਾਂਦਾ ਹੈ ਅਤੇ ਧਨੀ ਰਾਮ ਗੱਡੀ ਪਿੰਡ ਵੱਲ ਤੋਰ ਦਿੰਦਾ ਹੈ।ਗੱਡੀ ਵਿੱਚ ਬੈਠੇ ਹੋਏ ਸ਼ਰਨ ਕੌਰ ਬਾਰ-ਬਾਰ ਚਾਦਰ ਵਿੱਚ ਲਪੇਟੇ ਹੋਏ ਲਾਲੀ ਦੀ ਲੋਥ ਨੂੰ ਬਾਰ-ਬਾਰ ਵੇਖਦੀ ਅਤੇ ਅੱਖਾਂ ਭਰ ਲੈਂਦੀ ਹੈ।ਉਸਨੂੰ ਇੰਝ ਲੱਗਦਾ ਹੈ ਕਿ ਹੁਣੇ ਹੀ ਲਾਲੀ ਉੱਠ ਪਵੇਗਾ ਅਤੇ ਉਸਦੇ ਨਾਲ ਤੁਰ ਪਵੇਗਾ ਹੁਣੇ ਖਿਲਖਿਲਾ ਕੇ ਹੱਸਣ ਲੱਗ ਪਵੇਗਾ ਪਰ ਦੁਨੀਆਂ ਤੋਂ ਇੱਕ ਵਾਰ ਜੋ ਚਲਿਆ ਜਾਵੇ ਉਹ ਵਾਪਿਸ ਨਹੀ ਆਉਂਦਾ। ਰੱਬ ਦੇ ਰੰਗਾਂ ਨੂੰ ਜਾਨਣਾ ਬੜਾ

ਹੀ ਮੁਸ਼ਕਿਲ ਹੁੰਦਾ ਹੈ ਕਦੇ-ਕਦੇ ਤਾਂ ਉਹ ਖੁਸ਼ੀਆਂ ਦੇ ਭੰਡਾਰ ਖੋਲ ਦੇਂਦਾ ਹੈ ਤੇ ਕਦੇ ਤਾਂ ਦੁੱਖਾਂ ਦਾ ਪਹਾੜ ਜੀਵਨ ਦੇ ਸਾਹਮਣੇ ਖੜਾ ਕਰ ਦਿੰਦਾ ਹੈ।ਸ਼ਾਇਦ ਏਸੇ ਦਾ ਨਾਮ ਹੀ ਜਿੰਦਗੀ ਹੈ। ਮਾਰੂਥਲਾਂ ਦਾ ਬਹਾਰਾਂ ਨਾਲ, ਫੁੱਲਾਂ ਨਾਲ ਕੰਢਿਆਂ ਦਾ, ਧੁੱਪਾਂ ਨਾਲ ਛਾਵਾਂ ਦਾ, ਰਾਤ ਨਾਲ ਦਿਨ ਦਾ ਅਤੇ ਸੁੱਖਾਂ ਨਾਲ ਦੁੱਖਾਂ ਦਾ ਸ਼ਾਇਦ ਕੋਈ ਬੜਾ ਪੁਰਾਣਾ ਅਤੇ ਗਹਿਰਾ ਰਿਸ਼ਤਾ ਹੈ।ਹੱਸਦੇ ਚਿਹਰਿਆਂ ਤੇ ਕਦ ਵਿਰਲਾਪ ਦੀ ਲਹਿਰ ਆ ਜਾਵੇ ਅਤੇ ਮਨਹੂਸ ਘੜੀਆਂ ਤੋਂ ਕਦ ਬਹਾਰਾਂ ਦੀ ਰੁੱਤ ਆ ਜਾਵੇ ਪਤਾ ਹੀ ਨਹੀ ਚੱਲਦਾ।ਪਰ ਕਹਿੰਦੇ ਹਨ ਕਿ ਚੰਗਾ ਸਮਾਂ ਤਾਂ ਬੜੀ ਛੇਤੀ ਗੁਜਰਦਾ ਹੈ ਪਰ ਮਾੜਾ ਸਮਾਂ .... ਮਾੜੇ ਸਮੇਂ ਨੂੰ ਬੀਤਦੇ ਵੀ ਯੁੱਗ ਲੱਗ ਜਾਂਦਾ ਹੈ ਇੰਝ ਲੱਗਦਾ ਹੈ ਜਿਵੇਂ ਸਮਾਂ ਖਲੋ ਹੀ ਗਿਆ ਹੋਵੇ।ਪਰ ਸਮਾਂ ਚੰਗਾ ਹੋਵੇ ਚਾਹੇ ਮਾੜਾ ਕੱਟਣਾ ਹੀ ਪੈਂਦਾ ਹੈ।ਮਰਿਆਂ ਦੇ ਨਾਲ ਮਰਿਆ ਨਹੀ ਜਾਂਦਾ ਜਿੰਦਗੀ ਜੀਣੀ ਪੈਂਦੀ ਹੈ ਜਿੰਦਗੀ ਜੀਣ ਦਾ ਹੀ ਨਾਮ ਹੈ।ਇਹਨਾਂ ਸੋਚਾਂ ਵਿਚਾਰਾਂ ਵਿੱਚ ਪਿਆ ਰੌਣਕ ਸਿੰਘ ਆਪਣਾ ਹੋਸ਼ ਸੰਭਾਲਦਾ ਹੈ ਅਤੇ ਧਨੀ ਰਾਮ ਨੂੰ ਪੁੱਛਦਾ ਹੈ ਧਨੀ ਰਾਮ ਜੀ ਲੋਂਡਾ ਵੇਲਾ ਹੋਇਆ ਹੈ ਲਾਲੀ ਨੂੰ ਘਰ ਪਹੁੰਚਾ ਕੇ ਕਰੀਬੀ ਰਿਸ਼ਤੇਦਾਰਾਂ ਨੂੰ ਵੀ ਇਤਲਾਹ ਦੇਣੀ ਹੈ।ਧਨੀ ਰਾਮ ਜਵਾਬ ਦੇਂਦਾ ਹੈ ਭਾਜੀ ਤੁਸੀ ਫਿਕਰ ਨਾ ਕਰੋ ਪਿੰਡ ਦਾ ਮੋੜ ਤਾਂ ਆ ਹੀ ਗਿਆ ਹੈ ਜਾਂਦੇ-ਜਾਂਦੇ ਅੱਡੇ ਤੋਂ ਟੈਲੀਫੋਨ ਕਰ ਲਵੋ ਅਤੇ ਲੋੜੀਂਦਾ ਸਾਮਾਨ ਵੀ ਲੈ

ਲੈਣੇ ਆ।ਪਿੰਡ ਦੇ ਬਸ ਅੱਡੇ ਉੱਤੇ ਕੁਝ ਦੁਕਾਨਾਂ ਅਜੇ ਖੁੱਲੀਆਂ ਹੀ ਸਨ।ਥੋੜਾ-ਥੋੜਾ ਹਨੇਰਾ ਹੋ ਰਿਹਾ ਹੁੰਦਾ ਹੈ, ਉਤਰ ਕੇ ਰੌਣਕ ਸਿੰਘ ਮੋਬਾਇਲਾਂ ਦੀ ਦੁਕਾਨ ਤੇ ਜਾਂਦਾ ਹੈ ਅਤੇ ਜੇਬ ਵਿੱਚੋਂ ਇੱਕ ਛੋਟੀ ਜਿਹੀ ਡਾਇਰੀ ਕੱਢਦਾ ਹੈ।ਜਿਸ ਵਿੱਚ ਉਸਨੇ ਜਰੂਰੀ ਫੋਨ ਨੰਬਰ ਲਿਖੇ ਹੁੰਦੇ ਹਨ।ਵੈਸੇ ਤਾਂ ਰੌਣਕ ਸਿੰਘ ਫੋਨ ਨਹੀ ਵਰਤਦਾ ਪਰ ਅੱਜ ਉਸਨੂੰ ਮੋਬਾਇਲ ਫੋਨ ਦੀ ਜਰੂਰਤ ਮਹਿਸੂਸ ਹੋ ਰਹੀ ਹੁੰਦੀ ਹੈ ਦੁਕਾਨ ਤੇ ਬੈਠੇ ਇੱਕ ਨੌਜਵਾਨ ਨੂੰ ਉਹ ਫੋਨ ਕਰਨ ਦੀ ਗੱਲ ਕਰਦਾ ਹੈ ਅਤੇ ਆਪਣੀ ਕਾਪੀ ਵਿੱਚੋਂ ਨੰਬਰ ਕੱਢ ਕੇ ਨੌਜਵਾਨ ਨੂੰ ਕਹਿੰਦਾ ਹੈ ਇਹ ਨੰਬਰ ਲਗਾ ਦਿਓ।ਨੌਜਵਾਨ ਉਸਨੂੰ ਨੰਬਰ ਮਿਲਾ ਕੇ ਦਿੰਦਾ ਹੈ। ਰੌਣਕ ਸਿੰਘ ਪਹਿਲਾਂ ਤਾਂ ਆਪਣੇ ਸਹੁਰਿਆਂ ਨੂੰ ਫੋਨ ਲਗਾਉਂਦਾ ਹੈ ਅਤੇ ਸਾਰੀ ਹੱਢ ਬੀਤੀ ਦੱਸਦਾ ਹੈ ਅਤੇ ਬਾਕੀ ਰਿਸ਼ਤੇਦਾਰਾਂ ਨੂੰ ਵੀ ਲਾਲੀ ਬਾਰੇ ਦੱਸ ਦਿੰਦਾ ਹੈ ਅਤੇ ਫਿਰ ਕੁਝ ਹੋਰ ਸਮਾਨ ਲੈ ਕੇ ਵਾਪਿਸ ਗੱਡੀ ਵਿੱਚ ਆ ਜਾਂਦਾ ਹੈ।ਧਨੀ ਰਾਮ ਅਜੇ ਨਹੀ ਮੁੜਿਆ ਸੀ।ਥੋੜੀ ਦੇਰ ਵਿੱਚ ਉਹ ਵੀ ਆ ਜਾਂਦਾ ਹੈ ਅਤੇ ਕਹਿੰਦਾ ਹੈ ਭਾਜੀ ਸਾਰਾ ਇੰਤਜਾਮ ਹੋ ਗਿਆ ਹੈ ਆਓ ਘਰ ਚੱਲਦੇ ਹਾਂ।ਨਾਲ ਹੀ ਰੌਣਕ ਸਿੰਘ ਸਮੇਤ ਧਨੀ ਰਾਮ ਅਤੇ ਸ਼ਰਨ ਕੌਰ ਲੋਥ ਸਮੇਤ ਪਿੰਡ ਦੇ ਮੋੜ ਤੋਂ ਘਰ ਪਹੁੰਚਦੇ ਹਨ।ਥੋੜੀ ਦੇਰ ਵਿੱਚ ਹੀ ਉੱਥੇ ਮੰਜਮਾ ਲੱਗ ਜਾਂਦਾ ਹੈ।ਜਿੰਨ੍ਹੂ-ਜਿੰਨ੍ਹੂ ਵੀ ਪਤਾ ਲੱਗਦਾ ਹੈ ਲਾਲੀ ਦੀ ਮੌਤ ਬਾਰੇ ਉਹ ਰੌਣਕ ਸਿੰਘ ਦੇ ਘਰ ਆ ਜਾਂਦਾ ਹੈ।ਸਾਰੇ ਲੋਕ ਹੈਰਾਨ

ਹੋ ਰਹੇ ਹੁੰਦੇ ਹਨ। ਇੱਕ ਦੂਸਰੇ ਨਾਲ ਖੁਸਫੁਸ ਕਰ ਰਹੇ ਹੁੰਦੇ ਹਨ। ਕੀ ਹੋ ਗਿਆ ਇਹਨਾ ਦੇ ਬੱਚੇ ਨੂੰ ਚੰਗਾ ਭਲਾ ਤਾਂ ਸੀ। ਕੋਈ ਕਹਿ ਰਿਹਾ ਹੁੰਦਾ ਹੈ ਅਜੇ ਥੋੜੇ ਦਿਨ ਪਹਿਲਾ ਵੇਖਿਆ ਸੀ ਚੰਗਾ ਭਲਾ ਤਾਂ ਸੀ। ਔਰਤਾਂ ਵੀ ਗੱਲਾਂ ਕਰਦੀਆਂ ਹਨ ਕਿ ਪਰਸੋਂ ਚੋਥ ਮੈਂ ਘਰ ਗਈ ਸੀ ਤਾਂ ਠੀਕ ਠਾਕ ਹੱਸਦਾ ਖੇਡਦਾ ਸੀ ਪਤਾ ਨਹੀ ਕੀ ਹੋਇਆ? ਇੱਕ ਦੂਸਰੇ ਤੋਂ ਪਤਾ ਲੱਗਦੇ ਹੋਏ ਗੱਲ ਪੂਰੇ ਪਿੰਡ ਨੂੰ ਪਤਾ ਲੱਗੀ। ਬੜਾ ਹੀ ਮੁਸ਼ਕਿਲਾਂ ਭਰਿਆ ਦਿਨ ਅਤੇ ਰਾਤ ਨਿਕਲਿਆ ਰੌਣਕ ਸਿੰਘ ਦੇ ਪਰਿਵਾਰ ਦਾ। ਅਗਲੇ ਦਿਨ ਕਰੀਬੀ ਦੋਸਤ, ਰਿਸ਼ਤੇਦਾਰ ਵੀ ਰੌਣਕ ਸਿੰਘ ਦਾ ਦੁੱਖ ਵੰਢਾਉਣ ਆ ਬਾਹੁੜੇ ਅਤੇ ਰੋਣ-ਵਿਰਲਾਪ ਦੇ ਵਿੱਚ ਲਾਲੀ ਨੂੰ ਅੰਤਿਮ ਵਿਦਾਈ ਦੇ ਦਿੱਤੀ ਗਈ।

ਭਾਗ–7

ਦੁੱਖਾਂ ਵਿੱਚੋਂ ਲੜਦੇ ਹੋਏ ਰੌਣਕ ਸਿੰਘ ਅਗਲੇ ਦਿਨ ਉਭਰਿਆ ਅਤੇ ਉਸਨੇ ਹੋਸਲਾ ਕਰਦੇ ਹੋਏ ਸੋਚਿਆ ਕਿ ਲਾਲੀ ਉਸਦਾ ਇੱਕ ਪੁੱਤਰ ਤਾਂ ਵਿਦਾ ਹੋ ਗਿਆ ਪਰ ਉਸਦਾ ਦੂਜਾ ਪੁੱਤਰ ਕਿਸਾਨੀ ਅੰਦੋਲਨ ਵਿੱਚ ਜਾ ਖਲੋਇਆ ਹੈ।ਸ਼ੋਕ ਕਰਨ ਆਏ ਇੱਕ ਪਿੰਡ ਦੇ ਬੰਦੇ ਨੇ ਦੱਸਿਆ ਕਿ ਉਸਦੇ ਪੱਤਰ ਗੱਜੂ ਨੂੰ ਉਸਨੇ ਵਿਰੋਧ ਕਰ ਰਹੇ ਕਿਸਾਨਾਂ ਦੇ ਕੋਲ ਹੋਰ ਦੋ ਸਕੂਲੀ ਬੱਚਿਆਂ ਦੇ ਨਾਲ ਖਲੋਤੇ ਵੇਖਿਆ ਸੀ।ਇਹ ਸੁਣ ਕੇ ਜਿਵੇਂ ਰੌਣਕ ਸਿੰਘ ਦੇ ਅੰਦਰ ਊਰਜਾ ਦਾ ਇੱਕ ਸੰਚਾਰ ਜਿਹਾ ਹੋਇਆ।ਉਹ ਇੱਕਦਮ ਚੋਕੰਨਾ ਹੋ ਗਿਆ ਜਿਵੇਂ ਉਸਦੀਆਂ ਇੰਦਰੀਆਂ ਜਾਗ ਗਈਆਂ ਹੋਣ ਜਿਵੇਂ ਭਟਕੇ ਹੋਏ ਰਾਹਗੀਰ ਨੂੰ ਕੋਈ

ਰਾਹ ਲੱਭ ਗਈ ਹੋਵੇ। ਸੁੰਨਪੁਣੇ ਮਾਹੌਲ ਵਿੱਚ ਖੇੜਾ ਜਾਗ ਗਿਆ ਹੋਵੇ। ਸੁਣਦੇ ਸਾਰ ਹੀ ਰੌਣਕ ਸਿੰਘ ਨੇ ਉਸ ਬੰਦੇ ਤੋਂ ਪੂਰੀ ਜਾਣਕਾਰੀ ਲਈ ਤਾਂ ਉਸਨੇ ਦੱਸਿਆ ਕਿ ਕਿਸਾਨੀ ਅੰਦੋਲਨ ਪੂਰੇ ਜ਼ੋਰਾਂ ਸ਼ੋਰਾਂ ਦੇ ਵਿੱਚ ਚੱਲ ਰਿਹਾ ਹੈ। ਸ਼ੰਭੂ ਬਾਰਡਰ ਉੱਤੇ ਤਾਂ ਬਹੁਤ ਭਾਰੀ ਇੱਕਠ ਹੋ ਗਿਆ ਹੈ। ਪੂਰੇ ਪੰਜਾਬ ਭਰ ਤੋਂ ਕਿਸਾਨ ਜੱਥੇਬੰਦੀਆਂ ਅਤੇ ਹੋਰ ਜੱਥੇਬੰਦੀਆਂ ਸ਼ੰਭੂ ਬਾਰਡਰ ਉੱਤੇ ਇੱਕਠੀਆਂ ਹੋ ਗਈਆਂ ਹਨ ਅਤੇ ਚੱਕਾ ਜਾਮ ਕਰ ਦਿੱਤਾ ਹੋਇਆ ਹੈ। ਕਈ ਜਗ੍ਹਾ ਤੇ ਕਿਸਾਨਾਂ ਨੇ ਰੇਲ ਦੀਆਂ ਪੱਟੜੀਆਂ ਉੱਤੇ ਬੈਠ ਕੇ ਰੇਲ ਗੱਡੀਆਂ ਬੰਦ ਕਰ ਦਿੱਤੀਆਂ ਹਨ। ਕਿਸਾਨ ਅੰਦੋਲਨ ਜਿਵੇਂ ਜਨ ਅੰਦੋਲਨ ਦਾ ਰੂਪ ਧਾਰਣ ਕਰ ਚੁੱਕਿਆ ਹੈ ਹਰ ਵਰਗ ਦੇ ਲੋਕ, ਹਰ ਉਮਰ ਦੇ ਲੋਕ, ਹਰ ਜਾਤੀ ਦੇ ਲੋਕ, ਹਰ ਧਰਮ ਦੇ ਲੋਕ, ਮਜਦੂਰ, ਕਿਸਾਨ, ਨੌਜਵਾਨ, ਬਜ਼ੁਰਗ, ਮਾਂਵਾਂ, ਭੈਣਾਂ, ਬੱਚੇ ਸਭ ਕਿਸਾਨੀ ਅੰਦੋਲਨ ਵਿੱਚ ਉਮੜ ਰਹੇ ਹਨ ਹੱਕਾਂ ਦੀ ਲੜਾਈ ਵਿੱਚ ਜਨ ਸਮੂਹ ਜਾਗ ਉੱਠਿਆ ਹੈ। ਹੱਕਾਂ ਨਾਲ ਲੜਣ ਵਾਸਤੇ ਜਾਨ ਦੀ ਬਾਜੀ ਵੀ ਲਾਉਣੀ ਪੈਂਦੀ ਹੈ। ਜਿਹੜਾ ਹੱਕ ਸੱਚ ਨੂੰ ਨਹੀ ਜਾਣਦਾ ਉਹ ਦੁਨੀਆਂ ਚ ਬੰਦਾ ਨਹੀ। ਸੱਚ ਦਾ ਹੋਕਾ ਦੇਣ ਵਾਲੇ ਤਾਂ ਤੁਹਾਨੂੰ ਹਮੇਸ਼ਾ ਦੁਨੀਆਂ ਤੇ ਹਜ਼ਾਰਾਂ ਲੋਕ ਮਿਲ ਜਾਣਗੇ। ਪਰ ਹੱਕਾਂ ਦੀ ਜੁਬਾਨ ਬੋਲਣ ਵਾਲੇ ਅੰਦਰੋਂ ਝੂਠੇ ਹੀ ਹੁੰਦੇ ਹਨ। ਜਿਹੜੇ ਵੀ ਤੁਸੀ ਹਾਕਮ, ਨਵਾਬ, ਰਾਜੇ, ਮੋਹਤਵੀਰ, ਲੀਡਰ, ਚੇਅਰਮੈਨ, ਨੰਬਰਦਾਰ ਅਤੇ ਹੋਰ ਆਪਣੇ

ਪਹਿਰੇਦਾਰ ਬਣਾ ਕੇ ਰੱਖੇ ਹੋਏ ਹਨ ਉਹ ਸੱਚ ਦੀ ਦੁਨੀਆਂ ਤੋਂ ਲੱਖਾਂ ਕੋਹਾਂ ਦੂਰ ਰਹਿਣ ਦੀ ਕੋਸ਼ਿਸ਼ ਕਰਦੇ ਹਨ, ਕਤਰਾਉਂਦੇ ਹਨ, ਭੱਜਣਾ ਚਾਹੁੰਦੇ ਹਨ ਅਤੇ ਛੁਪਾਉਣ ਦੀ ਵਿਉਂਤ ਕਰਦੇ ਹਨ।ਸੱਚ ਨੂੰ ਤਾਂ ਕਹਿਣਾ ਹੀ ਬੜਾ ਆਸਾਨ ਹੈ।ਪਰ ਕਹਿਣ ਵਿੱਚ ਤਕਲੀਫਾਂ ਝੇਲਣ ਦਾ ਮਾਦਾ ਕਿਸੇ ਕੋਲ ਨਹੀ।ਪਤਾ ਨਹੀ ਕਿਉਂ ਝੂਠ ਦਾ ਨਕਾਬ ਪਾ ਕੇ ਆਪਣੇ ਆਪ ਨੂੰ ਵੀ ਧੋਖਾ ਦਈ ਜਾ ਰਹੇ ਨੇ।ਪਰ ਜਦ ਇਹ ਕ੍ਰਾਂਤੀ ਆ ਜਾਂਦੀ ਹੈ ਸੱਚ ਆਪਣੇ ਆਪ ਮੁਹਾਰੇ ਫੁੱਟ ਪੈਂਦਾ ਹੈ ਤਾਂ ਹਲਚਲ ਪੈਦਾ ਹੋ ਜਾਂਦੀ ਹੈ।ਜਿਵੇਂ ਗ੍ਰਹਿਣ ਲੱਗੇ ਹੋਏ ਚੰਨ ਨੂੰ ਛੁਟਕਾਰਾ ਮਿਲਦਾ ਹੈ।ਹਨੇਰਾ ਦੂਰ ਹੋ ਜਾਂਦਾ ਹੈ।

ਮਤਲਬ ਸਮਝਣੇ ਕਈ ਵਾਰ ਔਖੇ ਹੋ ਜਾਂਦੇ ਨੇ।ਕਈ ਵਾਰ ਰੱਬ ਸਾਹਮਣੇ ਵੀ ਖਲੋ ਜਾਵੇ ਤਾਂ ਪਹਿਚਾਣ ਵਿੱਚ ਨਹੀ ਆ ਸਕਦਾ।ਸ਼ਾਇਦ ਇਨਸਾਨ ਨੂੰ ਇਹੀ ਚੀਜ ਸਮਝਣ ਦੀ ਲੋੜ ਹੈ।ਪਰ ਸਮਝਣਾ ਸੋਚਾਂ ਨਾਲ ਨਹੀ ਹੋ ਸਕਦਾ।ਇਹੀ ਵਿਚਾਰ ਰੌਣਕ ਸਿੰਘ ਦੇ ਦਿਮਾਗ ਵਿੱਚ ਦੌੜਣੇ ਸ਼ੁਰੂ ਹੋ ਜਾਂਦੇ ਹਨ।ਉਸਦੀ ਚੇਤਨ ਮਨ ਦੀ ਅਵਸਥਾ ਅਚੇਤਨ ਮਨ ਉੱਤੇ ਹਾਵੀ ਹੋ ਜਾਂਦੀ ਹੈ।ਉਹ ਹੁਣ ਸੋਚ ਹੀ ਲੈਂਦਾ ਹੈ ਕਿ ਨਹੀ .... ਇਹ ਵਕਤ ਹੈ ਆਪਣੇ ਖੇਤਾਂ, ਆਪਣੇ ਕਿਸਾਨਾਂ, ਆਪਣੇ ਲੋਕਾਂ, ਆਪਣੇ ਭਰਾਵਾਂ, ਆਪਣੀਆਂ ਮਾਂਵਾਂ, ਆਪਣੀਆਂ ਭੈਣਾਂ, ਅਤੇ

ਆਪਣੇ ਦੇਸ਼ ਦਾ ਸਾਥ ਦੇਣ ਦਾ ਅਤੇ ਆਪਣੇ ਆਪ ਉਹ ਤੱਤਪਰ ਹੋ ਉੱਠਿਆ। ਉਹ ਤੇਜ਼ੀ ਨਾਲ ਲੈਂਦਿਆਂ ਸਾਹਾਂ ਨਾਲ ਉਸੇ ਵੇਲੇ ਧਨੀ ਰਾਮ ਦੇ ਘਰ ਜਾ ਪਹੁੰਚਿਆ। ਹਾਲਾਂਕਿ ਹੁਣ ਰਾਤ ਦੇ 12 ਵੱਜ ਚੁੱਕੇ ਸਨ ਪਰ ਰੌਣਕ ਸਿੰਘ ਦੇ ਸਿਰ ਤੇ ਤਾਂ ਜਨ ਅੰਦੋਲਨ ਦਾ ਭੂਤ ਸਵਾਰ ਹੋ ਚੁੱਕਾ ਹੋਇਆ ਹੈ। ਉਹ ਧਨੀ ਰਾਮ ਦੇ ਘਰ ਪਹੁੰਚ ਜਾਂਦਾ ਹੈ ਅਤੇ ਉਸਨੂੰ ਹਾਕਾਂ ਮਾਰ ਬੁਲਾਉਣ ਲੱਗ ਜਾਂਦਾ ਹੈ। ਜਿਵੇਂ ਕਿ ਕੋਈ ਆਪਦਾ ਆ ਬਣੀ ਹੋਵੇ। ਜਲਜਲਾ ਜਿਹਾ ਬਣ ਗਿਆ ਹੋਵੇ। ਇਹੋ ਜਿਹੀ ਆਵਾਜ਼ ਤਾਂ ਰੌਣਕ ਸਿੰਘ ਨੇ ਕਦੇ ਨਹੀ ਸਮਝੀ ਸੀ ਤਾਂ ਧਨੀ ਰਾਮ ਤੇ ਕੀ ਬੀਤੀ ਹੋਊ ਪਰ ਸ਼ਾਇਦ ਰੌਣਕ ਸਿੰਘ ਨੇ ਧਨੀ ਰਾਮ ਨੂੰ ਪਹਿਚਾਣ ਲਿਆ ਹੋਵੇ। ਬਣ ਗਈ ਹੋਵੇ ਪੀਂਘ ਪੈ ਗਈ ਹੋਵੇ। ਜੜਾਂ ਜੁੜ ਗਈਆਂ ਹੋਣ ਪ੍ਰੀਤ ਦਾ ਪਤਾ ਲੱਗ ਗਿਆ ਹੋਵੇ ਧਨੀ ਰਾਮ ਇੱਕ ਦਮ ਬਾਹਰ ਆਇਆ। ਤਾਂ ਰੌਣਕ ਸਿੰਘ ਨੇ ਆਵਾਜ ਮਾਰੀ ਧਨੀ ਰਾਮਾ ਅੱਜ ਕਿਸਾਨੀ ਅੰਦੋਲਨ ਸ਼ੁਰੂ ਹੋ ਗਿਆ ਇੱਕ ਤੇਰਾ ਅਤੇ ਇੱਕ ਮੇਰਾ। ਚੱਲ ਤੁਰ ਚੱਲੀਏ ਅਸੀ ਵੀ ਕਿਸਾਨੀ ਮੋਰਚੇ ਵੱਲ ਕਿਸਾਨਾਂ ਦੀ ਹੱਕੀ ਲੜਾਈ ਵਿੱਚ ਸ਼ਾਮਿਲ ਹੋ ਜਾਈਏ। ਸਾਡੇ ਨਾਲੋ ਤਾਂ ਸਾਡੇ ਬੱਚੇ ਚੰਗੇ ਨੇ ਜੋ ਸੀਨਾ ਖੋਲ ਕੇ ਅੰਦੋਲਨ ਨਾਲ ਜੁੜ ਚੁੱਕੇ ਹਨ ਚੱਲ ਅਸੀ ਵੀ ਆਪਣਾ ਯੋਗਦਾਨ ਪਾਈਏ ਤਾਂ ਜੁਲਮਾਂ ਦੀ ਸਰਕਾਰ ਦੇ ਵਿਰੁੱਧ ਵਾ ਲਗਾ ਦਈਏ। ਸੁਣ ਕੇ ਧਨੀ ਰਾਮ ਵੀ ਜਿਵੇਂ ਜਾਗ ਗਿਆ

ਹੋਵੇ।ਹਾਲਾਂਕਿ ਧਨੀ ਰਾਮ ਕੋਲ ਨਾ ਤਾਂ ਜਮੀਨ ਹੈ ਅਤੇ ਨਾ ਹੀ ਖੇਤੀ ਨਾਲ ਉਸਦਾ ਕੋਈ ਵਾਸਤਾ ਪਰ ਇੱਕ ਪੰਜਾਬੀ ਹੋਣ ਦੇ ਨਾਤੇ ਅਤੇ ਅੱਤ ਚੁੱਕੇਂਦੀ ਹੋਈ ਜਬਰ ਅਤੇ ਧੱਕੇਸ਼ਾਹੀ ਕਰਨ ਵਾਲੀ ਸਰਕਾਰ ਦੇ ਖਿਲਾਫ ਆਵਾਜ ਬੁਲੰਦ ਕਰਨ ਲਈ ਉਹ ਵੀ ਤਿਆਰ ਹੋ ਗਿਆ ਉਸਨੇ ਰੌਣਕ ਸਿੰਘ ਨੂੰ ਕਿਹਾ ਭਾਜੀ ਮੈਂ ਤੁਹਾਡੇ ਨਾਲ ਹਾਂ। ਆਖਰੀ ਸਾਹ ਤੱਕ ਲੜਾਂਗਾ।ਇਸ ਸਾਂਝੀ ਲੜਾਈ ਵਿੱਚ ਮੈਂ ਤੁਹਾਡੇ ਨਾਲ ਮੋਢਾ ਜੋੜੀ ਖੜਾਂ ਹਾਂ।ਤੁਸੀ ਆਪਣਾ ਜਰੂਰੀ ਸਾਮਾਨ ਲੈ ਲਵੋ ਤੇ ਚਲੋ ਅਸੀ ਕੂਚ ਕਰਦੇ ਹਾਂ ਸ਼ੰਭੂ ਬਾਰਡਰ ਵੱਲ ਨੂੰ । ਰੌਣਕ ਸਿੰਘ ਜਰੂਰੀ ਸਾਮਾਨ ਲੈਣ ਆਪਣੇ ਘਰ ਵੱਲ ਤੁਰ ਪੈਂਦਾ ਹੈ ਅਤੇ ਘਰ ਆ ਕੇ ਸ਼ਰਨ ਕੌਰ ਨੂੰ ਸਾਰੀ ਗੱਲ ਦੱਸਦਾ ਹੈ।ਪਹਿਲਾਂ ਤਾਂ ਸ਼ਰਨ ਕੌਰ ਨਾਰਾਜ ਹੋ ਜਾਂਦੀ ਹੈ ਪਈ ਅਜੇ ਲਾਲੀ ਨੂੰ ਗਿਆ 4 ਦਿਨ ਵੀ ਨਹੀ ਹੋਏ ਅਤੇ ਤੁਸੀ ਤੁਰ ਪਏ ਹੋ।ਪਰ ਫਿਰ ਰੌਣਕ ਸਿੰਘ ਦੇ ਸਮਝਾਉਣ ਤੇ ਉਹ ਵੀ ਤਿਆਰ ਹੋ ਜਾਂਦੀ ਹੈ।ਉਸਨੂੰ ਵੀ ਕਿਸਾਨਾਂ ਦੇ ਹੱਕਾਂ ਅਤੇ ਸਰਕਾਰ ਵੱਲੋਂ ਕੀਤੇ ਜਾ ਰਹੇ ਜੁਲਮਾਂ ਬਾਰੇ ਜਦ ਵਿਸਥਾਰ ਨਾਲ ਪਤਾ ਲੱਗਦਾ ਹੈ ਤਾਂ ਸੱਜਰੇ ਦੁੱਖ ਨੂੰ ਸੀਨੇ ਦੀਆਂ ਗਹਿਰਾਈਆਂ ਵਿੱਚ ਲੁਕੋ ਕੇ ਆਕਰੋਸ਼ ਦੀ ਮਸ਼ਾਲ ਚੁੱਕਣ ਲਈ ਤੱਤਪਰ ਹੋ ਉੱਠਦੀ ਹੈ।

ਰਾਤ ਦੇ ਇੱਕ ਵਜੇ (1 ਵਜੇ) ਦਾ ਸਮਾਂ ਹੋ ਚੁੱਕਿਆ ਹੈ। ਧਨੀ ਰਾਮ ਆਪਣੀ ਧਰਮ ਪਤਨੀ ਸਮੇਤ ਗੱਡੀ ਲੈ ਕੇ ਰੌਣਕ ਸਿੰਘ ਦੇ ਘਰ ਪਹੁੰਚ ਜਾਂਦਾ ਹੈ ਅਤੇ ਛੇਤੀ ਹੀ ਉਹ ਨਿਕਲ ਪੈਂਦੇ ਹਨ ਸ਼ੰਭੂ ਬਾਰਡਰ ਦੇ ਮੋਰਚੇ ਵੱਲ ਨੂੰ। ਅੱਜ ਮਨ ਵਿੱਚ ਬੜੀ ਹਲਚਲ ਹੋ ਰਹੀ ਹੈ। ਰੌਣਕ ਸਿੰਘ ਜੋ ਕਿ ਇੱਕ ਝੁਜਾਰੂ ਕਿਸਮ ਦਾ ਆਦਮੀ ਹੈ ਰਾਤ ਦੇ ਹਨੇਰੇ ਵਿੱਚ ਵੀ ਜਾਗਦਾ ਹੋਇਆ ਬਾਕੀਆਂ ਨੂੰ ਵੀ ਪ੍ਰੋਤਸਾਹਿਤ ਕਰ ਰਿਹਾ ਹੁੰਦਾ ਹੈ। ਸਰਕਾਰ ਦੀਆਂ ਕਿਸਾਨ ਮਾਰੂ ਨੀਤੀਆਂ ਨੂੰ ਆਪਣੇ ਨਾਲ ਬੈਠੇ ਸ਼ਰਨ ਕੌਰ ਧਨੀ ਰਾਮ ਅਤੇ ਉਸਦੀ ਧਰਮ ਪਤਨੀ ਦੇ ਕੰਨਾਂ ਵਿੱਚੋਂ ਕੱਢ ਰਿਹਾ ਹੈ। ਪੂੰਜੀਵਾਦੀ ਸੋਚ ਵਿਚਾਰ ਰੱਖਣ ਵਾਲੀ ਇਹ ਸਰਕਾਰ ਕਿਵੇਂ ਗਰੀਬ ਅਤੇ ਕਿਸਾਨਾਂ, ਮਜਦੂਰਾਂ ਦੇ ਹੱਕਾਂ ਨੂੰ ਖੋ ਰਹੀ ਹੈ ਅਤੇ ਵੱਡੇ-ਵੱਡੇ ਕਾਰੋਬਾਰੀਆਂ ਦੇ ਖਜਾਨੇ ਭਰਨ ਉੱਤੇ ਲੱਗੀ ਹੋਈ ਹੈ। ਇਸੇ ਹਾਲਾਤਾਂ ਵਿੱਚ ਰਹਿਣ ਤੇ ਤਾਂ ਇੱਕ ਦਿਨ ਅਜਿਹਾ ਆਵੇਗਾ ਕਿ ਅਮੀਰ ਬਹੁਤ ਜਿਆਦਾ ਅਮੀਰ ਹੋ ਜਾਣਗੇ ਅਤੇ ਗਰੀਬ ਤਾਂ ਸ਼ਾਇਦ ਦੋ ਵਕਤ ਦੇ ਖਾਣੇ ਦੇ ਵੀ ਮੋਹਤਾਜ ਹੋ ਜਾਣ। ਸੀਨੇ ਵਿੱਚ ਉੱਠਦੇ ਵਲਵਲੇ ਨੂੰ ਰੌਣਕ ਸਿੰਘ ਸ਼ਬਦਾਂ ਰਾਹੀਂ ਬਾਰ-ਬਾਰ ਬਿਆਨ ਕਰ ਰਿਹਾ ਹੁੰਦਾ ਹੈ। ਸੁਣ ਕੇ ਤਾਂ ਬਾਕੀ ਬੈਠੇ ਸਾਥੀਆਂ ਦੇ ਵੀ ਰੋਂਗਟੇ ਖੜੇ ਹੁੰਦੇ ਸਨ। ਬਰਹਾਲ ਪਿੰਡਾਂ ਤੇ ਸ਼ਹਿਰਾਂ ਦੇ ਰਸਤੇ ਨੂੰ ਚੀਰਦੇ ਹੋਏ ਰੌਣਕ ਸਿੰਘ ਹੋਰੀਂ ਦਿੱਲੀ ਹਾਈਵੇ ਤੇ ਤੁਰੇ ਜਾਂਦੇ ਹਨ। ਰਸਤੇ ਵਿੱਚ ਉਹਨਾਂ ਨੂੰ ਟਰੈਕਟਰ ਟਰਾਲੀਆਂ ਸਮੇਤ

ਕਾਰਾਂ ਮੋਟਰਸਾਈਕਲ ਅਤੇ ਹਰ ਤਰ੍ਹਾਂ ਦੇ ਵਾਹਨ ਕਿਸਾਨੀ ਅੰਦੋਲਨ ਦੇ ਝੰਡੇ ਫੜੀ ਕੂਚ ਕਰ ਰਹੇ ਨਜਰੀ ਪੈਂਦੇ ਜਿਸ ਨਾਲ ਹੌਂਸਲਾਂ ਹੋਰ ਵੀ ਬੁਲੰਦ ਹੋ ਰਿਹਾ ਹੁੰਦਾ ਹੈ।ਜੋ ਬੋਲੇ ਸੋ ਨਿਹਾਲ ਸਤਿ ਸ਼੍ਰੀ ਅਕਾਲ ਦੇ ਜੈਕਾਰਿਆਂ ਅਤੇ ਕਿਸਾਨ ਮਜਦੂਰ ਏਕਤਾ ਜਿੰਦਾਬਾਦ ਅਤੇ ਹੋਰ ਰੋਂਗਟੇ ਖੜੇ ਕਰਨ ਵਾਲੇ ਨਾਰਿਆਂ ਨਾਲ ਕਦੇ ਕਦੇ ਤਾਂ ਰਸਤੇ ਵੀ ਗੂੰਜ ਰਹੇ ਹੁੰਦੇ ਹਨ। ਇੰਝ ਲੱਗਦਾ ਹੈ ਜਿਵੇਂ ਦਿਨ ਅਤੇ ਰਾਤ ਵਿੱਚ ਕੋਈ ਫਾਸਲਾ ਹੀ ਨਾ ਰਿਹਾ ਹੋਵੇ।ਜਨੂਨ ਅਤੇ ਹਿੰਮਤ ਦੇ ਨਾਲ ਰੌਣਕ ਸਿੰਘ ਹੋਰੀਂ ਵਾਟਾਂ ਰਸਤੇ ਲੰਘਦੇ ਹੋਏ ਸਵੇਰ ਦੇ ਪੰਜ ਵਜੇ ਜਾ ਸ਼ੰਭੂ ਬਾਰਡਰ ਉੱਤੇ ਪਹੁੰਚੇ।ਅਜੇ ਮੱਠੀ-ਮੱਠੀ ਸੱਜਰੀ ਸਵੇਰ ਨਿਕਲ ਰਹੀ ਹੈ ਅਤੇ ਲੋਕ ਜਿਵੇਂ ਕਿ ਸਾਰੀ ਰਾਤ ਪਹਿਰੇ ਤੇ ਬੈਠੇ ਸੂਰਜ ਦੀਆਂ ਪਹਿਲੀਆਂ ਕਿਰਨਾਂ ਨੂੰ ਵੇਖ ਕੇ ਧਰਨੇ ਦੀਆਂ ਮੁਸ਼ਕਿਲਾਂ ਭਰੇ ਹਾਲਾਤਾਂ ਵਿੱਚ ਵੀ ਜੋਸ਼ ਅਤੇ ਜ਼ਜਬੇ ਨਾਲ ਭਰੇ ਨਜਰੀ ਪੈ ਰਹੇ ਹੁੰਦੇ ਹਨ।ਜਨ ਸਮੂਹ ਤਾਂ ਇਹਨਾਂ ਭਾਰੀ ਹੈ ਕਿ ਦੂਰ ਤੱਕ ਜਿੱਥੇ ਵੀ ਨਜਰ ਪੈਂਦੀ ਹੈ ਲੋਕ ਹੀ ਲੋਕ ਵਿਖਾਈ ਦੇਂਦੇ ਹਨ। ਟਰੈਕਟਰ, ਟਰਾਲੀਆਂ, ਕਾਰਾਂ, ਮੋਟਰਸਾਈਕਲਾਂ, ਸਕੂਟਰਾਂ, ਬੱਸਾਂ, ਟਰੱਕਾਂ ਵਿੰਗਰਾਂ ਦੀ ਜਿਵੇਂ ਹੋੜ ਲੱਗ ਗਈ ਹੋਵੇ।ਪੈਰ ਰੱਖਣ ਨੂੰ ਵੀ ਥਾਂ ਨਹੀ ਮਿਲ ਰਹੀ।ਸਵੇਰੇ ਸਾਰ ਹੀ ਜਨ ਸਮੂਹ ਦੇ ਜੈਕਾਰੇ ਅਤੇ ਨਾਰਿਆਂ ਨਾਲ ਸ਼ੰਭੂ ਬਾਰਡਰ ਗੂੰਜ ਰਿਹਾ ਹੋਵੇ।ਰਾਤਾਂ ਦੇ ਉਨੀਦਰੇ ਦਾ ਜਿਵੇਂ ਕੋਈ ਅਸਰ ਹੀ ਨਹੀ ਹੋ ਰਿਹਾ।ਹੱਕ

ਸੱਚ ਦੀ ਲੜਾਈ ਵਿੱਚ ਲੋਕ ਜਿਵੇਂ ਆਪਣੀ ਜਾਨ ਦੀ ਬਾਜੀ ਲਗਾਉਣ ਨੂੰ ਤਿਆਰ ਖੜੇ ਹਨ। ਉੱਧਰੋਂ ਸਰਕਾਰ ਨੇ ਵੀ ਕਿਸਾਨੀ ਜੱਥੇਬੰਦੀਆਂ ਅਤੇ ਜਨ ਸਮੂਹ ਨੂੰ ਰੋਕਣ ਲਈ ਪੁਰਜ਼ੋਰ ਪੁਖਤਾ ਪ੍ਰਬੰਧ ਕੀਤੇ ਹੋਏ ਹਨ। ਬੈਰੀਗੇਟ ਲੋਹੇ ਦੇ ਕਿੱਲ, ਵੱਡੇ-ਵੱਡੇ ਪੱਥਰ ਪੈਰਾਂ ਮਿਲਟਰੀ ਫੋਰਸਾਂ ਅਤੇ ਵੱਡੇ ਤੋਂ ਵੱਡੇ ਅਫਸਰ ਬਿਠਾ ਕੇ ਵਿਉਂਤਾਂ ਘੜੀਆਂ ਜਾ ਰਹੀਆਂ ਹਨ ਕਿ ਕਿਵੇਂ ਇਸ ਜਨ ਸਮੂਹ ਨੂੰ ਰੋਕਣਾ ਹੈ।

ਪਰ ਉਤਸ਼ਾਹ, ਜ਼ੋਸ਼ ਅਤੇ ਜਨੂਨ ਦੇ ਅੱਗੇ ਤਾਂ ਵੱਡੇ-ਵੱਡੇ ਸਮੁੰਦਰਾਂ ਦੀ ਲਹਿਰਾਂ ਨੂੰ ਵੀ ਕਈ ਵਾਰ ਢੇਰੀ ਹੋ ਜਾਣਾ ਪੈਂਦਾ ਹੈ। ਹਾਲਾਂਕਿ ਸ਼ੰਭੂ ਬਾਰਡਰ ਕੋਈ ਦੋ ਦੇਸ਼ਾਂ ਦਾ ਬਾਰਡਰ ਨਹੀ ਹੈ ਪਰ ਵੇਖ ਕੇ ਇੰਝ ਲੱਗਦਾ ਹੈ ਜਿਵੇਂ ਦੇਸ਼ ਦੇ ਵਿੱਚੋਂ-ਵਿੱਚ ਇੰਡੀਆ-ਪਾਕਿਸਤਾਨ ਦਾ ਬਾਰਡਰ ਬਣਿਆ ਹੋਵੇ। ਜਿਸ ਹਿਸਾਬ ਨਾਲ ਸਰਕਾਰ ਨੇ ਕਿਸਾਨਾਂ ਨੂੰ ਰੋਕਣ ਅਤੇ ਉਹਨਾਂ ਦੀ ਆਵਾਜ ਬੰਦ ਕਰਨ ਦੇ ਪੁਖਤਾ ਤੇ ਸਖਤ ਪ੍ਰਬੰਧ ਕੀਤੇ ਹਨ ਇਨੇ ਪ੍ਰਬੰਧ ਤਾਂ ਸ਼ਾਇਦ ਬਾਰਡਰਾਂ ਉੱਤੇ ਵੀ ਨਹੀ ਹੋਣੇ। ਸਰਕਾਰ ਲੋਕਤੰਤਰ ਦੇ ਮਾਇਨੇ ਨੂੰ ਛਿੱਕੇ ਉੱਤੇ ਟੰਗ ਕੇ ਜਨ ਸਮੂਹ ਦਾ ਘਾਣ ਕਰਦੀ ਨਜਰੀ ਪੈ ਰਹੀ ਹੈ। ਰੌਣਕ ਸਿੰਘ ਹੋਰੀਂ ਵੀ ਆਪਣੀ ਗੱਡੀ ਨੂੰ ਖੜੇ ਕਰਨ ਦੀ ਥਾਂ ਲੱਭ ਕੇ ਇਸ ਜਨ ਅੰਦੋਲਨ ਵਿੱਚ ਘੁਲ ਮਿਲ ਜਾਂਦੇ ਹਨ। ਸਵੇਰੇ-ਸਵੇਰੇ ਕਿਤੇ ਚਾਹ ਅਤੇ ਕਿਤੇ ਪਰੌਂਠੇ-ਪਕੌੜਿਆਂ ਦੇ ਲੰਗਰ ਲੱਗੇ ਹੋਏ ਹਨ। ਜਨ ਸਮੂਹ

ਜੈਕਾਰੇ ਲਗਾਉਂਦਾ ਹੋਇਆ ਬੜੇ ਹੀ ਸ਼ਾਂਤਮਈ ਢੰਗ ਨਾਲ ਲੰਗਰ ਪਰਸ਼ਾਦਾ ਛੱਕਦਾ ਹੋਇਆ ਤਰੋਤਾਜਾ ਹੋ ਕੇ ਬੈਰੀਗੇਟਾਂ ਦੇ ਕੋਲ ਜਾਂਦਾ ਹੈ।ਪਰ ਮਿਲਟਰੀ ਫੋਰਸਾਂ ਵੱਲੋਂ ਬਾਰ-ਬਾਰ ਸਪੀਕਰਾਂ ਤੇ ਹਦਾਇਤਾਂ ਦਿੱਤੀਆਂ ਜਾਂਦੀਆਂ ਹਨ ਕਿ ਇਸ ਇਲਾਕੇ ਵਿੱਚ ਧਾਰਾ 144 ਲਾਗੂ ਕੀਤੀ ਹੈ।ਅੱਗੇ ਵੱਧਣ ਦੀ ਕੋਸ਼ਿਸ਼ ਨਾ ਕੀਤੀ ਜਾਵੇ, ਜੇ ਕਿਸੇ ਨੇ ਅੱਗੇ ਵੱਧਣ ਦੀ ਕੋਸ਼ਿਸ਼ ਕੀਤੀ ਤਾਂ ਉਸ ਉੱਪਰ ਕਾਨੂੰਨੀ ਕਾਰਵਾਈ ਕੀਤੀ ਜਾਵੇਗੀ।ਇਸਦੀ ਨਿਰੋਲ ਜਿੰਮੇਵਾਰੀ ਉਸਦੀ ਆਪਣੀ ਹੋਵੇਗੀ।ਕਈ ਨਿਹੰਗ ਸਿੰਘ ਵੀ ਬੈਰੀਗੇਟਾਂ ਕੋਲ ਜਾ ਖਲੋਤੇ ਅਤੇ ਅੱਗੇ ਵੱਧਣ ਦੀ ਕੋਸ਼ਿਸ਼ ਕਰਦੇ ਹਨ।ਪਰ ਸਰਕਾਰ ਫੋਰਸਾਂ ਵੱਲੋਂ ਉਹਨਾਂ ਉੱਤੇ ਤਸਦੱਦ ਢਾਇਆ ਜਾਂਦਾ ਹੈ।ਡਾਂਗਾਂ ਵਰਾਈਆਂ ਜਾ ਰਹੀਆਂ ਹਨ।ਪਾਣੀ ਦੀਆਂ ਬਾਛੜਾਂ ਵਰਾਈਆਂ ਜਾਂਦੀਆਂ ਹਨ।ਹੰਝੂ ਗੈਸ ਦੇ ਗੋਲੇ ਬਰਸਾਏ ਜਾ ਰਹੇ ਹਨ।ਨਕਲੀ ਰਬੜ ਦੀਆਂ ਗੋਲੀਆਂ ਬਰਸਾਈਆਂ ਜਾ ਰਹੀਆਂ ਹਨ।ਜੁਲਮ ਦੀ ਤਾਂ ਹੱਦ ਹੀ ਪਾਰ ਕਰ ਦਿੱਤੀ ਗਈ ਹੈ।ਅੰਨਦਾਤਾ ਕਹਿਣ ਵਾਲੇ ਕਿਸਾਨਾਂ ਨੂੰ ਦੁਨੀਆਂ ਦਾ ਪੇਟ ਭਰਨ ਦਾ ਚੰਗਾ ਇਨਾਮ ਮਿਲ ਰਿਹਾ ਹੈ।ਰੌਣਕ ਸਿੰਘ ਵੀ ਇਸ ਹੰਗਾਮੇ ਵਿੱਚ ਜੋਸ਼ ਦੇ ਨਾਲ ਅੱਗੇ ਵੱਧਦਾ ਨਜਰੀ ਪੈਂਦਾ ਹੈ ਅਤੇ ਬੈਰੀਗੇਟਾਂ ਦੇ ਮੂਹਰੇ ਖਲੋ ਜਾਂਦਾ ਹੈ ਮੁਰਦਾਬਾਦ ਮੁਰਦਾਬਾਦ ਦੇ ਨਾਅਰਿਆਂ ਦੇ ਨਾਲ ਸਭ ਤੋਂ ਅੱਗੇ ਜਾ ਖਲੋਂਦਾ ਹੈ ਅਤੇ ਇੱਕ ਸਿਪਾਹੀ ਨਾਲ ਝੜਪ ਪੈਂਦਾ ਹੈ।ਸਾਨੂੰ ਅੱਗੇ ਜਾਣ

ਦਿਓ।ਅਸੀ ਸ਼ਾਂਤਮਈ ਢੰਗ ਨਾਲ ਆਪਣੀ ਗੱਲ ਸਰਕਾਰ ਤੱਕ ਪਹੁੰਚਾਉਣੀ ਚਾਹੁੰਦੇ ਹਾਂ ਕਿਉਂ ਰੋਕ ਕੇ ਰੱਖਿਆ ਹੈ।ਅਸੀਂ ਤਾਂ ਹੱਕਾਂ ਦੀ ਲੜਾਈ ਲੜ ਰਹੇ ਹਾਂ।ਕੋਈ ਜੁਰਮ ਤਾਂ ਨਹੀ ਕਰ ਰਹੇ।ਸਾਡੀ ਆਵਾਜ ਨੂੰ ਨਹੀ ਬੰਦ ਕਰ ਸਕਦੇ ਤੁਸੀ ਕਹਿੰਦਾ ਹੋਇਆ ਰੌਣਕ ਸਿੰਘ ਮੂਹਰੇ ਆ ਖਲੋਂਦਾ ਹੈ।ਨਾਲ ਹੀ ਦੂਜੇ ਪਾਸਿਓਂ ਅਫ਼ਸਰ ਵੱਲੋਂ ਲਾਠੀ ਚਾਰਜ ਦਾ ਫਰਮਾਨ ਜਾਰੀ ਹੋ ਜਾਂਦਾ ਹੈ।ਲਾਠੀਆਂ ਵਰਨੀਆਂ ਸ਼ੁਰੂ ਹੋ ਜਾਂਦੀਆਂ ਹਨ।ਪਰ ਰੌਣਕ ਸਿੰਘ ਡਟਿਆ ਰਹਿੰਦਾ ਹੈ।ਉਸਦੇ ਕਾਫੀ ਸੱਟਾ ਲੱਗਦੀਆਂ ਹਨ ਪਰ ਉਹ ਟਸ ਤੋਂ ਮਸ ਨਹੀ ਹੁੰਦਾ ਅਤੇ ਬੈਰੀਗੇਟਾਂ ਨੂੰ ਧੱਕਾ ਦੇਣ ਦੀ ਕੋਸ਼ਿਸ਼ ਕਰਦਾ ਰਹਿੰਦਾ ਹੈ।ਉਸਨੂੰ ਦੇਖ ਕੇ ਹੋਰ ਲੋਕ ਵੀ ਜੋਰ ਲਗਾਉਣਾ ਸ਼ੁਰੂ ਕਰ ਦਿੰਦੇ ਹਨ ਅਤੇ ਬੈਰੀਗੇਟ ਜਨਸਮੂਹ ਦੇ ਜ਼ੋਰ ਨਾਲ ਖੁੱਲ ਜਾਂਦਾ ਹੈ ਅਤੇ ਲੋਕ ਅੱਗੇ ਵੱਧਣਾ ਸ਼ੁਰੂ ਕਰ ਦਿੰਦੇ ਹਨ।ਨਾਲ ਹੀ ਅਗਲੇ ਪਾਸੇ ਤੋਂ ਹੰਝੂ ਗੈਸ ਦੇ ਗੋਲਿਆਂ ਦੀ ਬੋਛਾੜ ਜਾਰੀ ਹੁੰਦੀ ਹੈ ਧੂੰਆਂ ਹੀ ਧੂੰਆਂ ਹੋ ਜਾਂਦਾ ਹੈ।ਲੋਕ ਚੀਕਾਂ ਮਾਰਨੀਆਂ ਸ਼ੁਰੂ ਕਰ ਦਿੰਦੇ ਹਨ।ਅੱਖਾਂ ਮਲਣੀਆਂ ਸ਼ੁਰੂ ਕਰ ਦਿੰਦੇ ਹਨ।ਪਤਾ ਨਹੀ ਗੈਸ ਕਿਹੋ ਜਿਹੀ ਹੈ ਲੋਕਾਂ ਦੀਆਂ ਅੱਖਾਂ ਵਿੱਚੋਂ ਰੜਕ ਪੈਣੀ ਸ਼ੁਰੂ ਹੋ ਜਾਂਦੀ ਹੈ।ਕੁਝ ਵਿਖਾਈ ਨਹੀ ਦੇ ਰਿਹਾ।ਹਫੜਾ ਦਫੜੀ ਮੱਚ ਜਾਂਦੀ ਹੈ।ਅੱਖਾਂ ਸੁਰਖ ਲਾਲ ਹੋ ਜਾਂਦੀਆਂ ਹਨ।ਪਾਣੀ ਵਗਣਾ ਸ਼ੁਰੂ ਹੋ ਜਾਂਦਾ ਹੈ।ਪਰ ਇਹ ਦਰਦਾਂ ਨਾਲੋਂ ਜਿਆਦਾ ਦਰਦ ਤਾਂ ਸ਼ਾਇਦ ਰੌਣਕ

ਸਿੰਘ ਆਪਣੇ ਦਿਲ ਵਿੱਚ ਲਕੋਈ ਬੈਠਾ ਹੈ। ਇਹ ਦੁੱਖਾਂ ਨਾਲ ਉਸਦਾ ਸਾਹਮਣਾ ਉਸਦੇ ਵਿਅਕਤੀਤੱਵ ਨੂੰ ਹੋਰ ਵੀ ਨਿਖਾਰ ਕੇ ਰੱਖ ਦਿੰਦਾ ਹੈ। ਰੌਣਕ ਸਿੰਘ ਅੱਗੇ ਵੱਧੀ ਜਾ ਰਿਹਾ ਹੈ। ਇਹਨੇ ਸ਼ੋਰ ਸ਼ਰਾਬੇ ਧੱਕਮ-ਧੱਕੇ ਅਤੇ ਧੂੰਏ ਦੇ ਹਨੇਰੇ ਵਿੱਚ ਲੋਕ ਵੀ ਰੌਣਕ ਸਿੰਘ ਦੇ ਪਿੱਛੇ-ਪਿੱਛੇ ਅੱਗੇ ਵੱਧ ਰਹੇ ਹੁੰਦੇ ਹਨ। ਮੱਚਦੇ ਭਾਬੜ ਵਿੱਚ ਛਾਲ ਮਾਰਨੀ ਬੜੀ ਮੁਸ਼ਕਿਲ ਘੜੀ ਹੁੰਦੀ ਹੈ ਪਰ ਜਜਬੇ ਅਤੇ ਜਨੂਨ ਅੱਗੇ ਵੱਡੇ ਤੋਂ ਵੱਡਾ ਤੂਫਾਨ ਵੀ ਢਹਿ ਜਾਂਦਾ ਹੈ। ਲੋਕਾਂ ਦੇ ਵੱਡੇ ਜਲਸੇ ਨੂੰ ਅੱਗੇ ਵੱਧਦਾ ਵੇਖ ਮਿਲਟਰੀ ਦੇ ਅਫ਼ਸਰ ਵੀ ਕੰਬ ਜਿਹੇ ਜਾਂਦੇ ਹਨ ਅਤੇ ਲਾਠੀ ਚਾਰਜ ਬੰਦ ਕਰਨ ਦਾ ਹੁਕਮ ਜਾਰੀ ਕਰਦੇ ਹਨ ਜਿਵੇਂ ਹੀ ਪੈਰਾ ਮਿਲਟਰੀ ਫੋਰਸਾਂ ਥੋੜੀਆਂ ਪਿੱਛੇ ਹੱਟ ਜਾਂਦੀਆਂ ਹਨ। ਪਾਣੀ ਦੀਆਂ ਵਾਛੜਾਂ ਬੰਦ ਹੋ ਜਾਂਦੀਆਂ ਹਨ। ਹੰਝੂ ਗੈਸ ਦੇ ਧੂਏਂ ਦਾ ਵੀ ਧੂੰਆਂ ਥੋੜਾ ਛੱਟ ਜਾਂਦਾ ਹੈ। ਲੋਕਾਂ ਦਾ ਹਜੂਮ ਥੋੜਾ ਸ਼ਾਂਤ ਹੁੰਦਾ ਹੈ। ਰੌਣਕ ਸਿੰਘ ਵੀ ਆਪਣੀ ਪਗੜੀ ਸੰਭਾਲਦਾ ਹੋਇਆ ਅੱਖਾਂ ਮੱਲ ਰਿਹਾ ਹੁੰਦਾ ਹੈ। ਇਸ ਹਫੜਾ ਦਫੜੀ ਵਿੱਚ ਰੌਣਕ ਸਿੰਘ ਧਨੀ ਰਾਮ ਅਤੇ ਆਪਣੇ ਪਰਿਵਾਰ ਤੋਂ ਵਿਛੜ ਜਾਂਦਾ ਹੈ ਅਤੇ ਰੌਣਕ ਸਿੰਘ ਦੇ ਹੋਂਸਲੇ ਨੂੰ ਵੇਖ ਲੋਕ ਰੌਣਕ ਸਿੰਘ ਨੂੰ ਮੋਢਿਆਂ ਤੇ ਚੁੱਕ ਲੈਂਦੇ ਹਨ ਅਤੇ ਨਾਅਰੇ ਲਗਾਉਣੇ ਸ਼ੁਰੂ ਕਰ ਦਿੰਦੇ ਹਨ, "ਕਿਸਾਨ ਏਕਤਾ ਜਿੰਦਾਬਾਦ, ਤਾਨਾਸ਼ਾਹ ਸਰਕਾਰ ਮੁਰਦਾਬਾਦ, ਧੱਕੇਸ਼ਾਹੀ ਬੰਦ ਕਰੋ, ਤਾਨਾਸ਼ਾਹੀ ਬੰਦ ਕਰੋ" ਦੇ ਨਾਅਰਿਆਂ ਨਾਲ

ਸ਼ੰਭੂ ਬਾਰਡਰ ਗੂੰਜ ਉੱਠਦਾ ਹੈ। ਉਧਰੋਂ ਪੈਰਾ ਮਿਲਟਰੀ ਫੋਰਸਾਂ ਵੱਲੋਂ ਅਨਾਊਸਮੈਂਟ ਕੀਤੀ ਜਾਂਦੀ ਹੈ "ਸਾਰਿਆਂ ਨੂੰ ਬੇਨਤੀ ਕੀਤੀ ਜਾਂਦੀ ਹੈ ਕਿ ਸਰਕਾਰ ਤੁਹਾਡੇ ਨਾਲ ਗੱਲਬਾਤ ਕਰਨ ਨੂੰ ਰਾਜੀ ਹੋ ਗਈ ਹੈ। ਕ੍ਰਿਪਾ ਕਰਕੇ ਸ਼ਾਂਤ ਹੋ ਜਾਓ ਅਤੇ ਆਪਣੇ-ਆਪਣੇ ਸਥਾਨ ਤੇ ਸ਼ਾਂਤੀ ਨਾਲ ਬੈਠ ਜਾਓ। ਸਰਕਾਰ ਦੇ ਨੁਮਾਇੰਦੇ ਤੁਹਾਡੀਆਂ ਸ਼ਰਤਾਂ ਮੰਨਣ ਨੂੰ ਤਿਆਰ ਹੋ ਗਏ ਹਨ। ਕ੍ਰਿਪਾ ਕਰਕੇ ਸ਼ਾਂਤੀ ਬਣਾਏ ਰੱਖੋ। ਇਹ ਅਨਾਊਸਮੈਂਟਾਂ ਦੇ ਵਿੱਚ ਰੌਣਕ ਸਿੰਘ ਨੂੰ ਮੋਢਿਆਂ ਤੇ ਚੁੱਕ ਕੇ ਨੇੜੇ ਬਣਾਈ ਸਟੇਜ਼ ਉੱਤੇ ਚੜਾ ਦਿੱਤਾ ਜਾਂਦਾ ਹੈ ਜਿੱਥੇ ਕਿ ਕਿਸਾਨ ਜਥੇਬੰਦੀਆਂ ਦੇ ਆਗੂ ਆਪਣੇ-ਆਪਣੇ ਵਿਚਾਰ ਪੇਸ਼ ਕਰ ਰਹੇ ਹੁੰਦੇ ਹਨ। ਆਗੂਆਂ ਵੱਲੋਂ ਰੌਣਕ ਸਿੰਘ ਦੀ ਬਹਾਦਰੀ ਨੂੰ ਵੇਖਦੇ ਹੋਏ ਆਪਣੇ ਵਿਚਾਰ ਲੋਕਾਂ ਵਿੱਚ ਰੱਖਣ ਦਾ ਮੌਕਾ ਦਿੱਤਾ ਜਾਂਦਾ ਹੈ। ਉੱਪਰੋਂ ਰੌਣਕ ਸਿੰਘ ਅੱਖਾਂ ਵਿੱਚ ਪੈਂਦੀ ਰੜਕ ਅਤੇ ਬਾਹਵਾਂ ਉੱਤੇ ਵੱਜੀਆਂ ਲਾਠੀਆਂ ਦੇ ਦਰਦ ਦੇ ਨਾਲ ਸਟੇਜ਼ ਉੱਤੇ ਪਹੁੰਚਦਾ ਹੈ ਅਤੇ ਹੋਸ਼ ਸੰਭਾਲਦਾ ਹੋਇਆ ਬੋਲਦਾ ਹੈ ਮੈਂ ਮੇਰੇ ਕਿਸਾਨ ਵੀਰਾਂ ਭਰਾਵਾਂ ਮਾਂਵਾਂ ਭੈਣਾਂ ਨੂੰ ਪਹਿਲਾਂ ਤਾਂ ਸਤਿ ਸ਼੍ਰੀ ਅਕਾਲ ਕਹਿੰਦਾ ਹਾਂ। ਮੈਂ ਇਹ ਕਹਿਣਾ ਚਾਹੁੰਦਾ ਹਾਂ ਕਿ ਪੰਜਾਬੀਓ ਤੁਸੀ ਯੋਧੇ ਹੋ ਜੰਗ ਦੇ ਮੈਦਾਨ ਵਿੱਚ ਸਿਰ ਦੇ ਕੇ ਵੀ ਜਿੱਤ ਹਾਸਲ ਕਰਨੀ ਹੈ। ਕੇਂਦਰ ਸਰਕਾਰ ਨੇ ਜਿਹੜੇ ਖੇਤੀ ਕਾਨੂੰਨ ਬਣਾਏ ਹਨ ਇਹ ਅੰਗਰੇਜ਼ ਹਾਕਮਾਂ ਦੇ ਵੱਲੋਂ 1907 ਵਿੱਚ ਬਣਾਏ

ਪੰਜਾਬ ਲੈਂਡ ਕੋਲੋਨਾਇਜੇਸ਼ਨ ਐਕਟ ਦੇ ਵਾਂਗਰ ਕਿਸਾਨ ਮਾਰੂ ਕਾਨੂੰਨ ਹਨ।ਅੰਗਰੇਜਾਂ ਦੇ ਇਹਨਾਂ ਕਾਨੂੰਨਾਂ ਅਨੁਸਾਰ ਕਿਸਾਨ ਆਪਣੀ ਜਮੀਨ ਨਾ ਤਾਂ ਗਹਿਣੇ ਰੱਖ ਸਕਦਾ ਸੀ ਅਤੇ ਨਾ ਹੀ ਵੇਚ ਸਕਦਾ ਸੀ।ਇੱਥੋਂ ਤੱਕ ਕਿ ਆਪਣੇ ਖੇਤਾਂ ਵਿੱਚੋਂ ਉਹ ਕੋਈ ਲੱਗੇ ਰੁੱਖ ਤੋਂ ਲੱਕੜ ਤੱਕ ਨਹੀ ਵੱਢ ਸਕਦਾ ਸੀ।ਜੇਕਰ ਕਿਸੇ ਕਿਸਾਨ ਜਿੰਮੀਦਾਰ ਦੇ ਵੱਡੇ ਪੁੱਤਰ ਦੀ ਬਾਲਿਗ ਅਵਸਥਾ ਤੋਂ ਪਹਿਲਾਂ ਮੌਤ ਹੋ ਜਾਂਦੀ ਤਾਂ ਸਾਰੀ ਜਮੀਨ ਤੇ ਸਰਕਾਰ ਦੀ ਮਲਕੀਅਤ ਹੋ ਜਾਂਦੀ ਸੀ।ਪਹਿਲਾਂ ਗੋਰੇ ਅੰਗਰੇਜ਼ ਕਿਸਾਨਾਂ ਦੇ ਹੱਕਾਂ ਉੱਤੇ ਪੰਜਾਲੀ ਫੇਰਨ ਨੂੰ ਫਿਰਦੇ ਸੀ ਤੇ ਅੱਜਕੱਲ ਇਹ ਕਾਲੇ ਅੰਗਰੇਜ਼ ਤਾਂ ਉਹਨਾਂ ਤੋਂ ਵੀ ਭੈੜੇ ਨੇ।ਉਸ ਵੇਲੇ ਵੀ ਕਿਸਾਨਾਂ ਵੱਲੋਂ "ਪੱਗੜੀ ਸੰਭਾਲ ਜੱਟਾ" ਅੰਦੋਲਨ ਚੱਲਿਆ ਸੀ ਜਿਸ ਦੀ ਅਗਵਾਈ ਸ਼ਹੀਦ-ਏ-ਆਜਮ ਸਰਦਾਰ ਭਗਤ ਸਿੰਘ ਦੇ ਚਾਚਾ ਅਜੀਤ ਸਿੰਘ ਨੇ ਕੀਤੀ ਸੀ ਅਤੇ ਕਿਸਾਨਾਂ ਦੇ ਲੰਬੇ ਸੰਘਰਸ਼ ਤੋਂ ਬਾਅਦ ਅੰਗਰੇਜ਼ ਸਰਕਾਰ ਨੂੰ ਵੀ ਕਾਲੇ ਕਾਨੂੰਨ ਵਾਪਿਸ ਲੈਣੇ ਪਏ ਸੀ।ਅੱਜ ਦੇ ਹਾਲਾਤ ਵੀ ਕੁੱਝ ਇਸੇ ਤਰ੍ਹਾਂ ਹੀ ਬਣੇ ਹੋਏ ਹਨ।ਕੇਂਦਰੀ ਸਰਕਾਰ ਕਿਸਾਨਾਂ ਦੇ ਹੱਕਾਂ ਨੂੰ ਮਾਰ ਕੇ ਪੂੰਜੀਪਤੀਆਂ ਦੇ ਖਜਾਨੇ ਭਰਨਾ ਚਾਹੁੰਦੀ ਹੈ।ਇਹਨਾਂ ਤਿੰਨ ਕਾਲੇ ਕਾਨੂੰਨਾਂ ਨਾਲ ਕਿਸਾਨ ਆਪਣੇ ਹੀ ਖੇਤਾਂ ਵਿੱਚ ਇੱਕ ਮਜਦੂਰ ਬਣ ਕੇ ਰਹਿ ਜਾਵੇਗਾ।ਸਾਡੀਆਂ ਜਮੀਨਾਂ ਖੋ ਲੈਣਗੇ, ਅਸੀ ਆਪਣੀ ਜਮੀਨਾਂ ਉੱਤੇ ਹੀ ਗੁਲਾਮ ਹੋ ਜਾਵਾਂਗੇ ਵੱਡੇ

ਪੂੰਜੀਪਤੀਆਂ ਤੇ ਕੰਪਨੀਆਂ ਦੇ ਥੱਲੇ। ਸਾਨੂੰ ਆਪਣੇ ਹੌਂਸਲੇ ਬੁਲੰਦ ਕਰਨੇ ਪੈਣਗੇ।ਸਰਕਾਰ ਦੇ ਗੋਡੇ ਟੇਕ ਕਰਵਾਉਣੇ ਪੈਣਗੇ।ਆਪਣੇ ਇੱਕ-ਇੱਕ ਖ਼ੂਨ ਦੇ ਕਤਰੇ ਨਾਲ ਅਸੀ ਆਪਣੇ ਹੱਕਾਂ ਦੀ ਚਾਦਰ ਨੂੰ ਸੀਜ ਕੇ ਰੱਖ ਦੇਵਾਂਗੇ।ਪਰ ਹਾਰ ਨਹੀ ਮੰਨਾਗੇ।ਕੇਂਦਰ ਸਰਕਾਰ ਦੀ ਇੱਟ ਨਾਲ ਇੱਟ ਖੜਕਾ ਦੇਵਾਂਗਾ।ਦੋਸਤੋ ਅਸੀ ਮਹਾਰਾਜਾ ਰਣਜੀਤ ਸਿੰਘ ਦੇ ਵੰਸ਼ਜ ਹਾਂ ਬਾਰਡਰਾਂ ਉੱਤੇ ਆਪਣੇ ਲਹੂ ਨਾਲ ਹਿੰਦੂਸਤਾਨ ਦੀਆਂ ਸਰਹੱਦਾਂ ਦੀ ਰਾਖੀ ਕਰਦੇ ਹਾਂ।ਪੰਜਾਬੀ ਕੌਮ ਤਾਂ ਮੁੱਢ ਤੋਂ ਹੀ ਸਾਹਸੀ, ਅਣੱਖੀ ਅਤੇ ਬੁਲੰਦ ਹੌਂਸਲਾ ਰੱਖਣ ਵਾਲੀ ਕੌਮ ਹੈ।ਜੇਕਰ ਅਸੀ ਅੰਨਦਾਤਾ ਧਰਤੀ ਦਾ ਸੀਨਾ ਸੀਜ ਕੇ ਦੁਨੀਆਂ ਦਾ ਪੇਟ ਭਰ ਸਕਦੇ ਹਾਂ ਤਾਂ ਆਪਣੇ ਹੱਕਾਂ ਦੀ ਖਾਤਿਰ ਆਪਣੀਆਂ ਛਾਤੀਆਂ ਪੜਵਾਉਣ ਦੀ ਹਿੰਮਤ ਰੱਖਦੇ ਹਾਂ ਤਾਂ ਕਿਸੇ ਦਾ ਕਲੇਜਾ ਕੱਢਣਾ ਵੀ ਸਾਡੇ ਲਈ ਕੋਈ ਔਖੀ ਗੱਲ ਨਹੀ।ਆਪਣੇ ਖ਼ੂਨ ਦਾ ਇੱਕ-ਇੱਕ ਕਤਰਾ ਵੀ ਅਸੀ ਆਪਣੀਆਂ ਜਮੀਨਾਂ ਤੇ ਆਪਣੇ ਹੱਕਾਂ ਵਾਸਤੇ ਵਹਾ ਦੇਵਾਂਗੇ।ਇਸ ਲਈ ਦੋਸਤੋ ਆਓ ਅਸੀ ਸਭ ਇੱਕ ਜੁੱਟ ਹੋ ਕੇ ਸਾਡੇ ਸਮਾਜ ਵਾਸਤੇ ਦੁਨੀਆਂ ਉੱਤੇ ਇੱਕ ਮਿਸਾਲ ਕਾਇਮ ਕਰ ਜਾਈਏ।ਜਿੰਦਗੀ ਦੇ ਆਖਰੀ ਸਾਹ ਤੱਕ ਲੜਣ ਜੂਝਣ ਅਤੇ ਜਿੱਤਣ ਵੱਲ ਆਪਣੇ ਕਦਮ ਵਧਾਉਂਦੇ ਚੱਲੀਏ ਅਤੇ ਇਹਨਾਂ ਤਿੰਨ ਕਾਲੇ ਕਾਨੂੰਨਾਂ ਨੂੰ ਰੱਦ ਕਰਾ ਕੇ ਹੀ ਜਿੱਤ ਦੇ ਨਿਸ਼ਾਨ ਦੁਨੀਆ ਦੇ ਇਤਿਹਾਸ ਵਿੱਚ ਦਰਜ ਕਰਾ

ਚੱਲੀਏ।ਇਹਨਾਂ ਸ਼ਬਦਾਂ ਨਾਲ ਮੈਂ ਤੁਹਾਡੇ ਸਭ ਤੋਂ ਆਗਿਆ ਲੈਂਦਾ ਹਾਂ ਅਤੇ ਰੌਣਕ ਸਿੰਘ ਨਾਅਰਾ ਲਗਾਉਂਦਾ ਹੈ 'ਕਿਸਾਨ ਮਜਦੂਰ ਏਕਤਾ ਜਿੰਦਾਬਾਦ' 'ਕਿਸਾਨੀ ਅੰਦੋਲਨ ਜਿੰਦਾਬਾਦ' 'ਕੇਂਦਰ ਸਰਕਾਰ ਮੁਰਦਾਬਾਦ' 'ਇੰਨਕਲਾਬ ਜਿੰਦਾਬਾਦ' "ਕਾਲੇ ਕਾਨੂੰਨ ਰੱਦ ਕਰੋ" ਦੇ ਨਾਅਰਿਆਂ ਨਾਲ ਉਹ ਸਟੇਜ਼ ਤੋਂ ਵਿਦਾ ਲੈਂਦਾ ਹੈ।ਉੱਧਰ ਸ਼ਰਨ ਕੌਰ, ਧਨੀ ਰਾਮ ਤੇ ਉਸਦੀ ਪਤਨੀ ਰੌਣਕ ਸਿੰਘ ਨੂੰ ਸਟੇਜ਼ ਉੱਤੇ ਬੋਲਦਾ ਵੇਖ ਹੋਲੀ-ਹੋਲੀ ਸਟੇਜ਼ ਦੇ ਨੇੜੇ ਆ ਜਾਂਦੇ ਹਨ ਅਤੇ ਜਿਉਂ ਹੀ ਰੌਣਕ ਸਿੰਘ ਸਟੇਜ਼ ਤੋਂ ਹੇਠਾਂ ਉੱਤਰ ਰਿਹਾ ਹੁੰਦਾ ਹੈ ਉਸਦਾ ਧਿਆਨ ਉਹਨਾਂ ਉੱਪਰ ਪੈ ਜਾਂਦਾ ਹੈ ਅਤੇ ਭੀੜ ਨੂੰ ਚੀਰਦਾ ਹੋਇਆ ਉਹ ਆਪਣੇ ਪਰਿਵਾਰ ਕੋਲ ਆ ਜਾਂਦਾ ਹੈ।ਉੱਧਰੋਂ ਰੌਣਕ ਸਿੰਘ ਦਾ ਭਾਸ਼ਣ ਸੁਣ ਕੇ ਜਨ ਸਮੂਹ ਦੇ ਵੀ ਜਿਵੇਂ ਲੂ ਕੰਢੇ ਖੜੇ ਹੋ ਜਾਂਦੇ ਹਨ ਅਤੇ ਸਾਰਾ ਜਨ ਸਮੂਹ ਹੀ ਹੁਣ ਰੌਣਕ ਸਿੰਘ ਦਾ ਪਰਿਵਾਰ ਬਣ ਜਾਂਦਾ ਹੈ ਅਤੇ ਵੇਖਦੇ-ਵੇਖਦੇ ਹੀ ਰੌਣਕ ਸਿੰਘ ਸਭ ਦਾ ਚਹੇਤਾ ਸੂਰਵੀਰ ਆਗੂ ਬਣ ਜਾਂਦਾ ਹੈ।ਰੌਣਕ ਸਿੰਘ ਨੂੰ ਸਟੇਜ਼ ਦੇ ਨੇੜੇ ਬਣੇ ਕਿਸਾਨੀ ਆਗੂਆਂ ਦੇ ਸਮੂਹ ਵਿੱਚ ਜਗ੍ਹਾ ਮਿਲ ਜਾਂਦੀ ਹੈ ਅਤੇ ਹੋਰ ਮੋਹਤਵੀਰ ਕਿਸਾਨੀ ਲੀਡਰਾਂ ਵੱਲੋਂ ਰੌਣਕ ਸਿੰਘ ਨੂੰ ਅਗਲੀ ਮੀਟਿੰਗ ਵਿੱਚ ਸੱਦਾ ਦਿੱਤਾ ਜਾਂਦਾ ਹੈ।ਧਨੀ ਰਾਮ ਅਤੇ ਉਸਦੀ ਪਤਨੀ ਵੀ ਨਾਲ ਖੜੇ ਰਹਿੰਦੇ ਹਨ।ਥੋੜੀ ਦੇਰ ਤੋਂ ਬਾਅਦ ਜਦ ਮਾਹੌਲ ਵਿੱਚ ਸ਼ਾਂਤੀ ਆਉਂਦੀ ਹੈ ਤਾਂ ਧਨੀ ਰਾਮ

ਰੌਣਕ ਸਿੰਘ ਕੋਲ ਜਾਂਦਾ ਹੈ ਅਤੇ ਹੌਂਸਲਾ ਅਫਜਾਈ ਕਰਦਾ ਹੋਇਆ ਕਹਿੰਦਾ ਹੈ ਪਾਜੀ ਬਹੁਤ ਵਧੀਆ ਬੋਲਿਆ ਜੇ ਤੁਸੀ ਰੋਂਗਟੇ ਖੜੇ ਕਰ ਦਿੱਤੇ ਅਤੇ ਹੋਲੀ ਜਿਹੇ ਰੌਣਕ ਸਿੰਘ ਦੇ ਕੰਨ ਵਿੱਚ ਕਹਿੰਦਾ ਹੈ ਪਾਜੀ ਨੇੜੇ ਲੱਗੇ ਮੈਡੀਕਲ ਕੈਂਪ ਵਿਚ ਫੱਟੜ ਲੋਕ ਪਏ ਨੇ ਉਹਨਾਂ ਵਿੱਚੋਂ ਕੁੱਝ ਦੀ ਹਾਲਤ ਗੰਭੀਰ ਬਣੀ ਹੋਈ ਹੈ ਅਤੇ .... ਡਰਦਾ ਹੋਇਆ ਧਨੀ ਰਾਮ ਬੋਲਦਾ-ਬੋਲਦਾ ਚੁੱਪ ਹੋ ਜਾਂਦਾ ਹੈ।ਰੌਣਕ ਸਿੰਘ ਧਨੀ ਰਾਮ ਦੇ ਚਿਹਰੇ ਦੇ ਵਿਗੜਦੇ ਹਾਲਾਤ ਵੇਖ ਕੇ ਇੱਕਦਮ ਬੋਲਦਾ ਹੈ ਧਨੀ ਰਾਮ ਜੀ ਦੱਸੋ ਚੁੱਪ ਕਿਉਂ ਹੋ ਗਏ।ਤਾਂ ਸੰਕੋਚ ਕਰਦੇ ਧਨੀ ਰਾਮ ਨੇ ਦੱਸਿਆ ਕਿ ਉਹਨਾਂ ਫੱਟੜ ਜਖਮੀ ਲੋਕਾਂ ਵਿੱਚ ਸਾਡੇ ਬੱਚੇ ਵੀ ਹਨ ਗੱਜੂ ਅਤੇ ਸ਼ਰਦ......... ਉਹਨਾਂ ਦੀ ਹਾਲਤ ਗੰਭੀਰ ਬਣੀ ਹੋਈ ਹੈ।ਸੁਣ ਕੇ ਰੌਣਕ ਸਿੰਘ ਜਿਵੇਂ ਹਿੱਲ ਜਾਂਦਾ ਹੈ।ਧਨੀ ਰਾਮ ਦੱਸਦਾ ਹੈ ਮੇਰੀ ਪਤਨੀ ਅਤੇ ਭੈਣਜੀ ਸ਼ਰਨ ਕੌਰ ਉਹਨਾਂ ਕੋਲ ਹੀ ਹਨ।ਮੈਂ ਤੁਹਾਨੂੰ ਲੈਣ ਆਇਆ ਹਾਂ ਜਨਾਬ ਚਲੋ।ਰੌਣਕ ਸਿੰਘ ਜਿਵੇਂ ਤੱਤਪਰ ਹੋ ਕੇ ਮੈਡੀਕਲ ਕੈਂਪ ਵੱਲ ਭੱਜਦਾ ਹੈ ਨਾਲ ਹੀ ਧਨੀ ਰਾਮ ਵੀ ਪਿੱਛੇ-ਪਿੱਛੇ ਭੱਜਦਾ ਹੈ।ਲੋਕਾਂ ਨੂੰ ਪਿੱਛੇ ਹਟਾਉਂਦੇ ਹੋਏ, ਉੱਬੜ-ਖਾਬੜ ਰਾਹਾਂ ਪਾਰ ਕਰਦੇ ਹੋਏ ਪਾਣੀ ਦੇ ਬਣੇ ਟੋਇਆਂ ਵਿੱਚੋਂ ਲੰਘਦੇ ਹੋਏ, ਹੰਝੂ ਗੈਸ ਦੇ ਚੱਲੇ ਹੋਏ ਗੋਲਿਆਂ ਨੂੰ ਪੈਰਾਂ ਹੇਠਾਂ ਰੋਂਦ ਕੇ ਦਰਦ ਨਾਲ ਰੋਂਦੇ ਵਿਰਲਾਪ ਕਰਦੇ ਲੋਕਾਂ ਵਿੱਚੋਂ ਲੰਘਦੇ ਹੋਏ ਅਤੇ ਧਨੀ ਰਾਮ

ਨੂੰ ਪਿੱਛੇ ਛੱਡਦੇ ਹੋਏ ਰੌਣਕ ਸਿੰਘ ਮੈਡੀਕਲ ਕੈਂਪ ਵਿੱਚ ਪਹੁੰਚਦਾ ਹੈ ਅਤੇ ਆਪਣੇ ਪੁੱਤ ਗੱਜੂ ਨੂੰ ਲੱਭਣਾ ਸ਼ੁਰੂ ਕਰ ਦਿੰਦਾ ਹੈ। ਪਰ ਉਸਨੂੰ ਆਪਣਾ ਪੁੱਤਰ ਵਿਖਾਈ ਨਹੀ ਦੇਂਦਾ ਉੱਥੇ ਹੋਰ ਫੱਟੜ ਲੋਕ ਪਏ ਸਨ। ਕਿਸੇ ਦੀਆਂ ਅੱਖਾਂ ਵਿੱਚ ਲਾਲਗੀ ਛਾ ਗਈ ਹੈ ਅਤੇ ਦਰਦ ਨਾਲ ਬੂਰਾ ਹਾਲ ਹੈ। ਕਈ ਭੀੜ ਵਿੱਚ ਕੁਚਲੇ ਗਏ ਬਜੁਰਗ ਹਨ ਕਿਸੇ ਦੀ ਲੱਤ ਟੁੱਟ ਗਈ ਹੈ, ਕਿਸੇ ਦੀ ਬਾਂਹ ਟੁੱਟ ਗਈ ਹੈ। ਕਿਸੇ ਨੂੰ ਪਾਣੀ ਦੀਆਂ ਬੋਛੜਾਂ ਨਾਲ ਅੰਦਰੂਨੀ ਸੱਟਾਂ ਲੱਗੀਆਂ ਹਨ, ਕੁੱਝ ਲਾਠੀ ਚਾਰਜ ਦੇ ਸ਼ਿਕਾਰ ਹੋਏ ਨੇ, ਕੁੱਝ ਕੁ ਨੂੰ ਤਾਂ ਵਿਖਾਈ ਨਹੀ ਦੇ ਰਿਹਾ, ਕੁੱਝ ਲੋਕ ਉਲਟੀਆਂ ਪਲਟੀਆਂ ਵੀ ਮਾਰ ਰਹੇ ਨੇ, ਕੁੱਝ ਸੁੱਧ ਬੁੱਧ ਖੋ ਕੇ ਨੀਚੇ ਗਿਰੇ ਪਏ ਹਨ। ਹਾਲਾਤ ਇੰਜ ਬਣੇ ਹੋਏ ਹਨ ਜਿਵੇਂ ਕਿਸੇ ਕੁਦਰਤੀ ਆਫਤ ਨੇ ਤਬਾਹੀ ਮਚਾ ਦਿੱਤੀ ਹੋਵੇ। ਪਰ ਸੋਚ ਕੇ ਹੀ ਹੈਰਾਨੀ ਹੁੰਦੀ ਹੈ ਇੱਥੇ ਕੁਦਰਤ ਨਹੀ ਬੰਦਾ ਹੀ ਬੰਦੇ ਦਾ ਦੁਸ਼ਮਣ ਬਣ ਗਿਆ ਹੈ। ਮਹਿਲਾਂ ਵਿੱਚ ਬੈਠ ਕੇ ਵਿਉਂਤਾਂ ਘੜਣ ਵਾਲੇ ਲੀਡਰਾਂ ਨੇ ਆਮ ਇਨਸਾਨ ਦੀ ਜਾਨ ਦਾ ਮੁੱਲ ਲਾ ਦਿੱਤਾ ਹੋਵੇ। ਪੈਰਾ ਮਿਲਟਰੀ ਫੋਰਸਾ ਅਤੇ ਪੁਲਿਸ ਦੇ ਰੂਪ ਵਿੱਚ ਤਸਦੱਦ ਕਰਨ ਵਾਲਾ ਵੀ ਅੰਦਰੋਂ ਇੱਕ ਆਮ ਆਦਮੀ ਹੈ ਜੋ ਕਿ ਲੀਡਰਾਂ ਦੇ ਦਿੱਤੇ ਆਰਡਰਾਂ ਅਤੇ ਆਪਣੀ ਡਿਊਟੀ ਦੇ ਰੂਪ ਵਿੱਚ ਨਿਭਾ ਰਹੀ ਸੇਵਾ ਦੇ ਰੂਪ ਵਿੱਚ ਆਮ ਜਨਤਾ ਉੱਤੇ ਡਾਂਗਾਂ ਗੋਲੀਆਂ ਵਰਾਉਣ ਨੂੰ ਮਜਬੂਰ ਹੋਇਆ ਪਿਆ। ਪਰ ਇਸ ਤਸਦੱਦ ਕਰਨ ਵਾਲੇ

ਜ਼ੁਲਮ ਕਰਨ ਵਾਲੇ ਅਤੇ ਕਹਿਰ ਢਾਹੁਣ ਵਾਲੇ ਲੋਕਾਂ ਨੂੰ ਲੋਕਾਂ ਖਿਲਾਫ ਲੜਵਾਉਣ ਵਾਲੇ ਇਹ ਵੱਡੇ-ਵੱਡੇ ਲੀਡਰ ਹੀ ਹਨ। ਆਪਣੀ ਕੁਰਸੀ ਬਚਾਉਣ ਖਾਤਰ ਆਮ ਲੋਕਾਂ ਦਾ ਲਹੂ ਵਹਾਉਣ ਵਾਲੇ ਕਦੇ ਵੀ ਸੁਲਝੇ ਪਰਪੱਖ ਅਤੇ ਉੱਨਤ ਸਮਾਜ ਦੇ ਸਿਰਜਨਹਾਰ ਨਹੀ ਹੋ ਸਕਦੇ। ਇਹਨਾਂ ਜ਼ੁਲਮਾਂ ਦੇ ਪਿੱਛੇ ਕੁਰਸੀ ਦਾ ਲਾਲਚ ਅਤੇ ਪਾਵਰ ਦੀ ਭੁੱਖ ਤੋਂ ਬਿਨਾਂ ਕੁੱਝ ਹੋ ਹੀ ਨਹੀ ਸਕਦਾ। ਅਜਿਹੇ ਵਿਚਾਰਾਂ ਨਾਲ ਰੌਣਕ ਸਿੰਘ ਦਾ ਜਿਵੇਂ ਦਿਲ ਝੰਜੋੜ ਉੱਠਿਆ ਅਤੇ ਅੰਦਰੋਂ ਵਲਵਲਾ ਜਿਹਾ ਉੱਠਣਾ ਸ਼ੁਰੂ ਹੋ ਗਿਆ। ਇਨ੍ਹਾ ਕੁੱਝ ਵੇਖ ਰਹੇ ਰੌਣਕ ਸਿੰਘ ਨੂੰ ਧਨੀ ਰਾਮ ਨੇ ਪਿੱਛੋਂ ਆ ਕੇ ਹਾਕ ਮਾਰੀ ਪਾਜੀ ਇਸ ਪਾਸੇ ਆ ਜਾਓ ਮੁੜ ਕੇ ਜਦ ਰੌਣਕ ਸਿੰਘ ਧਨੀ ਰਾਮ ਵੱਲ ਚੱਲ ਪਿਆ ਤਾਂ ਗੱਜੂ ਅਤੇ ਧਨੀ ਰਾਮ ਦਾ ਪੁੱਤਰ ਸ਼ਰਦ ਵਿਖਾਈ ਦੇਂਦਾ ਹੈ। ਭੱਜਦੇ-ਭੱਜਦੇ ਨੇੜੇ ਪਹੁੰਚ ਕੇ ਉਹ ਵੇਖਦਾ ਹੈ ਦੋਵੇਂ ਗੱਜੂ ਅਤੇ ਸ਼ਰਦ ਲਹੂ ਨਾਲ ਲੱਥਪੱਥ ਨੇ। ਦੋਵਾਂ ਦੇ ਸਿਰ ਵਿੱਚੋਂ ਖ਼ੂਨ ਨਿਕਲ ਰਿਹਾ ਹੈ। ਦੋਵਾਂ ਦੇ ਹੀ ਛਾਤੀ ਅਤੇ ਪੇਟ ਵਿੱਚ ਰਬੜ ਦੀਆਂ ਗੋਲੀਆਂ ਲੱਗ ਚੁੱਕੀਆਂ ਹਨ ਜੋ ਕਿ ਕਹਿਣ ਨੂੰ ਤਾਂ ਜਾਨਲੇਵਾ ਨਹੀ ਹਨ ਪਰ ਅੱਜ ਕਈਆਂ ਦੀ ਜਾਨ ਨਾਲ ਖੇਡ ਰਹੀਆਂ ਹਨ। ਦਰਦ ਨਾਲ ਗੱਜੂ ਅਤੇ ਸ਼ਰਦ ਦਾ ਬੁਰਾ ਹਾਲ ਹੈ। ਨੇੜੇ ਸ਼ਰਨ ਕੌਰ ਅਤੇ ਧਨੀ ਰਾਮ ਸਮੇਤ ਉਸਦੀ ਪਤਨੀ ਵੀ ਵਿਰਲਾਪ ਕਰਦੇ ਨਜਰ ਆ ਰਹੀ ਹੈ। ਸ਼ਰਨ ਕੌਰ ਨੇ ਦੱਸਿਆ ਕਿ ਜਦੋਂ ਬੈਰੀਗੇਟ ਟੁੱਟੇ ਹਨ ਉਸ ਵੇਲੇ

ਭੀੜ ਭੜੱਕੇ ਵਿੱਚ ਅਸੀ ਤੁਹਾਡੇ ਨਾਲੋ ਵੱਖ ਹੋ ਗਏ ਅਤੇ ਲਾਠੀ ਚਾਰਜ ਅਤੇ ਚੱਲ ਰਹੇ ਪਾਣੀ ਦੀਆਂ ਬੋਛਾੜਾਂ ਵਿੱਚ ਤੁਹਾਡੇ ਪਿੱਛੇ-ਪਿੱਛੇ ਅਗਾਂਹ ਵੱਧ ਰਹੇ ਸਾਂ ਤਾਂ ਅੱਗੇ ਇੱਕ ਪਾਸੇ ਮੂਹਰੇ ਖੜੇ ਇਹ ਦੋ ਬੱਚੇ ਵਿਖਾਈ ਦਿੱਤੇ।ਪਹਿਲਾਂ ਤਾਂ ਮੈਨੂੰ ਭੁਲੇਖਾ ਹੀ ਪੈ ਰਿਹਾ ਸੀ ਪਰ ਜਦ ਹੀ ਅਸੀ ਹੋਰ ਅੱਗੇ ਆਏ ਤਾਂ ਚਿਹਰੇ ਸਾਫ ਵਿਖਾਈ ਦੇ ਰਹੇ ਸਨ।ਉਹ ਗੱਜੂ ਅਤੇ ਸ਼ਰਦ ਹੀ ਸਨ।ਇਹ ਦੋਵੇਂ ਬੱਚਿਆਂ ਨੇ ਬੜੀ ਬਹਾਦਰੀ ਨਾਲ ਲਾਠੀਆਂ ਤੇ ਧੂੰਏਂ ਦੀ ਤਸੱਦਦ ਦਾ ਡੱਟ ਕੇ ਮੁਕਾਬਲਾ ਕੀਤਾ ਅਤੇ ਪਿੱਛੇ ਨਹੀ ਸੀ ਹਟੇ।ਪਰ ਉਧਰੋਂ ਪੁਲਿਸ ਅਤੇ ਹੋਰ ਫੋਰਸਾਂ ਨੇ ਜਦ ਲਾਠੀ ਚਾਰਜ ਤੇਜ਼ ਕੀਤਾ ਤਾਂ ਇਹਨਾਂ ਦੇ ਗੰਭੀਰ ਸੱਟਾਂ ਲੱਗ ਗਈਆਂ ਹਨ ਅਤੇ ਗੋਲੀਆਂ ਵੀ ਵੱਜੀਆਂ ਹਨ।ਵੈਸੇ ਤਾਂ ਸ਼ਰਨ ਕੌਰ ਗੱਜੂ ਨੂੰ ਪਸੰਦ ਨਹੀ ਕਰਦੀ ਪਰ ਅੱਜ ਪਤਾ ਨਹੀ ਕਿਉਂ ਉਸਨੂੰ ਗੱਜੂ ਤੇ ਪਿਆਰ ਆ ਰਿਹਾ ਹੈ।ਉਹ ਉਸਨੂੰ ਝੋਲੀ ਵਿੱਚ ਪਾ ਕੇ ਬੈਠੀ ਹੋਈ ਹੈ।ਇਸ ਸਭ ਕੁੱਝ ਹੋਣ ਤੋਂ ਬਾਅਦ ਇਹ ਦੋਵੇਂ ਡਿੱਗ ਪਏ ਨੇ ਤਾਂ ਪਾਜੀ ਧਨੀ ਰਾਮ ਅਤੇ ਅਸੀ ਇਹਨਾਂ ਦੋਵਾਂ ਨੂੰ ਚੁੱਕ ਕੇ ਇੱਥੇ ਮੈਡੀਕਲ ਕੈਂਪ ਵਿੱਚ ਲੈ ਆਏ ਹਾਂ।ਉਧਰੋਂ ਮਲੱਮ ਪੱਟੀ ਕਰਨ ਆਏ ਸੇਵਾਦਾਰ ਨੇ ਕਿਹਾ ਹੈ ਪਈ ਇਹਨਾਂ ਬੱਚਿਆਂ ਨੂੰ ਹਸਪਤਾਲ ਭਰਤੀ ਕਰਵਾਉਣਾ ਪੈਣਾ ਹੈ।ਸੱਟਾਂ ਜਿਆਦਾ ਲੱਗ ਚੁੱਕੀਆਂ ਨੇ।ਇਹ ਸਭ ਕੁੱਝ ਦੇਖਦੇ-ਸੁਣਦੇ ਹੋਏ ਰੌਣਕ ਸਿੰਘ ਜਿਵੇ ਅੱਗ ਬਬੂਲਾ ਹੋ ਗਿਆ ਹੈ।ਉਸਨੇ ਧਨੀ ਰਾਮ ਨੂੰ ਕਿਹਾ

ਧਨੀ ਰਾਮ ਜੀ ਪਹਿਲਾਂ ਤਾਂ ਇਹਨਾਂ ਬੱਚਿਆਂ ਨੂੰ ਹਸਪਤਾਲ ਪਹੁੰਚਾਈਏ। ਤਾਂ ਧਨੀ ਰਾਮ ਨੇ ਕਿਹਾ ਪਾਜੀ ਐਂਬੂਲੈਂਸ ਆ ਗਈਆਂ ਹਨ ਫੱਟੜ ਮਰੀਜਾਂ ਨੂੰ ਹਸਪਤਾਲ ਪਹੁੰਚਾਇਆ ਜਾ ਰਿਹਾ ਹੈ। ਤੁਸੀ ਫਿਕਰ ਨਾ ਕਰੋ ਕਹਿੰਦੇ ਹੋਏ ਧਨੀ ਰਾਮ ਐਂਬੂਲੈਂਸ ਵੱਲ ਦੋੜਦਾ ਹੈ ਅਤੇ ਸੇਵਾ ਕਰ ਰਹੇ ਲੋਕਾਂ ਦੀ ਮਦੱਦ ਨਾਲ ਜਲਦੀ ਹੀ ਗੱਜੂ ਅਤੇ ਸ਼ਰਦ ਨੂੰ ਐਂਬੂਲੈਂਸ ਵਿੱਚ ਲਿਜਾਇਆ ਜਾਂਦਾ ਹੈ ਅਤੇ ਸ਼ਰਨ ਕੌਰ ਅਤੇ ਧਨੀ ਰਾਮ ਦੀ ਪਤਨੀ ਵੀ ਨਾਲ ਬੈਠ ਜਾਦੀਆਂ ਹਨ ਅਤੇ ਐਂਬੂਲੈਂਸ ਹਸਪਤਾਲ ਵੱਲ ਨੂੰ ਰਵਾਨਾ ਕਰ ਦਿੱਤੀ ਜਾਂਦੀ ਹੈ। ਉਧਰੋਂ ਰੌਣਕ ਸਿੰਘ ਨੂੰ ਵੀ ਸਰਕਾਰ ਨਾਲ ਹੋਣ ਵਾਲੀ ਸਾਂਝੀ ਮੀਟਿੰਗ ਕਰਨ ਦਾ ਸੱਦਾ ਆ ਜਾਂਦਾ ਹੈ ਅਤੇ ਉਹ ਧਨੀ ਰਾਮ ਨੂੰ ਲੈ ਕੇ ਕਿਸਾਨੀ ਸ਼ਿਵਰ ਵਿੱਚ ਚੱਲਿਆ ਜਾਂਦਾ ਹੈ। ਸ਼ਾਮ ਦੇ ਛੇ ਵਜੇ ਦਾ ਸਮਾਂ ਹੈ ਅਤੇ ਕਿਸਾਨੀ ਸ਼ਿਵਰ ਵਿੱਚ ਅੰਦੋਲਨ ਬਾਰੇ ਚਰਚਾ ਹੋ ਰਹੀ ਹੁੰਦੀ ਹੈ। ਕੁੱਝ ਸਰਕਾਰ ਦੇ ਨੁਮਾਇੰਦੇ ਵੀ ਸ਼ਿਵਰ ਵਿੱਚ ਪਹੁੰਚੇ ਹਨ ਜੋ ਕਿ ਸਰਕਾਰ ਵੱਲੋਂ ਮਾਮਲੇ ਨੂੰ ਸੁਲਝਾਉਣ ਦੇ ਤਰੀਕੇ ਅਤੇ ਲੁਭਾਵਣੇ ਹੱਲ ਦੱਸ ਰਹੇ ਹਨ ਜੋ ਕਿ ਸਵੇਰੇ ਹੋਣ ਵਾਲੀ ਮੀਟਿੰਗ ਵਿੱਚ ਸਿਰੇ ਚੜਾਏ ਜਾ ਸਕਣ। ਵੱਖ-ਵੱਖ ਕਿਸਾਨੀ ਆਗੂ ਆਪਣੀਆਂ ਦਲੀਲਾਂ ਪੇਸ਼ ਕਰ ਰਹੇ ਹਨ। ਤਿੰਨਾਂ ਕਾਲੇ ਕਾਨੂੰਨਾਂ ਨੂੰ ਰੱਦ ਕਰਵਾਉਣ ਦੇ ਯਤਨ ਤਰਕ ਦੇ ਆਧਾਰ ਤੇ ਹੋ ਰਹੇ ਹਨ। ਸਰਕਾਰ ਵੱਲੋਂ ਕੀਤੇ ਜਾ ਰਹੇ ਜਬਰ ਬਾਰੇ ਸਰਕਾਰ ਦੇ ਨੁਮਾਇੰਦਿਆਂ ਨੂੰ ਤਾਨੇ

ਸ਼ਿਕਾਇਤਾਂ ਕੀਤੀਆਂ ਜਾ ਰਹੀਆਂ ਹਨ। ਪਰ ਇੰਨਾ ਸਭ ਚੀਜਾਂ ਹੋਣ ਦੇ ਵਿਚਕਾਰ ਬੈਠੇ ਰੌਣਕ ਸਿੰਘ ਤਾਂ ਸ਼ਾਇਦ ਹੋਰ ਹੀ ਸੋਚਾਂ ਵਿੱਚ ਡੁੱਬਿਆ ਹੋਇਆ। ਅੱਜ ਲੋਕਾਂ ਦੇ ਹਾਲਾਤ ਵੇਖ ਕੇ ਜਿਵੇਂ ਉਸਦਾ ਦਿਲ ਜਾਰ-ਜਾਰ ਰੋ ਰਿਹਾ ਹੈ ਅਤੇ ਸੀਨੇ ਵਿੱਚੋਂ ਚੀਸਾਂ ਵਲਵਲਾ ਬਣ ਕੇ ਜਿਵੇਂ ਉਸਦੇ ਦਿਮਾਗ ਦੀਆਂ ਤਾਰਾਂ ਨੂੰ ਹਿਲਾ ਰਹੀਆਂ ਹਨ। ਸਰਕਾਰ ਵੱਲੋਂ ਲੋਕਾਂ ਉੱਪਰ ਢਾਏ ਜੁਲਮ ਨੂੰ ਵੇਖ ਕੇ ਉਸਦਾ ਖ਼ੂਨ ਖੋਲ ਉੱਠਿਆ ਹੈ ਪਰ ਉਸਨੇ ਜਿਵੇਂ ਮੋਨ ਵਰਤ ਧਾਰਨ ਕੀਤਾ ਹੋਇਆ ਹੈ ਅਤੇ ਉਸ ਸ਼ਾਮ ਨੂੰ ਉਹ ਕੁੱਝ ਨਹੀ ਬੋਲਿਆ। ਧਨੀ ਰਾਮ ਨੇ ਵੀ ਕਈ ਵਾਰ ਉਸਨੂੰ ਆਪਣੇ ਵਿਚਾਰ ਸਾਂਝੇ ਕਰਨ ਲਈ ਕਿਹਾ ਪਰ ਰੌਣਕ ਸਿੰਘ ਕੁੱਝ ਨਾ ਬੋਲਿਆ ਚਲੋ ਕਿਸੇ ਨਾ ਕਿਸੇ ਤਰੀਕੇ ਨਾਲ ਸਾਂਝੀ ਵਾਰਤਾਲਾਪ ਸਮਾਪਤ ਹੋ ਜਾਂਦੀ ਹੈ। ਸਰਕਾਰੀ ਨੁਮਾਇੰਦੇ ਆਪਣੀ ਪੇਸ਼ਕਸ਼ ਰੱਖ ਕੇ ਚਲੇ ਜਾਂਦੇ ਹਨ ਅਤੇ ਸਵੇਰ ਦੀ ਮੀਟਿੰਗ ਲਈ ਰਾਜ ਭਵਨ ਦਿੱਲੀ ਵਿਖੇ ਚੋਣਵੇਂ ਕਿਸਾਨੀ ਆਗੂਆਂ ਨੂੰ ਸੱਦਾ ਦਿੱਤਾ ਜਾਂਦਾ ਹੈ ਜੋ ਸਿੱਧਾ ਜਾ ਕੇ ਮੰਤਰੀ ਸਾਹਿਬ ਨੂੰ ਮਿਲਣਗੇ। ਰੌਣਕ ਸਿੰਘ ਦਾ ਨਾਮ ਵੀ ਸ਼ਾਮਿਲ ਕੀਤਾ ਜਾਂਦਾ ਹੈ। ਤਾਂ ਰੌਣਕ ਸਿੰਘ ਧਨੀ ਰਾਮ ਦਾ ਵੀ ਨਾਮ ਲਿਖਵਾ ਦਿੰਦਾ ਹੈ ਅਤੇ ਸਭ ਸਵੇਰ ਦੀ ਤਿਆਰੀ ਵਿੱਚ ਲੱਗ ਜਾਂਦੇ ਹਨ। ਰੌਣਕ ਸਿੰਘ ਧਨੀ ਰਾਮ ਨੂੰ ਲੈ ਕੇ ਸ਼ਿਵਰ ਦੇ ਬਾਹਰ ਟਹਿਲਣ ਲਈ ਲੈ ਜਾਂਦਾ ਹੈ ਅਤੇ ਖੁੱਲ ਕੇ ਆਪਣੇ ਅੰਦਰ ਚੱਲ ਰਹੇ ਵਲਵਲੇ ਬਾਰੇ ਦੱਸਦਾ

ਹੈ। ਧਨੀ ਰਾਮ ਵੀ ਸੁਣ ਕੇ ਅੱਗ ਬਬੂਲਾ ਹੋ ਜਾਂਦਾ ਹੈ ਅਤੇ ਰੌਣਕ ਸਿੰਘ ਆਪਣੇ ਮਨ ਦੇ ਵਿਚਾਰ ਦੱਸਦਾ ਹੋਇਆ ਕਹਿੰਦਾ ਹੈ ਧਨੀ ਰਾਮਾ ਮੈਨੂੰ ਤਾਂ ਬੜਾ ਤਾਪ ਚੜਿਆ ਹੋਇਆ ਹੈ। ਅੱਜ ਲੋਕਾਂ ਦਾ ਹਾਲ ਵੇਖ ਕੇ ਇਹਨਾਂ ਬੇਕਸੂਰ ਲੋਕਾਂ ਨੇ ਕੀ ਵਿਗਾੜਿਆ ਹੈ ਕਿਸੇ ਦਾ ਜਾਂ ਕਿਹੜਾ ਜੁਲਮ ਕੀਤਾ ਹੈ ਜੋ ਸਰਕਾਰ ਵੱਲੋਂ ਇਹਨਾ ਮਾੜਾ ਵਤੀਰਾ ਕੀਤਾ ਗਿਆ। ਕੀ ਲੋਕਤੰਤਰ ਇਸਨੂੰ ਆਖਦੇ ਨੇ ਕੀ ਇਹੀ ਲੋਕਾਂ ਦਾ ਰਾਜ ਹੈ? ਕੀ ਜੁਲਮ ਦੇ ਖਿਲਾਫ ਆਪਣੀ ਆਵਾਜ ਰੱਖਣ ਉਠਾਉਣ ਦਾ ਇਹ ਅੰਜਾਮ ਹੁੰਦਾ ਹੈ ਲੋਕਤੰਤਰ ਵਿੱਚ? ਆਪਣੀਆਂ ਕਮਜੋਰੀਆਂ ਛੁਪਾਉਣ ਲਈ ਸਰਕਾਰ ਇਸ ਹੱਦ ਤੱਕ ਜਾ ਸਕਦੀ ਹੈ। ਇਹਨਾਂ ਵਿਚਾਰੇ ਆਮ ਲੋਕਾਂ, ਬਜ਼ੁਰਗਾਂ, ਮਾਂਵਾਂ ਭੈਣਾਂ ਅਤੇ ਨਿੱਕੇ-ਨਿੱਕੇ ਬੱਚਿਆਂ ਦਾ ਕੀ ਕਸੂਰ ਹੈ? ਜੁਲਮ ਦੀ ਵੀ ਹੱਦ ਹੁੰਦੀ ਹੈ। ਇਹ ਲੋਕਤੰਤਰ ਨਹੀ ਤਾਨਾਸ਼ਾਹੀ ਹੈ। ਲੋਕਾਂ ਦਾ ਨੁਮਾਇੰਦਾ ਬਣ ਕੇ ਲੋਕਾਂ ਦੀਆਂ ਵੋਟਾਂ ਤੋਂ ਜਿੱਤ ਕੇ ਜਿੱਤ ਦਾ ਸੇਹਰਾ ਸਜਾ ਕੇ ਬਣੇ ਇਹ ਵੱਡੇ-ਵੱਡੇ ਮੰਤਰੀ ਲੋਕਾਂ ਦਾ ਹੀ ਘਾਣ ਕਰਨ ਨੂੰ ਫਿਰਦੇ ਹਨ। ਇਹਨਾਂ ਦੀ ਤਾਂ ਮੈਂ ਇੱਟ ਨਾਲ ਇੱਟ ਖੜਕਾ ਕੇ ਰੱਖ ਦੇਵਾਂਗਾ। ਧਨੀ ਰਾਮਾ ਤੂੰ ਇਹ ਦੱਸ ਭਈ ਕਿ ਇਸ ਜੰਗ ਏ ਹੱਕ-ਸੱਚ ਵਿੱਚ ਤੂੰ ਮੇਰੇ ਨਾਲ ਹੈ ਜਾਂ ਨਹੀ। ਧਨੀ ਰਾਮ ਨੇ ਵੀ ਹੁੰਗਾਰਾ ਭਰ ਕੇ ਕਿਹਾ ਪਾਜੀ ਜਬਾਨ ਦੇਂਦਾ ਹਾਂ ਆਖਰੀ ਸਾਹ ਤੇ ਆਖਰੀ ਖੂਨ ਦੇ ਕਤਰੇ ਨੂੰ ਤੁਹਾਡੇ ਨਾਲ ਦੇਸ਼ ਕੌਮ ਦੀ ਖਾਤਿਰ ਵਹਾ

ਦੇਵਾਂਗਾ। ਇਸ ਮੈਦਾਨ-ਏ-ਜੰਗ ਵਿੱਚ ਮੈਂ ਤੁਹਾਡੇ ਮੋਢੇ ਨਾਲ ਮੋਢਾ ਜੋੜੀ ਖੜਾ ਰਹਾਂਗਾ। ਵਿਉਂਤ ਬਣਾ ਕੇ ਰੌਣਕ ਸਿੰਘ ਤੇ ਧਨੀ ਰਾਮ ਉਜੜੇ ਤੇ ਬਿਖਰੇ ਪਏ ਸੰਭੂ ਬਾਰਡਰ ਤੋਂ ਕੁੱਝ ਜਰੂਰੀ ਸਮੱਗਰੀ (ਨਾ ਚੱਲੇ ਹੋਏ ਗੋਲੇ) ਇੱਕਠੀ ਕਰ ਚੁੱਪ-ਚਾਪ ਸ਼ਿਵਰ ਵਿੱਚ ਵਾਪਿਸ ਆ ਜਾਂਦੇ ਹਨ ਅਤੇ ਸਾਰੀ ਰਾਤ ਕਰਵਟ ਬਦਲਦੇ ਸੋਚਾਂ ਵਿੱਚ ਗੁਜਰ ਜਾਂਦੀ ਹੈ। ਕਈ ਤਰ੍ਹਾਂ ਦੀਆਂ ਸਲਾਵਾਂ ਵੀ ਸ਼ਿਵਰ ਵਿੱਚ ਬੈਠੇ ਲੋਕ ਕਰ ਰਹੇ ਹੁੰਦੇ ਹਨ। ਪਰ ਇਸ ਬੇਚੈਨੀ ਅਤੇ ਕਸ਼ਮਕਸ਼ ਤੋਂ ਪਰ੍ਹੇ ਰੌਣਕ ਸਿੰਘ ਨੂੰ ਆਪਣੇ ਦਿਲ ਦਾ ਰੁੱਖ ਜਿਵੇਂ ਸਾਫ ਦਿਖਾਈ ਦੇਂਦਾ ਹੈ ਅਤੇ ਉਹ ਆਪਣੇ ਫੈਸਲੇ ਤੇ ਅਟੱਲ ਹੋ ਜਾਂਦਾ ਹੈ। ਅੱਜ ਦਾ ਦਿਨ ਵੀ ਸੁਨਹਿਰੀ ਨਿਕਲਿਆ ਹੈ। ਰਾਤ ਦਾ ਹਨੇਰਾ ਛੱਟ ਗਿਆ ਹੈ। ਸੂਰਜ ਦੀਆਂ ਕਿਰਨਾਂ ਨੇ ਆਪਣੀ ਰੋਸ਼ਨੀ ਨਾਲ ਜਿਵੇਂ ਰਸਤਿਆਂ ਦੇ ਨਾਲ-ਨਾਲ ਰੌਣਕ ਸਿੰਘ ਦੀ ਕਸ਼ਮਕਸ਼ ਦਾ ਹਨੇਰਾ ਵੀ ਸਾਫ ਕਰ ਦਿੱਤਾ ਹੈ। ਤਿਆਰੀਆਂ ਸ਼ੁਰੂ ਹੋ ਗਈਆਂ ਹਨ। ਉੱਚ-ਸਤਰ ਦੀ ਮੀਟਿੰਗ ਵਾਸਤੇ ਕਿਸਾਨੀ ਜੱਥਾ ਤਿਆਰ ਹੋ ਗਿਆ ਹੈ। ਚੁਣੇ ਗਏ ਕਿਸਾਨੀ ਨੁਮਾਇੰਦਿਆਂ ਦੇ ਨਾਲ ਰੌਣਕ ਸਿੰਘ ਅਤੇ ਧਨੀ ਰਾਮ ਵੀ ਗੱਡੀ ਵਿੱਚ ਬੈਠ ਜਾਂਦੇ ਨੇ ਅਤੇ ਸਵੇਰ ਦੇ ਛੇ ਵਜੇ ਜੱਥੇਬੰਦੀ ਤਿਆਰ ਹੋ ਦਿੱਲੀ ਵੱਲ ਰਵਾਨਾ ਹੋ ਜਾਂਦੀ ਹੈ।

ਗੁਫਤਗੂ ਕਰਦਿਆ ਅਤੇ ਵਿਚਾਰਾਂ ਦਾ ਵਟਾਂਦਰਾ ਕਰਦੇ ਹੋਏ ਪਿਛਲੀਆਂ ਹੋਈਆਂ ਮੀਟਿੰਗਾਂ ਬਾਰੇ ਵੀ ਆਗੂਆਂ ਵੱਲੋਂ ਇੱਕ ਦੂਸਰੇ ਨੂੰ ਸਲਾਹ ਮਸ਼ਵਰਾ ਦਿੱਤਾ ਜਾਂਦਾ ਹੈ।ਹਾਲਾਂਕਿ ਪਿਛਲੀਆਂ ਵਿੱਚ ਵੀ ਕੋਈ ਹੱਲ ਨਜਰੀ ਨਹੀ ਪੈਂਦਾ ਆ ਰਿਹਾ ਅਤੇ ਕਿਸਾਨਾਂ ਦੇ ਹੱਕ ਵਿੱਚ ਹੋਣ ਦਾ ਹੋਕਾ ਦਿੰਦੀ ਸਰਕਾਰ ਹਮੇਸ਼ਾ ਝੂਠੀ ਅਤੇ ਦੋਗਲੀ ਹੀ ਵਿਖਾਈ ਦੇਂਦੀ ਹੈ।ਪਰ ਇਹਨਾਂ ਸਭ ਗੱਲਾਂ ਬਾਤਾਂ ਵਿੱਚ ਰੌਣਕ ਸਿੰਘ ਆਪਣੇ ਖਿਆਲਾਂ ਵਿੱਚ ਖੋਇਆ ਨਜਰੀ ਪੈ ਰਿਹਾ ਹੁੰਦਾ ਹੈ।ਉਸਨੂੰ ਕੱਲ ਦਾ ਵੇਖਿਆ ਮੰਜਰ ਬਾਰ-ਬਾਰ ਅੱਖਾਂ ਦੇ ਸਾਹਮਣੇ ਨਜਰੀ ਪੈ ਰਿਹਾ ਹੁੰਦਾ ਹੈ ਅਤੇ ਉਹ ਬਿਨਾ ਕੁੱਝ ਕਹੇ ਕਿਸਾਨੀ ਆਗੂਆਂ ਦੀ ਹਾਂ ਵਿੱਚ ਹਾਂ ਮਿਲਾਈ ਜਾਂਦਾ ਹੈ।

ਕਈ ਵਾਰ ਲੜਣ ਤੋਂ ਪਹਿਲਾਂ ਮਰਨ ਦਾ ਖਿਆਲ ਨਜਰੀ ਪੈ ਜਾਦਾ ਹੈ।ਕਦੀ ਇਸ਼ਕ ਅਤੇ ਨਾਲ ਹੀ ਕਦੇ ਮੁਸ਼ਕ ਦਾ ਵੀ ਸਵਾਦ ਵਿੱਚ ਲੈਣਾ ਹੀ ਪੈਂਦਾ ਹੈ।ਪਰ ਆਮ ਬਣ ਕੇ ਅਤੇ ਮੰਤਵ ਲਈ ਲੜਣਾ ਵੀ ਕਦੀ-ਕਦੀ ਦ੍ਰਿੜਤਾ ਅਤੇ ਸਾਹਸ ਦਾ ਪ੍ਰਤੀਕ ਬਣ ਜਾਂਦਾ ਹੈ।ਸੁੰਨੇਪਨ ਵਿੱਚ ਵੀ ਕਦੀ-ਕਦੀ ਰੌਣਕਾਂ ਅਤੇ ਬਹਾਰਾਂ ਵਾਲੇ ਫੁੱਲ ਖਿੜ ਜਾਂਦੇ ਨੇ।ਪਰ ਕ੍ਰੋਧ ਅਤੇ ਬਦਲੇ ਦੀ ਭਾਵਨਾ ਕਈ ਵਾਰ ਖਿੜੇ ਹੋਏ ਬਗੀਚੇ ਨੂੰ ਵੀ ਉਜਾੜ ਕੇ ਰੱਖ ਦੇਂਦੀ ਹੈ।ਰੌਣਕ ਸਿੰਘ ਵਿਚਾਰਾਂ ਅਤੇ ਸਲਾਹਾਂ ਸੁਣਦੇ ਹੋਏ ਆਪਣੇ ਮਨ ਦੇ

ਵਿਚਾਰ ਨੂੰ ਬੁਲੰਦ ਹੌਂਸਲੇ ਦਿੰਦਾ ਹੋਇਆ ਸੋਚਾਂ ਅਤੇ ਵਿਚਾਰਾਂ ਵਿੱਚੋਂ ਲੰਘਦੇ ਹੋਏ ਰੌਣਕ ਸਿੰਘ ਆਪਣਾ ਮਨ ਪੱਕਾ ਤੇ ਇਰਾਦਾ ਦ੍ਰਿੜ ਕਰਦੇ ਚੁੱਪ-ਚਾਪ ਕਿਸਾਨ ਜੱਥੇਬੰਦੀ ਦੇ ਨਾਲ ਕਾਰ ਵਿੱਚ ਬੈਠਾ ਹੋਇਆ ਹੈ।ਧਨੀ ਰਾਮ ਵੀ ਉਸਦੇ ਨਾਲ ਹੈ ਅਤੇ ਉਹਨਾਂ ਦੀਆਂ ਅੱਖਾਂ ਨਾਲ ਹੀ ਗੱਲਬਾਤ ਹੋ ਰਹੀ ਹੁੰਦੀ ਹੈ।ਲੰਮੀਆਂ ਵਾਟਾਂ ਕੱਟਦੇ ਹੋਏ ਗੱਡੀ ਦਿੱਲੀ ਦੇ ਕੇਂਦਰੀ ਮੰਤਰਾਲੇ ਦੇ ਅੰਦਰ ਦਾਖਿਲ ਹੋਈ।ਜਿੱਥੇ ਕਿ ਗੇਟ ਉੱਤੇ ਹੀ ਗੱਡੀਆਂ ਦੇ ਕਾਫਲੇ ਨੂੰ ਰੋਕ ਲਿਆ ਗਿਆ।ਕਾਫੀ ਦੇਰ ਪੁੱਛ-ਪੜਤਾਲ ਅਤੇ ਚੈਕਿੰਗ ਹੁੰਦੀ ਰਹੀ ਅਤੇ ਹੁਣ ਤਲਾਸ਼ੀ ਹੋ ਰਹੀ ਸੀ।ਰੌਣਕ ਸਿੰਘ ਨੇ ਧਨੀ ਰਾਮ ਨੂੰ ਇਸ਼ਾਰਾ ਕੀਤਾ ਅਤੇ ਚੈਕਿੰਗ ਕਰ ਰਹੇ ਸਕਿਊਰਿਟੀ ਫੋਰਸ ਦੇ ਮੁਲਾਜਮ ਨੂੰ ਹੋਰ ਗੱਲਾਂ ਵਿੱਚ ਲਾ ਲਿਆ ਅਤੇ ਨਜਰ ਬਚਾ ਕੇ ਧਨੀ ਰਾਮ ਭੀੜ ਵਿੱਚੋਂ ਬਿਨਾਂ ਤਲਾਸ਼ੀ ਤੋਂ ਹੀ ਅੱਗੇ ਵੱਧ ਗਿਆ।ਰੌਣਕ ਸਿੰਘ ਨੇ ਆਪਣੀ ਪੂਰੀ ਤਲਾਸ਼ੀ ਕਰਵਾਈ ਅਤੇ ਗੱਲਾਂ ਕਰਦਾ ਹੋਇਆ ਮੁਲਾਜਮ ਨਾਲ ਹੱਥ ਮਿਲਾ ਕੇ ਧਨੀ ਰਾਮ ਨਾਲ ਜਾ ਰਲਿਆ।ਧਨੀ ਰਾਮ ਆਪਣੇ ਪੇਟ ਉੱਤੇ ਹੱਥ ਮਾਰਦਾ ਹੋਇਆ ਰੌਣਕ ਸਿੰਘ ਨੂੰ ਇਸ਼ਾਰਾ ਕਰਦਾ ਹੈ।ਹੌਲੀ-ਹੌਲੀ ਸਭ ਕਿਸਾਨ ਭਰਾ ਮੰਤਰਾਲੇ ਦੇ ਬਰਾਮਦੇ ਵਿੱਚ ਇੱਕਠੇ ਹੋ ਜਾਂਦੇ ਹਨ ਅਤੇ ਉਹਨਾਂ ਨੂੰ ਖੇਤੀਬਾੜੀ ਮੰਤਰੀ ਨਾਲ ਖਾਸ ਮੁਲਾਕਾਤ ਕਰਨ ਲਈ ਵਿਸ਼ੇਸ਼ ਕਮਰੇ ਵਿੱਚ ਬੁਲਾਇਆ ਜਾਂਦਾ ਹੈ।ਆਓ ਭਗਤ ਬੜੇ ਚੰਗੇ ਤਰੀਕੇ ਨਾਲ ਹੋ ਰਹੀ

ਹੁੰਦੀ ਹੈ।ਖਾਣ-ਪੀਣ ਦੀਆਂ ਵਸਤੂਆਂ ਦਾ ਵੀ ਖਾਸ ਪ੍ਰਬੰਧ ਕੀਤਾ ਹੁੰਦਾ ਹੈ।ਪਰ ਕਿਸਾਨ ਜੱਥੇਬੰਦੀ ਵੱਲੋਂ ਉੱਥੇ ਪਾਣੀ ਤੱਕ ਵੀ ਨਹੀ ਪੀਤਾ ਜਾਂਦਾ।ਕਿਸਾਨਾਂ ਭਰਾਵਾਂ ਦਾ ਸਾਰਾ ਧਿਆਨ ਕਿਸਾਨੀ ਮੁੱਦੇ ਅਤੇ ਤਿੰਨ ਕਾਲੇ ਕਾਨੂੰਨਾਂ ਵੱਲ ਹੀ ਹੁੰਦਾ ਹੈ।ਹਾਲਾਂਕਿ ਬੈਠਣ ਦਾ ਖਾਸ ਪ੍ਰਬੰਧ ਹੋਣ ਦੇ ਬਾਵਜੂਦ ਵੀ ਉਹ ਬੈਠੇ ਨਹੀ ਬਸ ਖੜੇ ਰਹੇ।ਰੌਣਕ ਸਿੰਘ ਵੀ ਧਨੀ ਰਾਮ ਦੇ ਨਾਲ ਇੱਕ ਪਾਸੇ ਖੜਾ ਸੀ।ਥੋੜੀ ਦੇਰ ਦੇ ਇੰਤਜਾਰ ਤੋਂ ਬਾਅਦ ਕ੍ਰਿਸ਼ੀ ਮੰਤਰੀ ਸਾਹਿਬ ਪੂਰੀ ਸਕਿਊਰਿਟੀ ਫੋਰਸ ਦੇ ਨਾਲ ਅੰਦਰ ਦਾਖਿਲ ਹੁੰਦੇ ਹਨ।ਉਹਨਾਂ ਦੇ ਆਸੇ-ਪਾਸੇ ਬੰਦੂਕਧਾਰੀ ਗੰਨਮੈਨ ਵੀ ਖੜੇ ਨਜਰੀ ਆ ਰਹੇ ਨੇ।ਅੰਦਰ ਵੜਦੇ ਸਾਰ ਹੀ ਮੰਤਰੀ ਸਾਹਿਬ ਨੇ ਹੱਥ ਜੋੜ ਕੇ ਸਭ ਦੀ ਆਉ ਭਗਤ ਕੀਤੀ ਅਤੇ ਵਿਰਾਜਮਾਨ ਹੋਣ ਨੂੰ ਕਿਹਾ ਪਰ ਕਿਸਾਨ ਜੱਥੇਬੰਦੀ ਵਿੱਚੋਂ ਕੋਈ ਵੀ ਨਹੀ ਬੈਠਾ।ਮੰਤਰੀ ਸਾਹਿਬ ਨੇ ਜਦ ਵੇਖਿਆ ਕਿ ਬਾਰ-ਬਾਰ ਕਹਿਣ ਉੱਤੇ ਵੀ ਕਿਸਾਨ ਭਰਾ ਬੈਠ ਨਹੀ ਰਹੇ ਤਾਂ ਉਹ ਆਪ ਵੀ ਖੜੇ ਹੋ ਗਏ ਅਤੇ ਗੱਲਬਾਤ ਕਰਨੀ ਸ਼ੁਰੂ ਹੋ ਜਾਂਦੀ ਹੈ।ਮੰਤਰੀ ਸਾਹਿਬ ਅਤੇ ਉਹਨਾਂ ਨਾਲ ਆਏ ਹੋਏ ਕੁੱਝ ਸਲਾਹਕਾਰਾਂ ਵੱਲੋਂ ਕਿਸਾਨਾਂ ਨੂੰ ਸਮਝਾਉਣ ਦੀ ਕੋਸ਼ਿਸ਼ ਕੀਤੀ ਜਾ ਰਹੀ ਹੈ।ਕਈ ਵੱਡੇ-ਵੱਡੇ ਵਾਅਦੇ ਵੀ ਕੀਤੇ ਜਾ ਰਹੇ ਨੇ।ਫੁੱਲੀਆਂ ਪਾਈਆਂ ਜਾ ਰਹੀਆਂ ਹਨ ਬਈ ਕਿਸੇ ਤਰੀਕੇ ਨਾਲ ਕਿਸਾਨੀ ਅੰਦੋਲਨ ਬੰਦ ਕਰਵਾਇਆ ਜਾਵੇ ਪਰ ਲਿਖਤ ਰੂਪ ਵਿੱਚ ਕੁੱਝ ਨਹੀ

ਦਿੱਤਾ ਜਾ ਰਿਹਾ ਨਾ ਤਾਂ ਐਮ.ਐਸ.ਪੀ ਬਾਰੇ ਕੋਈ ਠੋਸ ਵਾਅਦਾ ਕੀਤਾ ਜਾ ਰਿਹਾ ਨਾ ਹੀ ਕਾਲੇ ਕਾਨੂੰਨਾਂ ਨੂੰ ਵਾਪਿਸ ਲੈਣ ਦਾ ਕੋਈ ਠੋਸ ਆਸ਼ਵਾਸ਼ਨ ਦਿੱਤਾ ਜਾਂਦਾ ਹੈ। ਲੱਗਭਗ ਅੱਧੇ ਘੰਟੇ ਤੋਂ ਬਸ ਖਿਆਲੀ ਪੁਲਾਵ ਪਕਾਉਣ ਦੇ ਜੁਮਲੇ ਕਿਸਾਨਾਂ ਅੱਗੇ ਰੱਖੇ ਜਾਂਦੇ ਹਨ। ਰੌਣਕ ਸਿੰਘ ਇਹ ਸਭ ਕੁੱਝ ਵੇਖ ਸੁਣ ਰਿਹਾ ਹੁੰਦਾ ਹੈ ਕਿ ਅਚਾਨਕ ਉਹ ਧਨੀ ਰਾਮ ਨੂੰ ਆਵਾਜ ਮਾਰਦਾ ਹੈ। ਆਵਾਜ ਸੁਣਦੇ ਹੀ ਧਨੀ ਰਾਮ ਆਪਣੀ ਕਮੀਜ ਨੂੰ ਖੱਬੇ ਹੱਥ ਨਾਲ ਉੱਤੇ ਚੁੱਕ ਕੇ ਅੰਦਰੋਂ ਸੱਜੇ ਹੱਥ ਨਾਲ ਹੰਝੂ ਗੈਸ ਦਾ ਇੱਕ ਗੋਲਾ ਕੱਢਦਾ ਹੈ ਅਤੇ ਮੰਤਰੀ ਸਾਹਿਬ ਦੇ ਪੈਰਾਂ ਦੇ ਸਾਹਮਣੇ ਸੁੱਟ ਦਿੰਦਾ ਹੈ ਅਤੇ ਫਿਰ ਇੱਕ ਹੋਰ ਗੋਲਾ ਸਕਿਊਰਿਟੀ ਗਾਰਡ ਦੇ ਪੈਰਾਂ ਅੱਗੇ ਸੁੱਟ ਦਿੰਦਾ ਹੈ। ਜਿਸ ਨਾਲ ਕਮਰੇ ਅੰਦਰ ਧੂੰਆਂ ਹੀ ਧੂੰਆਂ ਹੋ ਜਾਂਦਾ ਹੈ। ਨਾਲ ਹੀ ਰੌਣਕ ਸਿੰਘ ਮੂੰਹ ਤੇ ਕੱਪੜਾ ਲਪੇਟ ਕੇ ਅੱਗੇ ਵੱਧਦਾ ਹੈ ਅਤੇ ਸਕਿਊਰਿਟੀ ਗਾਰਡ ਤੋਂ ਉਸਦੀ ਬੰਦੂਕ ਖੋ ਲੈਂਦਾ ਹੈ ਅਤੇ ਠਾ-ਠਾ-ਠਾ ਦੀਆਂ ਆਵਾਜ਼ਾਂ ਸੁਣਾਈ ਪੈਂਦੀਆਂ ਹਨ। ਇਸਦੇ ਨਾਲ ਹਫੜਾ-ਦਫੜੀ ਫੈਲ ਜਾਂਦੀ ਹੈ। ਸਭ ਇੱਧਰ-ਉੱਧਰ ਭੱਜਣ ਲੱਗ ਜਾਂਦੇ ਹਨ। ਸਕਿਊਰਿਟੀ ਅਲਾਰਮ ਵੱਜਣਾ ਸ਼ੁਰੂ ਹੋ ਜਾਂਦਾ ਹੈ ਨਾਲ ਹੀ ਕਮਾਂਡੋ ਫੋਰਸ ਅੰਦਰ ਦਾਖਿਲ ਹੋ ਜਾਦੀ ਹੈ। ਅੱਖਾਂ ਮਲਦੇ-ਮਲਦੇ ਥੋੜੀ ਦੇਰ ਬਾਅਦ ਜਦ ਲੋਕ ਵੇਖਦੇ ਹਨ ਤਾਂ ਰੌਣਕ ਸਿੰਘ ਨੇ ਮੰਤਰੀ ਸਾਹਿਬ ਦੇ ਤਿੰਨ ਗੋਲੀਆਂ ਛਾਤੀ ਵਿੱਚ ਠੋਕ ਦਿੱਤੀਆਂ ਸਨ ਅਤੇ

ਇੰਨਕਲਾਬ ਜਿੰਦਾਬਾਦ ਦੇ ਨਾਅਰਿਆਂ ਨਾਲ ਸਾਰਾ ਕਮਰਾ ਹੀ ਗੂੰਜ ਗਿਆ ਜੋ ਕਿ ਰੌਣਕ ਸਿੰਘ ਅਤੇ ਧਨੀ ਰਾਮ ਨੇ ਸਾਂਝੇ ਬੋਲਾਂ ਨਾਲ ਹੋਰ ਵੀ ਜ਼ੋਰਦਾਰ ਸੁਣਾਈ ਦੇ ਰਿਹਾ ਸੀ। ਮੰਤਰੀ ਸਾਹਿਬ ਫਰਸ਼ 'ਤੇ ਡਿੱਗੇ ਪਏ ਸਨ ਅਤੇ ਖ਼ੂਨ ਦੇ ਨਾਲ ਲੱਥਪੱਥ ਹੋਏ ਪਏ ਸਨ। ਵੇਖਦੇ ਸਾਰ ਹੀ ਮਿਲਟਰੀ ਅਤੇ ਸਕਿਊਰਿਟੀ ਫੋਰਸਾਂ ਹਰਕਤ ਵਿੱਚ ਆ ਜਾਂਦੀਆਂ ਹਨ ਅਤੇ ਇੰਨਕਲਾਬ ਜਿੰਦਾਬਾਦ ਦੇ ਨਾਅਰੇ ਲਗਾਉਂਦੇ ਰੌਣਕ ਸਿੰਘ ਤੇ ਧਨੀ ਰਾਮ ਦੋਵਾਂ ਦੀਆਂ ਹਿੱਕਾਂ ਵਿੱਚ ਗੋਲੀਆਂ ਦੀ ਬੋਛਾੜ ਹੋ ਜਾਂਦੀ ਹੈ ਅਤੇ ਪਲਕ ਝਪਕਦੇ ਹੀ ਉਹ ਦੜੰਮ ਕਰਕੇ ਉਹ ਡਿੱਗ ਜਾਂਦੇ ਹਨ ਅਤੇ ਇੰਨਕਲਾਬ ਜਿੰਦਾਬਾਦ ਦੇ ਨਾਅਰਿਆਂ ਨਾਲ ਉਹਨਾ ਦੇ ਆਖਰੀ ਸਾਹ ਨਿਕਲਦੇ ਹਨ। ਫਰਸ਼ ਉੱਤੇ ਡਿੱਗੇ ਅਤੇ ਲੋਥ ਬਣੇ ਰੌਣਕ ਸਿੰਘ ਅਤੇ ਧਨੀ ਰਾਮ ਦੇ ਚਿਹਰਿਆਂ ਉੱਤੇ ਅਜੇ ਵੀ ਚਮਕ ਬਣੀ ਹੋਈ ਹੈ। ਮਰ ਕੇ ਵੀ ਜਿਵੇਂ ਉਹ ਜਿਉਂਦੇ ਹੀ ਲੱਗ ਰਹੇ ਨਜਰੀ ਆਉਂਦੇ ਹਨ। ਹੋਲੀ-ਹੋਲੀ ਧੂੰਆਂ ਵੀ ਛੱਟ ਜਾਂਦਾ ਹੈ ਅਤੇ ਸਭ ਸਾਫ-ਸਾਫ ਵਿਖਾਈ ਦੇਣ ਲੱਗ ਜਾਂਦਾ ਹੈ। ਨੇੜੇ ਇੱਕ ਨੁੱਕਰ ਵਿੱਚ ਖਲੋਤੇ ਬਾਕੀ ਕਿਸਾਨ ਭਰਾ ਹੈਰਾਨ ਪਰੇਸ਼ਾਨ ਹੋ ਜਾਂਦੇ ਹਨ। ਬਈ ਇਹ ਕੀ ਹੋ ਗਿਆ? ਰੌਣਕ ਸਿੰਘ ਅਤੇ ਧਨੀ ਰਾਮ ਦੇ ਇਸ ਕਾਰਨਾਮੇ ਉੱਤੇ ਹਰ ਕੋਈ ਸਵਾਲੀਆ ਨਿਸ਼ਾਨ ਬਣਾ ਰਿਹਾ ਹੁੰਦਾ ਹੈ। ਕੁੱਝ ਉਸਨੂੰ ਗਲਤ ਦੱਸ ਰਹੇ ਹਨ ਅਤੇ ਕੁੱਝ ਸਹੀ ਪਰ ਰੌਣਕ ਸਿੰਘ ਨੂੰ ਆਪਣੀ ਸੱਚਾਈ ਸ਼ਾਇਦ ਪਤਾ

ਲੱਗ ਚੁੱਕੀ ਸੀ।ਉਸਨੇ ਆਪਣੇ ਦਿਮਾਗ ਉੱਤੇ ਲੱਗੀਆਂ ਹੋਈਆਂ ਸੱਟਾਂ ਜੋ ਕਿ ਕਿਸਾਨੀ ਅੰਦੋਲਨ ਵਿੱਚ ਸਰਕਾਰ ਦੇ ਜੁਲਮਾਂ ਨਾਲ ਫੱਟੜ, ਜਖ਼ਮੀ ਅਤੇ ਮੌਤ ਦੇ ਘਾਟ ਉਤਾਰੇ ਗਏ ਲੋਕਾਂ ਦਾ ਕਰਜ਼ ਉਤਾਰ ਦਿੱਤਾ ਹੈ।ਸੁੱਤੇ ਹੋਏ ਲੋਕਾਂ ਨੂੰ ਜਗਾਉਣ ਲਈ ਅਤੇ ਸਰਕਾਰ ਦੇ ਕੰਨਾਂ ਤੱਕ ਮਜਲੂਮ ਅਤੇ ਬੇਬੱਸ ਕੀਤੇ ਲੋਕਾਂ ਦੀ ਗੱਲ ਪਹੁੰਚਾਉਣ ਲਈ ਉਸਨੇ ਆਪਣੀ ਜਾਨ ਦੀ ਬਾਜੀ ਲਗਾ ਦਿੱਤੀ ਹੈ।ਧਨੀ ਰਾਮ ਨੇ ਵੀ ਆਪਣੇ ਕੀਤੇ ਹੋਏ ਕਰਾਰ ਨੂੰ ਹਿੱਕ ਉੱਤੇ ਗੋਲੀਆਂ ਦੀਆਂ ਵਾਛੜਾਂ ਲੈ ਕੇ ਨਿਭਾਇਆ ਹੈ।ਇਤਿਹਾਸ ਦੇ ਪੰਨਿਆਂ ਵਿੱਚ ਇਹਨਾਂ ਦੋਵੇਂ ਜਾਂਬਾਜ਼ਾਂ ਦਾ ਨਾਮ ਸੁਨਹਿਰੀ ਅੱਖਰਾਂ ਨਾਲ ਲਿਖਿਆ ਜਾਵੇਗਾ।ਨਾਲ ਆਏ ਕਿਸਾਨ ਨੂੰ ਵੀ ਗ੍ਰਿਫਤਾਰ ਕਰ ਲਿਆ ਗਿਆ ਹੈ ਅਤੇ ਜੇਲਾਂ ਅੰਦਰ ਭੇਜ ਦਿੱਤਾ ਗਿਆ।ਇਹ ਖ਼ਬਰ ਅੱਗ ਵਾਂਗਰ ਪੂਰੇ ਦੇਸ਼ ਵਿੱਚ ਫੈਲ ਗਈ ਹੈ ਅਤੇ ਰੌਣਕ ਸਿੰਘ ਅਤੇ ਧਨੀ ਰਾਮ ਦਾ ਨਾਮ ਹਰ ਅਖ਼ਬਾਰ, ਖ਼ਬਰਾਂ ਅਤੇ ਰਸਾਲਿਆਂ ਦੀਆਂ ਸੁਰਖੀਆਂ ਵਿੱਚ ਆ ਰਿਹਾ ਹੈ।ਇਸ ਨਾਲ ਕਿਸਾਨੀ ਲਹਿਰ ਹੋਰ ਵੀ ਤੇਜ਼ ਰਫ਼ਤਾਰ ਫੜ੍ਹ ਚੁੱਕੀ ਹੈ ਅਤੇ ਪੂਰੇ ਦੇਸ਼ ਵਿੱਚ ਜਿਵੇਂ ਕਰਫਿਊ ਦੇ ਹਾਲਾਤ ਬਣ ਗਏ ਹਨ।ਉੱਧਰ ਰੌਣਕ ਦੇ ਪਰਿਵਾਰ ਤੱਕ ਵੀ ਇਹ ਗੱਲ ਪਹੁੰਚ ਚੁੱਕੀ ਹੈ ਜੋ ਕਿ ਦੁੱਖ ਦੀਆਂ ਗਹਿਰਾਈਆਂ ਦੇ ਨਾਲ-ਨਾਲ ਮਾਣ ਵੀ ਮਹਿਸੂਸ ਕਰ ਰਹੇ ਹਨ।ਗੱਜੂ ਅਤੇ ਸ਼ਰਦ ਅਜੇ ਵੀ ਹਸਪਤਾਲ ਵਿੱਚ ਜੇਰੇ ਇਲਾਜ ਹਨ।ਰੌਣਕ ਸਿੰਘ ਦੀ

ਕੁਰਬਾਨੀ ਨੂੰ ਲੋਕਾਂ ਵੱਲੋਂ ਸ਼ਹਾਦਤ ਦਾ ਦਰਜਾ ਦੇਣ ਦੀਆਂ ਖ਼ਬਰਾਂ ਵੀ ਆਮ ਲੋਕਾਂ ਵਿੱਚ ਚੱਲ ਰਹੀਆਂ ਹਨ।

ਹੁਣ ਰੌਣਕ ਸਿੰਘ ਨੇ ਸਹੀ ਕੀਤਾ ਜਾਂ ਗਲਤ ਇਸ ਦਾ ਫੈਸਲਾ ਲੋਕਾਂ ਦੀ ਅਦਾਲਤ ਨੇ ਆਪ ਕਰ ਹੀ ਦੇਣਾ ਹੈ।ਪਰ ਰੌਣਕ ਸਿੰਘ ਨੇ ਸਰਕਾਰ ਦੁਆਰਾ ਕੀਤੇ ਜ਼ੁਲਮਾਂ ਦਾ ਹਿਸਾਬ ਆਪਣੇ ਤਰੀਕੇ ਨਾਲ ਲਿਆ ਹੈ।ਰੌਣਕ ਸਿੰਘ ਦੀ ਇਹ ਕਿਸਾਨੀ ਲਹਿਰ ਹਮੇਸ਼ਾ ਲੋਕਾਂ ਵਿੱਚ ਯਾਦ ਕੀਤੀ ਜਾਵੇਗੀ।ਪਰ ਰੌਣਕ ਸਿੰਘ ਆਪਣੇ ਸੱਚ ਨੂੰ ਜਾਣਦੇ ਹੋਇਆਂ ਸਿਰ ਉਠਾ ਕੇ ਇਸ ਦੁਨੀਆਂ ਤੋਂ ਵਿਦਾ ਹੋਇਆ ਹੈ।

www.ingramcontent.com/pod-product-compliance
Ingram Content Group UK Ltd.
Pitfield, Milton Keynes, MK11 3LW, UK
UKHW020243240426
12048UKWH00026B/1588

9 789364 524971